சுழல்

எம்.கோபாலகிருஷ்ணன்

தமிழினி

சுழல்
சிறுகதை
எம்.கோபாலகிருஷ்ணன்
Suzhal - Short Stories - M.Gopalakrishnan ©
முதல் பதிப்பு - டிசம்பர் 2024
தமிழினி
63, நாச்சியம்மை நகர், சேலவாயல்,
சென்னை 600 051
tamilinibooks@gmail.com | 8667255103
web journal: tamizhini.co.in
அச்சாக்கம் - மணி ஆப்செட், சென்னை
ரூ.220

*சமர்ப்பணம்
சு வேணுகோபாலுக்கு*

உள்ளே...

1. ஒடக்காடு பெரியப்பா வீட்டில் ஒரு இரவு 9

2. தனியன் 26

3. உலர்நதி 45

4. தீச்சொல் 59

5. உளவாளி 84

6. ஒரு சந்திப்பும் இன்னொரு சந்திப்பும் 102

7. திரும்புதலற்ற பாதை 123

8. சுழல் 152

9. திரும்புதல் 165

10. 305ஆம் எண் வீட்டில் ஒரு கிழவர் 187

இன்னுமொரு தொகுப்பு

இது எனது ஐந்தாவது சிறுகதைத் தொகுப்பு. இதுவரை எழுபது கதைகளை எழுதியிருக்கிறேன். சிறுகதையை விட நாவல் வடிவமே எனக்கு மிகவும் விருப்பமானதாகவும் உவப்பானதாகவும் இருப்பதால் எண்ணிக்கையில் சிறுகதைகள் குறைவாக உள்ளன என்று எண்ணுகிறேன்.

நம் கண் முன்னால் அன்றாடம் பலரையும் சந்திக்கிறோம், கவனிக்கிறோம். அவற்றில் எது கதையாகும், எது நாவலில் இடம் பெறும் என்பதை முன்கூட்டியே தீர்மானிக்க முடியாது. எழுதும் போக்கில் இடத்துக்கு ஏற்ப கூடி அமைந்துவிடும். கண்டறிய ஆர்வமூட்டும் அதேசமயம் வெளிப்பட்டுவிட்டால் அதிலுள்ள மர்மம் கரைந்துவிடுமோ என்ற சந்தேகமும் கூடவே எழுகிறது.

இதிலுள்ள கதைகள் வெவ்வேறு விதமானவை. எழுத்தாளர்களை கதாபாத்திரங்களாகக் கொண்ட இரண்டு கதைகள் உள்ளன. வெளி மாநிலத்தைச் சேர்ந்தவர்கள் இரண்டு கதைகளில் கதாபாத்திரங்களாக உள்ளனர். ஒரு கதை கிரிக்கெட்டை பின்னணியாகக் கொண்டது. முதியவர்களின் சமகாலப் பிரச்சினைகளை சில கதைகளின் வழியாக அணுகியுள்ளேன். கதைகள் எதுவாயினும் அகத்தின் ஆழம் குறித்த தேடலே அவை அனைத்துக்கும் பொது அம்சமாக அமைந்திருக்கிறது.

இக் கதைகளுக்கு வெவ்வேறு விதமான எதிர்வினைகள் வந்துள்ளன. பொதுவாக, கதைகளை எழுதி வெளியிட்ட பின் அதைப் பற்றி யோசிப்பதில்லை. எழுதி முடித்தவுடன் மனம்

அதிலிருந்து விலகி விடுகிறது. இக் கதைகளைத் தொகுப்பது கூட ஒரே நூலாக இருக்கட்டும் என்ற வசதிக்காக அன்றி வேறு காரணங்கள் இல்லை.

இவற்றுள் சில கதைகள் இதழ்களுக்கு அனுப்பியவுடனே பிரசுரமாகியுள்ளன. சில இதழாசிரியர்கள் கதைகளைக் கேட்டுப் பெற்று வெளியிட்டனர். அவர்களுக்கு என் நன்றி.

நானும் சு.வேணுகோபாலும் ஒரே சமயத்தில் எழுத வந்தவர்கள். குடும்ப நண்பர்கள். இருவரின் எழுத்து சார்ந்த நம்பிக்கையும் ஒன்றே. எனவே, இத்தொகுப்பை அவருக்கு சமர்ப்பணம் செய்வதில் மன நிறைவு அடைகிறேன்.

விசாகப்பட்டணம்
டிசம்பர் 4, 2024

எம்.கோபாலகிருஷ்ணன்

ஓடக்காடு பெரியப்பா வீட்டில் ஓர் இரவு

அரையாண்டுத் தேர்வு விடுமுறையின்போது தான் முதன்முதலாக நானும் தம்பியும் ஓடக்காடு பெரியப்பா வீட்டுக்குச் சென்றோம். நான் ஒன்பதாம் வகுப்பிலும் தம்பி ஐந்திலும் படித்துக்கொண்டிருந்தோம். சாயங்காலம் ஐந்து மணிவாக்கில் அப்பாதான் சைக்கிளில் வைத்து அழைத்துச் சென்றார். அவருக்கு அத்தனை விருப்பமில்லை என்றாலும் அம்மாவின் வற்புறுத்தலால் ஒப்புக்கொண்டார். வீட்டையும் கண்ணகி நகர், நெசவாளர் காலனி எல்லைகளைத் தாண்டாத எங்களுக்கும் புதிய இடத்துக்கு செல்லும் ஆர்வமிருந்தது. அம்மாவோ அப்பாவோ உடனில்லாமல் சொந்தங்களின் வீடுகளுக்குச் சென்று இரவு தங்கியதில்லை என்பதால் கொஞ்சம் பயமு மிருந்தது. இரண்டு நாட்கள் இருந்துவிட்டு ஞாயிற்றுக் கிழமை சாயங்காலம் வந்துவிடலாம் என்பதுதான் திட்டம். நான்கு நாட்களுக்கு தார் சுற்ற வேண்டாம், சைக்கிளில் தண்ணீர் சுமக்கவேண்டாம், அடுப்புக்கு விறகு பொறுக்க வேண்டாம் என்று நிறைய காரணங்கள் இருந்தன.

அன்றிரவே பெரியப்பா வீடு எங்களுக்கு பல ஆச்சரியங்களையும் சந்தோஷங்களையும் கொடுத்தது. சாயங்காலம் ஏழரை மணிக்

கெல்லாம் ஆஷா கபேயிலிருந்து சுடச்சுட புரோட்டா வாங்கி வந்தார் பெரியப்பா. பரமு, அழகருடன் நாங்கள் இருவரும். எதிரில் அம்பிகாக்காவுடன் பெரியம்மா. ரமாக்காதான் பரிமாறினாள். வாழை இலையின் வதங்கிய மணத்துடன் ரமாக்கா புரோட்டாவை பிய்த்துப் போட்டு சூடான பட்டாணி கேரட் பீன்ஸ் குருமாவை ஊற்றினாள். அத்தனை சுவையான பரோட்டாவை அதன் பிறகு நான் சாப்பிட்டதாய் நினைவில்லை. தம்பி ஒன்றரை புரோட்டா சாப்பிட்டான்.

சாப்பிட்டு முடித்துவிட்டு திண்ணையில் சாய்ந்து வானில் காய்ந்த நிலவைப் பார்த்தபடி கதை பேசிக் கொண்டிருந்தோம். மறுநாள் நிச்சயமாக ஓடும் ரயில்களைப் பார்க்க அழைத்துப் போவதாய் பரமு வாக்களித்தான். வெளியில் போயிருந்த பெரியப்பா மறுபடியும் வேகமான உள்ளே வந்தார். "என்னது இப்பிடி படுத்துட்டிருக்கீங்க. கௌம்புங்க. பத்து மணிக்குப் படம் போட்டுருவானில்ல."

புஷ்பா தியேட்டரில் 'எங்க பாட்டன் சொத்து'. பெரியப்பாவின் கையில் எட்டு டிக்கெட்டுகள். தம்பிக்குப் பிடித்த ஜெய்சங்கர் படம். உற்சாகத்துடன் ஓடினோம். கனைத்தபடி தாவி ஓடும் குதிரைகளும் வெடிக்கும் துப்பாக்கிகளுமாய் சுறுசுறுப்பான படம். இடைவேளையில் பெரியப்பா முறுக்கும் ஆரஞ்சு கலரும் வாங்கித் தந்தார். ஒரு மணிக்கு காலேஜ் சாலையில் நடந்து வரும்போது ஓசையுடன் ரயில்கள் எதிரெதிர் தண்டவாளங்களில் கடந்து போவதைப் பார்க்க முடிந்தது. பெரியப்பாவின் வீட்டுக்கு வெகு அருகிலேயே ரயில் தண்டவாளங்கள். இரவெங்கும் ரயில்களின் தடதடக்கும் ஓசை கேட்டபடியே இருந்தது. பரமு தண்டவாளத்தின் ஓரமாய் சிக்கண்ணா காலேஜ் வரைக்கும் அழைத்துப் போவதாக மறுபடி சொன்னான்.

காலையில் கண்விழித்தபோது பெரியம்மா, பெரியப்பா இருவரும் புறப்பட்டிருந்தனர்.

ஊத்துகுளி சாலையில் இருந்த தனலட்சுமி பஞ்சாலையில் தான் பெரியப்பா, பெரியம்மா இருவருக்கும் வேலை. பஞ்சாலையில் என்ன வேலை என்று எனக்குத் தெரியாது. ஆறு மணிக்கெல்லாம் இருவரும் வீட்டை விட்டுப் புறப்பட்டு

விட்டார்கள். காக்கி அரைக்கால்சட்டையும் முழங்கை வரை சுருட்டி ஏற்றப்பட்ட வெள்ளை முழுக்கைச் சட்டையுமாய் பெரியப்பா விறுவிறுவென்று முன்னால் நடக்க, பெரியம்மா அடர்வண்ண நெகமம் புடவையுடன் தன் கனத்த உடலைத் தூக்கிக்கொண்டு வேர்வையுடன் பின்தொடர்ந்தார். கூந்தலில் எண்ணெயிட்டு அழுந்த வாரி கொண்டையிட்டிருக்கும் பெரியம்மாவின் கையில் பழைய காட்பரீஸ் சாக்லெட் பெட்டி. வாடிய வெற்றிலைகள், கொட்டைப் பாக்குகளுடன் சிறிய டப்பியில் சுண்ணாம்புடன் ஐந்தும் பத்துமாய் சில்லரைக் காசுகள் பெட்டிக்குள் கிடக்கும். எந்தெந்த நாளில் எந்தெந்த ஷிப்டில் வேலை பார்த்தார்கள் என்பதைக் குறிக்கவென மாதமும் தேதிகளும் கொண்ட ஒரு வெள்ளை அட்டை இருக்கும். மாதக் கடைசியில் நீண்ட காகிதச் சுருளொன்றும். சம்பளச் சீட்டு. ஆறே முக்காலுக்கு சங்கு ஊதுவதற்கு முன்பு பெரிய இரும்புக் கதவுகள் கொண்ட வாசலைக் கடந்து மரக் கூண்டுக்குள் நிற்கும் நேரக் காப்பாளரிடம் வருகையைப் பதிவு செய்துவிட வேண்டும். சங்கு ஊதி அடங்குவதற்குள் சுருள்மீசை கூர்க்கா கதவைச் சாத்திவிட்டால் ஒரு நாள் சம்பளம் வீணாகிவிடும்.

பெரியம்மா ஆலை வாசலை எட்டுவதற்குள் பெரியப்பா தொழிற்சங்கக் கட்டடத்தை ஒட்டியிருக்கும் ராசப்பன் கடையில் டீயைக் குடித்துவிட்டு சூடான உருளைக் கிழங்கு போண்டாக்கள் இரண்டை தினத்தந்தி தாளில் பொதிந்து வைத்துக் காத்திருப்பார். உள்ளே நுழைந்து வருகையைப் பதிவு செய்துவிட்டு பஞ்சுக் கூடத்துக்கு நடந்து செல்வதற்குள் பெரியம்மா இரண்டு போண்டாக்களைத் தின்று முடித்திருப்பார். குழாயில் நீரைப் பருகிவிட்டு பாக்கை மென்றபடி வெற்றிலையைக் கிள்ளி லேசாய் சுண்ணாம்பு தடவி வாயில் போட்டுக்கொண்டு பணியிடத்துக்கு நகர்வாள்.

ஒன்பதரை மணிக்கு ரமாக்கா சோறாக்கி முடித்திருந்தாள். சூடான சோற்றை கடைசி அடுக்கில் நிறைத்து அதற்கடுத்த அடுக்கில் குழம்பையும் மூன்றாவது அடுக்கில் ரசத்தையும் நிறைத்தாள். மேல் தட்டில் பொரியலை வைத்து மூடி பிடிப்பானைப் பொருத்தி கரண்டியை நுழைத்துச் சரிபார்த்தாள். கைத்துணியால் ஒருமுறை கேரியரைத்

துடைத்து நகர்த்தி வைத்தாள். இதேபோல இன்னொன்று. இரண்டு அடுக்குகளும் தயாரானதும் அழைத்தாள் "கண்ணுங் களா.." திண்ணையில் அடுத்த வீட்டுச் சிறுவனுடன் குண்டு விளையாடிக் கொண்டிருக்கும் அழகர் ஆட்டத்தை அப்படியே நிறுத்திவிட்டு உள்ளே ஓடி வந்தான். நாங்கள் இருவரும் பின்னால் ஓடி வந்தோம். அதற்குள் பரமு, சாமி படத்துக்கு கீழே ஆணியில் மாட்டியிருக்கும் சைக்கிள் சாவியை கைப்பற்றியிருந்தான். வளையத்தை விரலில் மாட்டிச் சுழற்றியபடியே சிரிப்பதைக் கண்டு ஆத்திரமாய் வந்தது அழகருக்கு. ஆனால் ஒன்றும் செய்ய முடியாது. சிரித்துக்கொண்டே வழிந்தான். கூடவே நாங்களும். பரமுவுக்கு பாசம் பொங்கியது. "எல்லாருமா போவோம். கொஞ்ச தூரம் நீங்களும் தள்ளிட்டு வருவீங்களாம்." அடுக்கு உயரத்துக்கு தைக்கப்பட்ட காக்கிப் பைகளில் பாத்திரங்களை இட்டு ரமாக்கா எடுத்து வந்து சைக்கிள் கேரியரில் வைத்துக் கட்டித் தந்தாள். "மெதுவா உருட்டீட்டு போங்கடா. சாம்பார் ரசமெல்லாம் சிந்துச்சுன்னா பாத்துக்கோங்க... நாளைக்கு சைக்கிள் எடுக்க விட மாட்டேன்." பள்ளிக்கூடம் இருக்கும் நாட்களில் ரமாக்காதான் இரண்டு தூக்குகளையும் சுமந்துகொண்டு நடப்பாள். பெரியம்மாவைப் போலவேதான் ரமாக்காவும். பருத்த உடல்வாகு. கருப்பு. பார்த்தவுடன் பிடித்துப்போகிற முகலட்சணம். நடைவேகத்துக்கு யாரும் ஈடுகொடுக்க முடியாது. அபூர்வமாகத்தான் பற்கள் தெரிய கலகலத்துச் சிரிப்பாள். அக்கணத்தில் ரமாக்காவைவிட யாரும் அழகிகளெனத் தோன்றியதில்லை.

டிப்டாப் ஹோட்டல் அருகே சாக்கடை நாற்றம் மூக்கைத் துளைக்க நுழைபாலத்தைக் கடந்தோம். கருத்து நுரைத்த சாக்கடை நீர் பள்ளத்தில் நிறைந்து வழிந்தது. சம்பத் ஸ்டோரில் கூட்டம் இல்லை. இன்னும் ஒரு வாரத்தில் பள்ளிக்கூடம் திறக்கும்போது மீண்டும் கூட்டம் வந்துவிடும். தபால் நிலையத்தைக் கடந்து சாலை இறக்கத்தில் சைக்கிளை வேகமாகச் செலுத்தினான் பரமு. தம்பியால் ஓடி வர முடியவில்லை. அழுதான். நான் பாதியிலேயே நின்று அவனை அழைத்துக்கொண்டு வந்தேன். பட்சிராஜா முக்கிலிருந்த அரச மரத்தடியில் சைக்கிளை நிறுத்தினான் பரமு. வடக்கில் நடைமேடைகளில் சரக்கு வண்டியிலிருந்து

நெல் மூட்டைகளை இறக்கிப் போட்டிருந்தனர். கிளிகளும் காக்கைகளும் பறந்து திரிந்தன. அங்கிருந்து கொஞ்ச தூரம் அழகர் சைக்கிளைத் தள்ளிக்கொண்டு வந்தான். பத்தே முக்கால் மணிக்கு பஞ்சாலை வாசலை அடைந்தோம். சிறிய கதவின் வழியே உள்ளே எட்டிப் பார்த்தான் பரமு. முறுக்கு மீசையும் தொப்பியுமாய் நின்ற கூர்க்காவைப் பார்க்கவே பயமாக இருந்தது. ஒருவரை மட்டுமே அவன் அனுமதிக்க பரமு மெதுவாக உள்ளே நுழைந்து நேரக் காப்பாளரின் கூண்டுக்கு அருகே உணவடுக்குகளை வரிசையில் வைத்தான்.

வெளியில் எதிர்ப்பக்கமாய் டீக்கடை அருகே மர நிழலில் காத்திருந்தபோது பதினொன்றே கால் மணிக்கு சங்கொலித்தது. அதுவரை பெருத்த ஓசையுடன் இயங்கிக் கொண்டிருந்த ஆலை மெல்ல அடங்கியது. ஒவ்வொரு பிரிவும் பணியை நிறுத்துவது தெரிந்தது. கதவிடுக்கின் வழியே ஆர்வத்துடன் எட்டிப் பார்த்தோம். உடைகளை உதறிக்கொண்டு வெளியே வந்து தென்னை மரங்களின் வரிசையை ஒட்டி அமைக்கப்பட்டிருக்கும் குழாய்களில் கை கால் முகம் கழுவினார்கள். பசியும் உடல் களைப்புமாய் அவரவர் உணவடுக்குகளைக் கண்டுபிடித்து எடுத்துக்கொண்டு சாப்பாட்டுக் கூடத்தில் அமர்ந்தார்கள். பேசியபடியே அடுக்குகளைத் திறந்தார்கள். சிலர் மரத்தடிகளிலும். வார இறுதியில் நடக்கவிருக்கும் 'கேட் மீட்டிங்', சம்பள உயர்வு பேச்சுவார்த்தை, தீபாவளி போனஸ், சீட்டுப் பண விவகாரங்கள், கார்டிங் பிரிவில் ஏற்பட்ட சிறு விபத்து, வெள்ளிக் கிழமை வெளியான சிவாஜி படம், பூலுவபட்டி பிரிவில் வீட்டுமனைகளில் விலை நிலவரம் என்று எல்லாவற்றையும் அலசி முடிக்கும்போது உணவு காலியாகியிருந்தது. குழாயில் பாத்திரங்களைக் கழுவி பையிலிட்டு வைத்துவிட்டு பீடியைப் பற்ற வைக்கும்போது பெண்கள் வெற்றிலையை மடித்து மெல்லத் தொடங்கினார்கள். பஞ்சாலையும் அதன் இயந்திரங்களும்கூட ஓய்வு முடிந்து ஓடத் தயாரானது.

"நாம போலாண்டா" பரமு சைக்கிளைத் தள்ளியபோது மீண்டும் பன்னிரெண்டு மணிக்கு ஆலை இயங்கத் தொடங்கியது.

“இனி நாலு மணிக்குத்தான் மறுபடி சங்கூதும். வேலை முடியும்.”

நான்கு மணிக்கு சங்கொலிக்க மறுபடி ஓசைகள் அடங்கி ஒவ்வொருவராய் வெளியில் வருவார்கள். களைத்த உடலும் சோர்ந்த முகமுமாய் தலையில் ஒட்டியிருக்கும் பஞ்சுத் திவலைகளை நீக்கியபடி பெரியம்மா, எதிரில் இருக்கும் ராசப்பன் கடை பெஞ்சில் உட்காருவாள். போவினியில் டீயை ஆற்றி ஆற்றி கண்ணாடி தம்ளர்களில் ஊற்றிக் கொண்டேயிருப்பார் ராசப்பன். கணக்குச் சிட்டைகளில் அவரவர் எழுதிவிட்டு நடப்பார்கள். பெரியப்பாவுக்கு டீயுடன் சேர்ந்து குயில் பீடிக் கட்டும். பெரியம்மா கூடுதலாய் இரண்டு வெங்காயப் பக்கோடா பொட்டலங்களை எடுத்துக் கொள்வாள். அடுத்த ஷிப்டுக்கான ஆட்கள் உள்ளே சென்றிருக்க அதற்குள் ஆலை இயங்கத் தொடங்கியிருக்கும்.

பெரியம்மா உணவடுக்குப் பையுடன் மெல்ல நடந்து ஓடக்காடு அய்யப்பன் கோயில் மேட்டுக்கு வரும்போது அந்தி மங்கியிருந்தது. புள்ளார் கோயில் வாசலில் பந்து விளையாடிக் கொண்டிருந்தாலும் பரமுவும் அழகரும் மேட்டிலிருந்து கண்களை விலக்கியிருக்கவில்லை. அவள் தலை தெரிந்தவுடன் நீ முந்தி நான் முந்தி என்று ஓடிச் சென்று பையைக் கைப்பற்றினார்கள். தம்பியால் மேட்டில் ஓட முடியவில்லை. வெற்றிலை மென்றபடி நடந்து வரும் பெரியம்மாவின் முகத்தில் அரைக்கால் வீசமே சிரிப்பிருந்தது. நான் மெல்ல அவள் கையைப் பற்றிக்கொண்டேன். சிமெண்ட் கற்கள் பாவிய சந்தில் நடக்கும்போது தெருவிளக்குகள் எரியத் தொடங்கின. “மத்தியானமா சாப்பிட்டீங்களா தங்கம்?” பெரியம்மா கேட்டபோது தம்பி பலமாக தலையாட்டினான். ரமாக்கா நடைவிளக்கை எரியவிட்டிருந்தாள். பெரியம்மாவுக்கு உள்ளே வரும்போது வீடு இருண்டிருக்கலாகாது. கால்களில் நீரை அள்ளி ஊற்றிக் கொண்டு அப்படியே திண்ணையில் அமர்ந்து கால்களை நீட்டிக்கொண்டாள். ரமாக்கா சொம்பு நிறையத் தண்ணீரை தயாராக வைத்திருந்தாள். அதைக் குடித்து முடித்துவிட்டு புடவைத் தலைப்பால் முகத்தைத் துடைக்கும்போது அழகரும் பரமுவும் பொட்டலத்தைப் பிரித்துத் தின்னத்

தொடங்கியிருந்தார்கள். "டேய், இவங்களுக்கும் குடுங்கடா பாவம்." ஈயப்போசியில் சூடான டீயை ஆற்றியபடி ரமாக்கா காலடியில் உட்கார்ந்தாள். டீயைக் குடித்து முடிக்கும்வரை இருவரும் எதுவும் பேசிக் கொள்ளவில்லை. வாயில் அரைப் பாக்கை அதக்கியபடி வெற்றிலையை பெட்டியிலிருந்து எடுத்து நீவி மடித்து சுண்ணாம்பு தடவும்போது ரமாக்கா கேட்டாள் "இந்த மாசம் சீட்டு எடுத்தர்லாமா?"

பெரியம்மாவின் விரல்கள் ஒருகணம் தயங்கிப் பின் நீவும். ரமாக்காவை ஏறெடுத்தும் பார்க்காமல் மெல்லச் சொன்னாள் "சொல்லியிருக்கேன். பாக்கலாம்."

"போன மாசமே வீட்டுக்காரர்கிட்ட சீட்டு எடுத்துத் தர்றதா சொல்லிருக்கு. இந்த மாசமும் குடுக்கலேன்னா அந்தம்மா மானத்தை வாங்கிரும்."

பெரியம்மா வாயைத் துடைத்துக்கொண்டாள். "கேட்டுப் பாக்கலாம். இல்லையா எப்பவும்போல சட்டி பானையத் தூக்கிட்டு வேற வீடு பாக்க வேண்டிதுதான்."

ரமாக்கா தம்ளர்களை போசியில் போட்டாள் "ஓடக்காட்டுல ஒரு சந்து பாக்கி கெடையாது. இனி மேக்க எங்காயுச்சும் சோமனூர் பக்கந்தான் ஓடணும்."

ரமாக்காவின் குரலில் கடுப்பும் சலிப்பும். கூடவே சாயங்காலம் தலை சீவும்போது காதோரமாய் கண்ணில்பட்ட ஒற்றை நரைமுடி தந்த எரிச்சலும். இந்த புரட்டாசி முடியும்போது இருபத்தி மூன்றைத் தொட்டிருப்பாள்.

பெரியம்மா பொறுமை இழந்திருந்தாள் "ஓடறதா வேண்டாமன்னு இப்ப உங்கப்பன் வருவானில்ல, கமகமன்னு. அவன்கிட்ட போய் கேளு. தெனந்தெனம் என்னையே போட்டு உயிரை வாங்காத." சொன்னவாறே திண்ணையில் சரிந்து படுத்தாள்.

ரமாக்காவின் ஆத்திரம் இப்போது பரமு அழகரின் மீது திரும்பியது. "சனியன்களா.. தின்னுட்டு அப்படியே போடாதீங்கன்னு எத்தன தரம் சொல்றது?"

கையை ஓங்கியபடி அவள் வருவதற்குள் பொட்டலத்தைச் சுருட்டியபடி வாசலைத் தாண்டி ஓடியிருந்தார்கள் இருவரும்.

எம். கோபாலகிருஷ்ணன்

தம்பி பயந்து அழத் தொடங்கவும் ரமாக்கா அவனிடம் வந்து தலையைத் தடவினாள் "நீ இல்லடா ராசா. இந்தக் கொரங்குகளத்தான் சொன்னேன். போடா ராஜா நீ போய் வெளையாடு."

"எதுக்குடா இப்பிடி ஓடியாறீங்க?" பரமுவின் தோளைப் பிடித்து நிறுத்தினாள் சின்னக்கா அம்பிகாவதி. சுப்பையா காம்பவுண்டில் புதிதாக வந்திருக்கும் பனியன் கம்பெனியில் கை மடிக்கிறாள். டீ டைம்மில் வீட்டுக்கு வந்திருக்கிறாள்.

"ஒண்ணில்லக்கா" தோளை விடுவித்தபடி ஓடினான். அழகரும் தலையாட்டியபடியே பின்தொடர்ந்தான்.

அம்பிகா காலைக் கழுவியபடி உள்ளே நுழையும்போது பெரியம்மாவிடமிருந்து சன்னமான குறட்டையொலி. ரமாக்கா அடுப்படி ஜலதாரையில் பாத்திரங்களைக் கழுவிக்கொண்டிருந்தாள். தம்ளரில் டீயை ஊற்றிக்கொண்டு பாதி கரைந்த அரிசி மூட்டையில் சாய்ந்தாள் அம்பிகா.

"நைட் டிபனுக்கு என்ன பண்ணப் போறேக்கா?"

முறைத்தாள் ரமாக்கா.

"சொல்லாட்டி போ. எதுக்கு மொறைக்கறே. எனக்கு ஒண்ணும் வேணாம். நைட் ஷிப்ட். புரோட்டா வாங்கித் தருவாங்க. வரதுக்கு லேட்டாகும். அம்மாட்ட சொல்லிரு." பதிலுக்குக் காத்திராமல் கண்ணாடி முன்னால் நின்று தாவணியைத் திருத்தியபடி முகத்தை ஒருமுறை பார்த்துவிட்டு வெளியேறினாள் அம்பிகா.

ரமாக்காவை விட மூன்று வருடம் இளையவள். எட்டாம் வகுப்பில் தேர்ச்சி பெறாமல் புகையிலை குடோனில் வேலைக்குச் சென்றபோது இத்தனை பவுசு இருக்கவில்லை. கண்கள் சிவக்க தும்மியபடியே வருவாள். பாதிநாள் போக மாட்டாள். அதன் பிறகு ஒன்றரை வருடம் அட்டைப் பெட்டி குடோனில் பெட்டி அடுக்கப் போனாள். பிறகு இரண்டு வருடம்போல வஞ்சிபாளையத்தில் விசைத்தறிக் கூடத்தில் வேலை பார்த்தாள். இப்போது மூன்று வாரங்கள்தான் ஆகியிருக்கிறது. கம்பெனி வேலை அத்தனை பிடித்துப்போய்விட்டது. ஆளே மாறிவிட்டாள்.

ரமாக்கா முகத்தைக் கழுவிப் பொட்டிட்டு அம்மன் படத்துக்கு முன் விளக்கேற்றிய சமயத்தில் வாசலில் சத்தம்.

“மில்லுக்காரம்மா வந்துடுச்சா?” வீட்டுக்காரம்மாவின் கரகரத்த குரல். மெத்தையில் உட்கார்ந்து பார்த்துக் கொண்டு தான் இருந்திருக்கும். அந்த சந்தில் கிழவியின் பார்வையில் படாமல் யாரும் நடமாடுவது கடினம். காலையில் எழுந்தது ராத்திரி படுப்பது வரைக்கும் தெருவை மட்டுமே கண்காணித்துக் கொண்டிருக்கும் கிழவி. குடியிருப்பவர்கள் வீட்டுத் திண்ணையில் காய வைத்திருக்கும் வெங்காயத்தை யாரும் பார்க்காத சமயம் ஒரு பிடி அள்ளி மடிச்சேலையில் கட்டிக்கொண்டு போகுமளவுக்கு காரியக்காரி. சிலுவாணக் காசை சேர்த்து வைத்து சிறு வட்டிக்கு விடும் தாராள மனசுள்ளவள்.

கல்லுவைத்த கெம்புத் தோடு விளக்கொளியில் மின்ன புடவையை உதறிக்கொண்டு உட்கார்ந்தாள்.

பெரியம்மா உடலை அசைத்து எழுந்தாள். கூந்தலை அள்ளி முடிந்தாள். இன்னும் அவள் நிமிர்ந்து பார்க்கவில்லை.

“ரொம்ப சலுப்போ மில்லுக்காரம்மா? வெளக்கு வெச்ச நேரத்துல இப்பிடி படுத்துக் கெடக்கறீங்க?”

“ஆண்டவன் நம்ம தலையில அப்பிடி எழுதி வச்சிருக்கான். என்ன பண்ண முடியும்?”

“அதென்ன அப்பிடிச் சொல்லீட்டீங்க. மில்லு சம்பளம்னா சும்மாவா? யாருக்கு அந்த யோகம் இருக்கு சொல்லுங்க பாக்கலாம். போதாதுன்னு சின்ன மவ வேற கம்பினிக்கு போறா. அவளுக்கு நீங்க இனி எதையும் சேத்து வெக்க வேணாம். அவளே பாத்துப்பா.”

ரமாக்கா வெளியே தலைகாட்டாமல் பொறுமிக் கொண்டிருந் தாள். இந்தக் கிழவி எதற்கு இந்த நேரத்தில் வந்து வம்பை வளர்க்கிறாள்.

“மில்லு சம்பள யோகம்னா இங்க வந்து நாலு பேரு நாலு விதமாப் பேசறத கேட்டுட்டு எதுக்கும்மா உக்காந்திருக்கோம்?” பெரியம்மாவின் குரலில் எரிச்சல் முட்டியிருந்தது.

“அப்பிடி கஷ்டப்பட்டு உக்காந்திருக்க வேணாம்னுதான் நானும் சொல்றேன்” கிழவிக்கு சுருக்கென்று தைத்திருக்க வேண்டும்.

“நீங்க இப்ப ஒண்ணும் சொல்ல வேணாம்மா. எனக்கும் முடியலை. கொஞ்சம் பொறுத்துக்கங்க. இந்த மாசம் சீட்டெடுத்து பாக்கிய குடுத்தர்றேன். புரிஞ்சுக்கம்மா.” பெரியம்மா எழுந்து உள்ளே நடந்தாள்.

கிழவியும் ஆத்திரத்துடன் எழுந்தாள் “குடுக்கறே. இல்லே இந்த மாசத்தோட காலி பண்ணிட்டு போயிடு. அவ்ளோதான் மரியாதை.”

ஒருகணம் அந்த இடம் மொத்தமும் அமைதியில் உறைந் திருந்தது. பெரியம்மா முகத்தைத் துடைத்தபடி மறுபடி திண்ணைக்கு வந்தாள். அதே நேரம் நடைவழியில் சத்தம் கேட்டது.

‘உல்லாச உலகம் எனக்கே சொந்தம் தந்தனத்த தந்தனத்த...’ பெரியப்பாவின் குரலில் குதூகலம். கூடவே குளறலும் தடுமாற்றமும். பரமுவையும் அழகரையும் அணைத்தபடி வந்தவர் திண்ணையில் இருந்த பெரியம்மாவை பார்த்ததும் நின்றார். “என்னாச்சு சின்னத்தாயீ! டல்லா இருக்கே” வெகு சில சமயங்களில் மட்டுமே பெரியப்பா அப்படி பெயர் சொல்லி அழைப்பார். நிறைபோதையில் கால்கள் தள்ளாடின. குப்பென்ற சாராய வாடை எங்கும் நிறைந்தது. எதிர்ப் பக்கமாய் உட்கார்ந்த பெரியப்பா சட்டைப் பையிலிருந்து ரூபாய் தாள்களை எடுத்து விசிறிபோல் விரித்துக் காட்டிச் சிரித்தார். “அதிர்ஷ்ட தேவதை இப்பத்தான் இந்தப் பக்கமா வலது காலை எடுத்து வெச்சிருக்கா. இனிமே பாரு. அன்னாடமும் காசு வந்து கொட்டப் போகுது.”

“அடியே, அண்டா குண்டா சாக்குப்பை எல்லாத்தையும் எடுத்து வெச்சிக்கடீ. கொட்டற காசு வீணாப் போயிறப் போகுது” உரக்கக் கத்தியவள் அதே ஆத்திரத்துடன் பெரியப் பாவைப் பார்த்துச் சீறினாள் “இந்தக் காசை மட்டும் எதுக்கு கொண்டுவந்தே? அதுக்கும் ஊத்திட்டு வர வேண்டிதுதானே? உனக்குத்தான் எத்தனை குடிச்சாலும் பத்தாதே.”

“என்னம்மா நீ. பம்பர் லாட்டரிலே ஆயிரம் ரூவா விழுந்துருக்குன்னு சந்தோஷமா சொல்றேன். நீ குடிக்கறதப்

பத்தியே பேசறியே? மனுஷன் சந்தோஷத்துலயும் குடிக்கலாம். சந்தோஷத்துக்காகவும் குடிக்கலாம். அஞ்சா யிரத்துல அப்பிடியே சுளையா எழுநூறு ரூவா கொண்டு வந்துருக்கேன் பாரு. இந்தா வெச்சுக்க. எனக்கு ஒண்ணுமே வேணாம். நான் ஹேப்பியா இருக்கேன். நீயும் ஹேப்பியா இருக்கணும். இதப் பாரு கொழந்தங்களுக்கு கேக் வாங்கி தந்துருக்கேன். தேங்கா பன்னு வாங்கித் தந்திருக்கேன். நான் ஹேப்பியா இருக்கேன். எல்லாரும் ஹேப்பியா இருக்கலாம்."

பெரியம்மா ஆத்திரத்துடன் எழுந்தாள். அருகில் வந்து பெரியப்பா கையிலிருந்த ரூபாய் தாள்களை பிடுங்கி விசிறினாள் "வீட்டுக்காரங்களுக்கு ரூவாய் பத்தாயிரம் தரணும். அவங்களும் எத்தன நாள்தான் பொறுமையா இருப்பாங்க. நீ என்னடான்னா ஹேப்பியா இருக்கியா? குடிக்காம இருக்க முடியாதா உனக்கு? எத்தனை வந்தாலும் குடிச்சே அழிப்பியா நீ? ரெண்டு பொட்டப் புள்ளைங்க இருக்காங்க. ஒரு பொட்டுத் தங்கம் சேத்து வெச்சிருக்கியா? கல்யாணம் பண்ற வயசு வந்துருச்சேன்னு உனக்கு கொஞ்ச மாச்சும் கவலையிருக்கா? ஹேப்பியா இருக்கியா நீ? தெனந்தெனம் இந்த பாழாப் போன லாட்டரி சீட்டுக்கு செலவு பண்ணின காசு இருந்தாவே ரெண்டு பவுன் தங்கம் வாங்கிருக்கலாம். நாலு காசு விழுந்தா நாப்பது ரூவா செலவு பண்றவன் நீ. ஹேப்பியா கேக்குது உனக்கு?"

தம்பி என்னருகே ஒடுங்கி உட்கார்ந்தான். ஆத்திரத்துடன் கண்களை உருட்டிபடி கைகளை ஓங்கி நின்ற பெரியம் மாவைப் பார்க்க எனக்கே பயமாகத்தான் இருந்தது. பரமுவும் அழகரும் எதுவுமே நடக்காததுபோல தேங்காய் பன்னை ரகசியமாக அதக்கிக் கொண்டிருந்தனர்.

பெரியப்பா பதில் பேசவில்லை. ஒடுங்கி அமைதியானவர் வழக்கம்போல அட்லாங்கால் போட்டுக்கொண்டார். சட்டைப் பையிலிருந்த சிறிய நோட்டை எடுத்தார். அதனுள் மடித்து வைத்த காகிதங்களுடன் லாட்டரிச் சீட்டுகளும் இருந்தன. சில தொலைபேசி எண்கள், முகவரிகள், சிறு கணக்குகள் என்று அங்கங்கே கிறுக்கப்பட்டிருந்தது. அவரையும் மீறி இயல்பாகவே வலது பாதம் அசையத் தொடங்கியது. அட்லாங்கால் போட்டுக்கொண்டதும்

அப்படித்தான் நடக்கும். பெரியம்மாவுக்கு அது போதுமானதாக இருந்தது.

"மனுஷி இப்பிடி கத்திட்டு இருக்கேன். நீ அட்லாங்கால் போட்டு ஆட்டி காட்டறே. என்னதான் நெனச்சிட்டிருக்கிறே நீ?"

பெரியப்பா என்னவோ முனகினார். சரியாகக் கேட்கவில்லை. ஆனால் பெரியம்மா ஊகித்துக் கொண்டவள் போல அவர் கையிலிருந்த நோட்டை ஆத்திரத்துடன் பிடுங்கி வீசினாள். தாள்களும் லாட்டரி சீட்டுகளும் காற்றில் பறந்தன. பெரியப்பா ஒருகணம் திடுக்கிட்டார். அதே நொடியில் பெரியம்மாவின் கையைப் பற்றி விலக்கினார். அந்த வேகத்தில் அவள் தடுமாறிக் கீழே சரிந்தாள். ஒரு நொடி உற்றுப் பார்த்தார். பெரியம்மா தரையில் கையை ஊன்றி அப்படியே கவிழ்ந்தவளிடமிருந்து ஓங்காரம் எழுந்தது. எச்சில் வழிய தலை தூக்கினாள். அவளால் தன் பருத்த உடலைத் தூக்கி உட்கார முடியவில்லை. இப்படியும் அப்படியுமாக அசைந்தாள். பதற்றமும் ஆத்திரமுமாக கையை ஊன்ற முயன்றாள். வலியும் அவமானமுமாய் தன் ஆற்றலைத் திரட்டும் வெறியை முகத்தில் காண முடிந்தது.

"நானும் பொறுமையா உக்காந்திருக்கேன். வம்புக்குன்னே திரியறே நீ?" தள்ளாடி நின்று சுவரைப் பிடித்தார். நிதானமடைந்த பின் குனிந்து மெல்ல காகிதங்களை எடுக்கலானார். அழகர் சில தாள்களை பொறுக்க பரமுவும் சிதறிக் கிடந்தவற்றை ஒன்று சேர்த்தான். எனக்கு நகரவே தைரியம் வரவில்லை. கால்கள் தரையில் ஒட்டி நின்றன. தம்பி ஏற்கெனவே சத்தம் வராமல் அழுதுகொண்டிருந்தான்.

ரமாக்கா பொறுமையிழந்தவளாய் வெளியே வந்தாள். பெரிய அவள் கண்கள் சிவந்து கலங்கியிருந்தன. கூந்தலை அள்ளி முடித்த அவள் வேகம் அச்சம் தந்தது.

ஆனால் பெரியம்மா அதற்குள் உருண்டு சமாளித்து எழுந்து பெரியப்பாவின் கையைப் பிடித்தாள். "என்ன அடிக்கறியா நீ? குடிச்சிட்டு வந்து பொம்பளைய அடிக்கறே நீ?"

பெரியப்பா பொருட்படுத்தாதவர்போல கையை உதறினார். அதே வேகத்தில் நகர்ந்து மூலையில் கிடந்த விறகுக்

கட்டைகளிலிருந்து ஒன்றைத் தாவி எடுத்தார். நன்கு காயாத வேப்பம் விறகின் கசப்பு வாசனை.

தம்பியின் அழுகைச் சத்தம் வலுத்தது. மெல்ல நடுங்கினான். நான் அவன் கையைப் பிடித்து எழுப்பி மெல்ல சுவரோரமாய் பின்னால் நகர்ந்தேன். இப்போது யார் யாரை அடிப்பார்கள் என்று புரியவில்லை. பயமாக இருந்தது. எனக்குமே அழவேண்டும் போலத்தான் இருந்தது. ஆனால் நான் அழுதால் தம்பி இன்னும் பயந்து விடுவான்.

"விறகுக் கட்டைய எடுத்து அடிக்கறியா? வா நீ. வந்து அடி பாக்கலாம்." பெரியம்மாவின் கையிலும் மஞ்சள் துலங்கும் விறகுக் கட்டை.

ரமாக்கா பெரியப்பாவின் கையிலிருந்த கட்டையைப் பிடித்து இழுக்கவும் அவர் கீழே சரிந்தார். விறகிலிருந்த சிலாம்பு உள்ளங்கையில் ஏறியிருக்கவேண்டும். வெடுக்கென கையைப் பின்னுக்கிழுத்து மடக்கி உற்றுப் பார்த்தார். ஒரு துளி ரத்தம். வாயில் வைத்துச் சப்பினார். அதே சமயத்தில் பெரியம்மாவும் மூச்சு வாங்க அவரை நெருங்கியிருந்தார். கீழே விழுந்தவர் சுதாரிப்பதற்குள் முதுகில் கட்டையால் சாத்தினாள். அவளைப் பிடித்து நிறுத்த முயன்றாள் ரமாக்கா. ஆனால் அவளோ ஆத்திரத்துடன் காலால் மிதித்தபடி கட்டையை கண்டபடி காற்றில் வீசினாள். பரமுவும் இப்போது ரமாக்காவுடன் சேர்ந்துகொண்டு பெரியம்மாவைப் பிடித்து பின்னால் இழுத்தான். ஆங்காரத்துடன் பெரியம்மா கைகளை உதற ரமாக்காவும் பரமுவும் தடுமாறினர். அழகர் பெரியப்பா கையைப் பிடித்துப் புரட்டி எழுந்திருக்க உதவினான்.

இந்த களேபரத்துக்குள் நான் முன்வாசலுக்கு வந்திருந்தேன். எனக்கு முன்னால் நடுங்கியபடி தம்பி நடந்தான். மங்கலான வெளிச்சம். யாரும் இருக்கவில்லை. பின்னால் திரும்பி பார்த்தேன். கூச்சலும் அமளியுமாய் அவர்கள் நால்வரும் இன்னும் ஓய்ந்திருக்கவில்லை. தம்பியின் கையை பற்றிக்கொண்டு சந்துக்கு வந்தேன். தெருவிளக்கின் வெளிச்சம் நீண்டிருந்தது. சாக்கடை ஓரத்தில் நின்று தம்பி ஒன்றுக்கிருந்தான். எனக்கும் முட்டிக்கொண்டிருந்தது. கால்களை மடக்கி உட்கார்ந்து மூத்திரம் போனேன்.

எம். கோபாலகிருஷ்ணன் 21

காணவில்லை என்று ரமாக்காவோ பரமுவோ வந்துவிட்டால் பிறகு ஒன்றும் செய்ய முடியாது. இப்போதுகூட வெளியில் வந்துவிட்டேனே தவிர என்ன செய்வதென்று தெரியவில்லை. மணி என்ன இப்போது? புஷ்பா தியேட்டர் ஸ்டாப்புக்கு போனால் பத்தாம் நம்பர் பஸ்ஸில் ஏறலாம். இரண்டு பேருக்கு டிக்கெட் எடுக்க ஒரு ரூபாயாவது வேண்டும். கால்சட்டை பாக்கெட்டில் பத்து பைசாக்கள் இரண்டுதான் கிடக்கின்றன. யோசித்தபடியே தம்பியின் கையைப் பிடித்துக்கொண்டு கல்லூரி சாலையில் வேகமான நடந்தேன். அய்யப்பன் கோயில் நடை சாத்தியிருந்தது. சாலையோரப் புங்க மரங்கள் காற்றில் அசைந்து பூக்களை உதிர்த்தன. ஒரே சாலைதான். நடந்து போய்விடலாம். வேறு வழியில்லை.

டிப்டாப் ஹோட்டலில் வழக்கம்போல கூட்டம். ஓரமாய் நடந்தோம். தம்பி அழுகையை மறந்து வேடிக்கை பார்த்துக்கொண்டு வந்தான். வடபுறம் அடர்ந்த மரங்கள் அடங்கிய தேவாங்கபுரம் துவக்கப்பள்ளி. இடப் பக்கமாய் ரயில்நிலையத்துக்கு போகும் வழி. பத்ரகாளியம்மன் கோயிலில் இன்னும் வெளிச்சம் இருந்தது. சாலையைக் கடந்து புஷ்பா தியேட்டர் எதிரில் திரும்பினோம். நேற்று பார்த்த 'எங்க பாட்டன் சொத்து' படத்தின் போஸ்டரை தம்பி ஒரு நிமிடம் நின்று பார்த்தான். "தம்பி, இங்கிருந்து ஒரே ரோடுதான். நடந்தர்லாமா?"

அவன் வெறுமனே தலையாட்டினான். எவ்வளவு தூரம் என்று அவனுக்குத் தெரியவில்லை. வேடிக்கை காட்டிய படியே போய்விடலாம்.

வடக்கில் பெருமாநல்லூர் வரைக்கும் நேராகச் செல்லும் ஒரே சாலைதான். மில்லர் கம்பெனி அருகே வண்டிக் கடை. கேஸ் லைட் வெளிச்சத்தில் மரவள்ளிக் கிழங்கு சிப்ஸ்கள் கொட்டிக் கிடந்தன. பத்து பைசாவை நீட்டினேன். நிமிர்ந்து பார்த்துவிட்டு பொட்டலத்தில் மடித்துக் கொடுத்தான். தம்பி ஆசையுடன் மென்றபடி நடந்தான். கிச்சப்பன் ஆஸ்பத்திரி அருகே வந்தபோது தம்பி மூக்கைச் சுளித்தான். அதற்கு அருகில்தான் பஜனை கோயில். சனிக்கிழமைகளில் அப்பா மிருதங்கம் வாசிப்பார். இலையில் மடித்து சுண்டல் கொண்டு வருவார். இப்போது கோயில்

திண்ணையில் யாரோ முகத்தைத் துண்டில் மூடியபடி படுத்துக் கிடந்தார்கள். செல்வி ஸ்டோரை தாண்டியதும் முனியப்பன் கோயில். கொடுவாள் ஏந்திய முனியப்ப சாமிகளைத் திரும்பிப் பார்க்காமல் நடந்தேன். கருப்புசாமி கடை இன்னும் திறந்திருந்தது. அப்பா வழக்கமாக குமுதமும் கல்கண்டும் இங்கேதான் வாங்குவார். கருப்புசாமிக்கு என்னை அடையாளம் தெரியும். நல்ல வேளையாக அவர் தலை தெரியவில்லை. வீனஸ் பேக்கரியின் வாசனையை உணர்ந்தவுடன் பசி வயிற்றைக் கிள்ளியது. பலகையை எடுத்து மாட்டிக் கொண்டிருந்தார்கள். கருப்பு வட்டத்தில் வெள்ளை எண்கள் எழுதிய நீலப் பலகைகள். எப்போதும் வாலை ஆட்டியபடி வாசலிலேயே நிற்கும் ஜிம்மியைக் காணவில்லை. இதோ, மேட்டுப்பாளையம் பஸ் நிறுத்தம். யாருமில்லை. கடைசி பஸ் போய்விட்டதா என்ன? வீதிக்காரர்கள் யாரும் கண்ணில் பட்டால் தேவலை என்று நினைத்தேன். இனி ஆள் நடமாட்டம் குறைந்துவிடும். ஒத்தைப்பனைமர மேடு தெரிந்தது. அது வரைக்குமான தைரியம் இப்போது குறைந்துவிட்டது. தம்பி நடை தளர்ந்திருந்தான். மொட்டைப் பாறைக் குழியில் தேங்கிய நீரின் கெட்ட வாடை. போன வாரந்தான் ஒருத்தி உள்ளே விழுந்து செத்துப் போயிருந்தாள். எதிர்ப்பக்கமாய் சுடுகாடு. எதுவோ எரியும் புகைவாடை. பிணத்தை எரித்தாலும் இப்படித்தான் வாடை எழும். கண்களை அந்தப் பக்கமாய் திருப்பாமல் நடக்க முயன்றேன். இரவு பத்து மணிக்குப் பிறகு சுடுகாட்டின் ஓரமாய் சாராயமும் கஞ்சாவும் விற்பதாகப் பேசிக்கொண்டது நினைவுக்கு வந்தது. சினிமாவில் வருவதுபோல கழுத்தில் துண்டுத்துணியும் கன்னத்தில் மருவும் வைத்திருப்பார்களா? வேகமாக நடக்கவேண்டும். ஆனால், கால்கள் எழ மறுத்தன. பிள்ளையார் கோயில் வாசலில் தலைநிறையப் பூவும் அடர்த்தியான முக அலங்காரத்துடனும் இரண்டு பெண்கள். கைகளை ஆட்டிப் பேசும்போது வளையல்கள் குலுங்கின. அவர்கள் திரும்பி எங்களைப் பார்த்த அதே நேரத்தில் எதிர்ப்பக்கமாய் முகப்பு வெளிச்சத்துடன் பத்தாம் நம்பர் பஸ் வருவது தெரிந்தது. இருவரும் நிறுத்தத்தை நோக்கிச் சிரித்தபடியே ஓடினார்கள். முதுகு முழுக்க வேர்த்திருப்பதை உணர்ந்தேன். இனி பயமில்லை. அடுத்து ஸ்பேரோ நிட்டிங்கும் கருணா

நிட்டிங்கும் வந்துவிடும். உயரமான மரங்களுக்குக் கீழே பன்னீர்ப் பூக்கள் உதிர்ந்திருந்தன. நெசவாளர் காலனி பஸ் நிறுத்தத்தில் டீக் கடை திறந்திருந்தது. பாத்திரங்களை தேய்த்துக் கொண்டிருந்த அம்சா தலைநிமிர்த்திப் பார்த்தாள். ஒன்றும் கேட்கவில்லை.

பள்ளிக்கூடத்தைத் தாண்டி கண்ணகி நகர் முதல் தெருவில் திரும்பியபோதுதான் கால்களில் வலியை உணர்ந்தேன். தம்பி முழுக்கவும் களைத்திருந்தான். தூக்கமும்கூட. தளர்ந்து என்மீது சாய்ந்தபடியே வந்தான். நடவை வீட்டு கருப்பன் தலை நிமிர்த்திப் பார்த்து மெல்ல உறுமியது. என்னைக் கண்டவுடன் வாலைக் குழைத்தபடி பின்னால் வந்தது. பொடாரம்பாளையம் அம்மிணியக்கா இன்னும் தறி நெய்யும் சத்தம் கேட்டது.

வீட்டு வாசலில் கயிற்றுக் கட்டிலில் படுத்திருந்த சோடா பாட்டி தலையை நிமிர்த்திப் பார்த்தாள் "என்னடா இந்த நேரத்துல வந்துருக்கீங்க? யாரு கொண்டாந்து விட்டாங்க?"

நான் பதில் சொல்லாமல் படியருகே நின்று உள்ளே எட்டிப் பார்த்தேன்.

"உங்கம்மா அப்பால்லாம் சினிமாவுக்கு போயிட்டாங்கடா." பாட்டி எழுந்து உட்கார்ந்தாள்.

தம்பி சிணுங்கினான். மூலையில் சுருட்டி வைத்திருந்த பாயை எடுத்து விரித்தேன். தலையணையை எடுப்பதற்குள் தம்பி பாயில் சுருண்டு படுத்தான்.

"சாப்பிட்டீங்களாடா?"

"சாப்பிட்டோம் பாட்டி. நீ தூங்கு."

வெற்றிலைக் கொட்டிலை எடுத்துப் பாக்கையும் வெற்றிலை யையும் போட்டு இடிக்கத் தொடங்கினாள் பாட்டி. வாயில் அதக்கிக் கொண்டால்தான் தூக்கம் வரும் பாட்டிக்கு.

பாயில் படுத்தேன். பெரியப்பா வீட்டில் எங்கள் இருவரையும் காணவில்லை என்று தெரிந்திருக்குமா? தேடியிருப்பார்களா? இங்கே இப்போது வருவார்களா? அம்மா திட்டுவாளா? பசித்தது. கூடவே வேப்பம் விறகின் பச்சை வாசனையும் பெரியப்பாவிடமிருந்த சாராய வாடையும் கலந்த நாற்றத்தை

உணர்ந்தேன். சுடுகாட்டில் நெருப்பு வெளிச்சம். புகை கருகும் வாடை. இருட்டில் சமையல் தடுப்புக்குள் உற்றுப் பார்த்தேன். எதுவும் மிச்சமிருக்குமா? கால் வலித்தது. கண்களை இறுக மூடி ஒருக்களித்துப் படுத்தேன்.

“ரெண்டு பேரும் கில்லாடி பசங்களா இருக்கானுங்க. ராத்திரி நேரத்துல பயமில்லாமே நடந்தே வந்துருக்கானுங்க.” சிரிப்புடனான பெரியப்பாவின் குரல் கேட்டது.

விடிந்துவிட்டதா?

கண்களைத் திறக்காமல் அப்படியே படுத்திருந்தேன்.

“வீட்ல எப்பவும் போடற சத்தந்தான். சண்டைதான். இவங்க பயந்துட்டானுங்க போல. கொஞ்ச நேரத்துக்கப்பறம் சாப்பாட்டுக்கு தட்டெல்லாம் வெச்சிட்டு பாத்தா பசங்கள காணம். ரமாக்காதான் பாவம் ரொம்ப பயந்துட்டா. ராத்திரி நேரத்துல புள்ளைங்க எங்க போச்சோன்னு. செரி அந்த நேரத்துல வந்து உங்களையும் பயமுறுத்த வேண்டான்னுதான் விடியறதுக்கு முன்னாடி பொறப்பட்டு வந்தேன். இவனுங்கள இங்க பாத்ததுக்கு அப்பறந்தான் உசுரு வந்துச்சு.”

அம்மா டீ போட்டு கொடுத்திருக்க வேண்டும். குடித்துவிட்டு தம்ளரை கீழே வைக்கும் சத்தம்.

“செரி அம்மிணி. முட்டை போண்டா சூடா இருக்கு. பசங்கள எழுப்பிக் குடு. மெரட்டிராதே பாவம். நான் ஞாயித்துக் கிழமை அக்காவ கூட்டிட்டு வரேன்.”

சிறிது நேரங்கழித்து மெல்ல கண்ணைத் திறந்து பார்த் தேன். யாருமில்லை. ஓசைப்படாமல் எழுந்து தலையை மட்டும் நீட்டி வெளியே எட்டிப் பார்த்தபோது பெரியப்பா சைக்கிளைப் பிடித்தபடி அப்பாவிடம் பேசிக் கொண்டிருப்பது தெரிந்தது. அவசரமாய் ஓடி வந்து பாயில் படுத்து போர்வையைப் போர்த்திக் கொண்டேன்.

அந்திமழை, டிசம்பர் 2024

தனியன்

“இரும்மா, நான் மேல போனதுக்கப்பறமா கதவத் தெற. அவங்ககிட்ட நான் இல்லைன்னு சொல்லி அனுப்பிடு. வேற எதுவும் பேசாத. புரியுதா” அம்மாவின் அருகில் குனிந்து எச்சரித்துவிட்டு விறுவிறுவென்று படிகளில் ஏறினேன். நான் மேலே வரும்வரை தலை தூக்கிப் பார்த்திருந்தவளின் முகத்தில் குழப்பமும் கொஞ்சம் கவலையும்.அறைக்குள் புகுந்து கதவைத் தாழிட்டேன்.

எந்தச் சத்தமும் கேட்கவில்லை. கதவைச் சாத்தி விட்டால் எப்போதுமே எதுவும் காதில் விழாது. மேற்குப் பக்கமாய் வாசலுக்கு மேலாக இருக்கும் அறை. தெருவில் விரையும் வாகனங்களில் இரைச்சலும் ஒலிப்பான்களின் அலறலும்தான் அறைக்குள் கேட்கும். விசிறியை இயக்கிவிட்டு பாயில் படுத்தேன். மதியத்தின் வெம்மை அறைக்குள் தகித்தது. இவளைக் கண்டு ஏன் இப்படி ஓடி மறைகிறேன்? அஞ்சல் வழிக் கல்வி வகுப்புகளில் பழக்கம். பழக்கம் நட்பாகி நெருங்கிய வேளையில் இன்னொருவனை மணந்துகொண்டு போய்விட்டாள். அதன் பிறகு எந்தத் தொடர்புமில்லை. அலைபேசி எண்கூட தெரியாது. வெகுநாட்கள் கழித்து இன்று காலையில் அழைப்பு வந்தது. யாரென்று தெரியாமலே எடுத்தேன். அவள் குரலையே

என்னால் அடையாளம் தெரிந்துகொள்ள முடியவில்லை. ஆனாலும், சந்தோஷமாக இருந்தது. பெண் குரல் என் அலைபேசியில் ஒலிப்பதே அபூர்வம். அவள் என்று தெரிந்ததுமே பெரும் உற்சாகம். வருடங்கள் கழிந்தும் நினைவில் வைத்திருக்கிறாள், சந்திக்க விரும்புகிறாள் என்பதே என் வயதை சரிபாதியாகக் குறைத்துவிட்டது. தன்னிலை உணராமலே முகவரியைச் சொல்லிவிட்டேன். கொப்புளித்த உவகை தணிந்து சமநிலை அடைந்தபோதுதான் செய்த தவறை உணர்ந்தேன். எதற்காக அவளைப் பார்க்கவேண்டும்? தெரிந்துதான் வருகிறாளா? யாராவது சொல்லியிருப்பார்களா? எப்படியிருந்தாலும் இந்தச் சந்திப்பு இதமானதாய் இருக்கப் போவதில்லை. வாதையைக் கூட்டும் ஒன்றாகத்தான் இருக்கும். வேண்டாம் என்று அப்போதே தீர்மானித்தேன். அழைத்துச் சொல்லலாமா? வேண்டாம், வந்துவிட்டு போகட்டும். எத்தனை முறை எத்தனை பேரிடம் அந்த ஒரு கேள்விக்கு பதில் சொல்ல முடியும். என்னிடம் இருப்பது ஒரே பதில். அந்த பதில் கேட்பவர்களிடம் எழுப்பும் கேள்விகளுக்கும் குழப்பங்களுக்கும் சந்தேகங்களுக்கும் என்னிடம் கூடுதலாய் எந்த விளக்கங்களும் கிடையாது. அதைவிட அவர்கள் தரும் இலவச ஆலோனைகளை என்னால் பொறுக்க முடிவதில்லை. ‘மூடிட்டு வேலையப் பாத்துட்டு போங்கடா’ என்று கத்தவே விரும்புவேன்.

இப்போதெல்லாம் யாரையும் பார்க்கவோ பேசவோ பிடிக்கவில்லை. விடிந்ததும் எல்லோருக்கும் முன்பே எழுந்து தயாராகி ஏழு மணி ரயிலைப் பிடித்து வடகோவையில் எட்டு ஐம்பதுக்கு இறங்கும்போது என்னவோ ஒரு விடுதலையுணர்வு. அதன் பிறகு பள்ளிக்கூடம், பாடங்கள், பிள்ளைகள் என்று நான்கு மணி வரை நேரம் போவதே தெரியாது. பள்ளியில் யாரும் அந்தக் கேள்வியைக் கேட்பதில்லை. உடன் பணியாற்றும் ஆசிரியைகளில் இருவரைத் தவிர மற்றவர்கள் மணமானவர்கள். அந்த இருவரும் என்னிடம் நெருங்குமளவு வசீகரமோ வயதோ இல்லை என்பதால் இதுவரையும் எந்த பிரச்சினையுமில்லை. ‘சார்கிட்ட ஃபேமிலியப் பத்திக் கேட்டா சிரிச்சுட்டே போயிடுவார்’ என்ற பொது அபிப்ராயம் எனக்கும் வசதியாகத்தான் இருந்தது. ஞாயிற்றுக் கிழமைகளில் இப்படி யாரிடமாவது மாட்டிக்கொள்ளாமல்

இருந்தால் இந்த அறை உண்டு, கொஞ்சம் புத்தகங்கள் உண்டு என்று பொழுதைக் கழித்துவிடுவேன். பெண்ணுடலைத் திரையில் பார்ப்பதில் இப்போது அதிக நாட்டம் இல்லை. அதுவும் சலித்துவிட்டது. சுயமைதுனமும் பல்லில்லாக் கிழவன் சவைக்கும் கறித்துண்டுபோல, ஒரு சடங்கு. தினவுடன் உடல் பரபரத்த காலங்களில் கற்பனையில் கூடிய பெண்ணுடல்களுக்கே இப்போது கணிசமான வயதேறிவிட்டது. 'சீக்கிரமா முடிச்சிட்டு விடு' என்று கால்விரித்து எங்கோ வெறிக்கிறார்கள். தனி அறைக்குள் கிடக்கும் அவஸ்தை தாளாமல் பால்கனியில் வந்து கிடப்பேன். கீழே கூடத்தில் அம்மாவின் கட்டிலுக்கு அருகில் படுப்பேன். வாசுவின் மனைவி மஞ்சுவுக்கு பிடிக்கவில்லை. என்னவோ முனகியிருக்கிறாள். அதன் பிறகு கதவைத் திறப்பதுமில்லை. வெளியில் படுப்பதுமில்லை.

வெளிச்சம் குறைந்திருந்தது. பக்கத்து அறைக் கதவு திறக்கும் சத்தம். வெளியில் போயிருந்த சுந்தரும் அவன் மனைவி சியாமளாவும் வந்துவிட்டார்களா? என் அறை உள்ளே தாழிட்டிருப்பதை அவள் பார்த்திருப்பாள். அறைக்குள் சென்று கதவைச் சாத்திய பிறகுதான் அவனிடம் எதுவும் சொல்லுவாள். என் அறையின் சுவர்களுக்கும் கூட கண்கள் இருப்பதாய் அவள் அஞ்சுவாள். உண்மையும்தான். மூடிய அறைக்குள் உடல்களைக் காணும் திருட்டுத்தனத்தை அறியமாட்டார்களா என்ன? அவர்கள் வெளியில் வருவதற்குள் கீழே போய்விடலாம். எழுந்தேன். வேட்டியை இறுக்கிக்கொண்டு சட்டையை மாட்டினேன். செல்போனை எடுக்கலாமா? வேண்டாம். யார் அழைக்கப் போகிறார்கள். மெதுவாக கதவைச் சாத்திவிட்டு ஓசைப்படாமல் கீழே இறங்கினேன்.

காத்திருந்ததுபோல அம்மா எழுந்து சமையலறைக்குள் நடந்தாள். போட்டு வைத்திருந்த காபியைக் கொண்டுவந்து நீட்டினாள்.

"உங்கூட படிச்சுதாமே. என்னவோ பேர் சொல்லிச்சு. நீ இல்லேன்னு சொன்னதுமே பாவம் பொக்குன்னு போயிருச்சு." எழுபத்தி ஒன்று முடிந்துவிட்டபோதும் இன்னும் எனக்கு காபி போட்டுத் தரும் விதி அவளுக்கு.

நான் ஒன்றும் சொல்லவில்லை. அவளுக்கு இது பழக்கந்தான். வீட்டில் நான் இருக்கும்போதே பலருக்கும் இதுபோல இல்லையென்று பதில் சொல்லி அனுப்பியிருக்கிறாள்.

ஞாயிற்றுக்கிழமைக்கான அமைதியுடன் மங்கிய வெளிச்சம் கூடிய சாலையில் கிழக்கு நோக்கி நடந்தேன். சடையப்பன் கோயில் வாசலில் அடுத்தடுத்து வாகனங்கள். வசதிகள் பெருகி வாகனங்கள் பெருகி ஊரே மாறிப்போன போதும் சடையப்பன் மட்டும் அப்படியேதான் வீற்றிருக்கிறார். அவரும் என்னைப்போலத்தான். நினைவு தெரிந்த நாளிலிருந்து பார்த்துக்கொண்டுதான் இருக்கிறார். நானும். வீட்டை அடையாளம் சொல்லவும் அவர் பெயரைத்தானே பயன்படுத்துகிறேன். அம்மாவையடுத்து எனக்காக யாரேனும் கவலைப்படக் கூடுமென்றால் இந்த சடையப்பனாகத்தான் இருக்க முடியும். சாலையைக் கடந்து கே பி என் காலனியின் பிரதான வீதியில் நுழைந்தேன். மரங்களுடன் கூடிய அழகான தெரு. அடக்கமான தனி வீடுகள். எல்லோரும் தொலைக்காட்சிகளில் மூழ்கியிருப்பார்கள். வீட்டிலும் அம்மா எப்போதும்போல தன்னுடைய பிரம்பு நாற்காலியில் சாய்ந்திருப்பாள். சுந்தரும் சியாமளாவும் இருக்கக்கூடும். சேலத்துக்குப் போயிருந்த வாசு ஏழு மணிக்கு வந்துவிடுவான். ரமாவையும் பிள்ளைகளையும் அழைத்து வந்துவிடுவான். ரவி போன வாரம்தான் ஆயிஷாவுடன் வந்துவிட்டுப் போனான். மறுபடி அடுத்த வாரம்தான் வருவான். பிள்ளைகளும் படம் பார்க்கிறார்கள் என்றால் கூடம் நிறைந்திருக்கும். மாடியில் கூடத்தில் எல்லாப் பிள்ளைகளுக்குமான என்னுடைய கணக்கு வகுப்பு இன்று இல்லை. ராத்திரி டிபன் சாப்பிட்டு முடித்து அவரவர் அறைக்குச் செல்ல பத்து மணியாகிவிடும். அம்மாவும் கூடத்தில் கிடக்கும் படுக்கையில் சாய்ந்துவிடுவாள். எனக்காகக் கதவைத் திறந்து வைத்துக் காத்திருப்பாள். பத்தரைக்குப் போனால் சரியாக இருக்கும். இருப்பதைத் தின்றுவிட்டு மாடிக்கு ஓடிவிடுவேன். சில நாட்களில் மட்டும் காலை அமுக்கிவிடச் சொல்லுவாள் அம்மா. அவளுக்கு கால் வலிக்கிறதோ இல்லையோ என்னை இன்னும் கொஞ்ச நேரம் பக்கத்தில் வைத்துக்கொள்ளவேண்டும். முடிந்தால் யார் மூலமாகவேனும் புதிதாக அவளுக்குக்

கிடைத்திருக்கும் ஜாதகங்களைக் குறித்தோ, பெண்களைக் குறித்தோ பேச வேண்டும். நாற்பது வயது வரைக்கும் நானும் பொறுமையுடன் கேட்டுக்கொண்டுதானிருந்தேன். 'உனக்குன்னு ஒருத்திய பகவான் நிச்சயமா படைச்சிருப்பார்' என்று சொல்வதை நானும் நம்பினேன். இப்போது வெறுத்துவிட்டது. இதுதான் காரணம் என்று தெரியாமல் புரியாமல் அடிவாங்கி அவமானப்பட்டு அனைத்திலும் ஆர்வம் வற்றிவிட்டது. அம்மா சொல்வதைக்கூடப் பொறுமையுடன் கேட்கும் நிலையைக் கடந்துவிட்டேன். அந்தக் கணங்களில் என் நாவிலிருந்து பாயும் தீச்சொல்லை அஞ்சுகிறாள். எனக்குள் சேர்ந்திருக்கும் கசப்பும் வன்மமும் அவளைத்தான் முதலில் தீண்டுகிறது, பாவம். அதனாலேயே பல நாட்களில் அவளைக் கண்டுகொள்ளாமல் அறைக்குள் அடைந்துகொள்கிறேன்.

தனலட்சுமி மில் வளாகத்தையொட்டிய பாதையில் திரும்பினேன். ஒருகாலத்தில் இந்தப் பகுதியின் அடையாளம். பெரும் பஞ்சாலை. இன்று தரைமட்டமாக்கப்பட்டு வீட்டு மனைகளாகப் பிரிக்கப்பட்டு பங்களாக்கள் அணி வகுத்துள்ளன. மகிழம்பூவின் வாசனையுடன் காற்று முகத்தில் மோதிக் கடந்தது. தெருவிளக்கின் ஒளிக்குச் சற்று விலகி நின்றிருந்தது அந்த இணை. அவள் பைக்கில் உட்கார்ந்திருக்க அவன் தோளணைத்தபடி நின்றிருந்தான். முத்தமிட்டிருப்பானா? என் வருகையை அவர்கள் கண்டு கொள்ளவில்லை. அவர்களைப் பார்க்காததுபோல கடந்தேன். சின்னதாய் ஒரு சிரிப்பொலி. என்னைப் பார்த்துச் சிரிக்கிறாளா? இவளுமா? இருக்காது. அவன் எதுவும் சில்மிஷம் செய்திருப்பான். பரவசக் கணங்களில் திளைத்திருக்கிறார்கள். பாவம், அனுபவிக்கட்டும். எல்லாம் சரியாக வந்தால் மணமக்களாகி இல்லறம் காணட்டும். என்போல அணைக்க உடலும், நுழைக்கத் துளையும் வாய்க்காமல் காய்ந்து இப்படி இருட்டில் மறைந்து ஒளிந்து ஓட வேண்டாம். எனக்கு ஏன் யாருமே வாய்க்காமல் போனார்கள்? இல்லை, அப்படியும் சொல்லமுடியாது. வாய்த்ததெல்லாம் வாஸ்தவம்தான். நான்தான் சந்தர்ப் பங்களைப் பயன்படுத்திக் கொள்ளவில்லை. அஞ்சல் வழிக் கல்வியின் முதுகலைப் படிப்புக்கான நேரடி

வகுப்புகளின்போதுதானே அனுவைச் சந்தித்தேன். கோவை, அரசுக் கலைக் கல்லூரியில் நடந்த வகுப்பின் முதல் நாள். திருப்பூரிலிருந்து வருகிறேன் என்று தெரிந்ததும் அவளே வந்து அறிமுகப்படுத்திக் கொண்டாள். அந்த ஒரு வாரமும், தனித் தனி இருக்கைகள் என்றாலும், ஒரே பேருந்தில் பயணம். மரத்தடியில் ஒன்றாக மதிய உணவு. எல்லாம் சரியாகத்தான் அமைந்தது. படிப்பு முடியும் வரையிலும் வாய்க்கும்போதெல்லாம் வீட்டுக்குப் போனதுண்டு. அவளும் சிலமுறை வந்து அம்மாவைப் பார்த்ததும் உண்டு. சின்னதாய் ஒரு கற்பனை சிறகு முளைத்திருந்தது. அவள் என்ன நினைத்தாள் என்பது உறுதியாக எனக்குத் தெரியவில்லை. கால்குலஸிலும் அல்ஜீப்ராவிலும் நல்ல மதிப்பெண் வாங்கியதற்கு நன்றிக்கடனாக அழகான பேனா ஒன்றையும் பரிசளித்தாள். அது காதல்தானா என்று எனக்குள் நான் உறுதிசெய்ய சற்று அவகாசம் எடுத்துக்கொண்டிருக்க வேண்டும். அதற்குள் அவள் திருமண அழைப்பிதழைக் கொண்டுவந்து நீட்டிவிட்டாள். அத்தோடு எல்லாம் முடிந்துவிட்டது. இப்போது எங்கிருந்தோ யாரிடமோ எண்ணைத் தெரிந்துகொண்டு அழைத்தாள். சந்திக்கவேண்டுமெனக் கேட்டாள். நான்தான் தவிர்த்துவிட்டேன். அவளுக்குத் தெரிந்திருந்தாலும் தெரியாமலிருந்தாலும் சந்திக்காமல் இருப்பதே நல்லது. சந்திக்க நேர்ந்தால் என் மீதான பரிதாபக் கணக்கில் அவளுடைய பங்கும் சேர்ந்துவிடும்.

ரயில்வே கிராஸிங் சாலையில் திரும்பாமல் நேராக நடந்தேன். கணேஷ் மெஸ்ஸில் சரியான கூட்டம். மாஸ்டர் தன் இசைத் திறனை கொத்துப் புரோட்டாவில் நிரூபிக்க வேர்வையுடன் நின்றார். சேமலைதான் கல்லாவில் இருந்தான். தலை நிமிர முடியாமல் காசு வாங்கிப்போடும் அவசரம். பாதி வழுக்கை. நரை கூடிய முள் தாடி. என்னுடைய வகுப்பு தான். எனக்கின்னும் முழு வழுக்கை இல்லை என்பதுதான் ஆறுதல். ஆனால், சேமலையின் மூத்த பையன் சென்னையில் பொறியியல் படிக்கிறான். இரண்டாமவன் பதினொன்றில். பத்தாம் வகுப்பில் கணக்கில் முப்பத்தி ஐந்து வாங்கித் தப்பித்து, பனிரெண்டாம் வகுப்பில் தேற முடியாதபோது கடைக்கு வந்துவிட்டான் சேமலை. இருபத்தி ஐந்தாவது

வயதில் கல்யாணம். என்னுடன் படித்தவர்களில் முதலில் கல்யாணம் அவனுக்குத்தான். மணப்பந்தலில் மாலையுடன் நின்ற அவளைப் பார்த்தபோது சேமலையின் மீது பொறாமை கிளர்ந்தது. எப்போதாவது வழியில் பார்க்க நேரும்போது சில வார்த்தைகள் பேசுவான்.

'கல்யாணமே பண்ணிக்காத. இம்சை. நமக்குப் புடிச்சமாதிரி எதையுமே செய்யமுடியாது. என்னையப் பாரு எப்பப் பாரு அந்த சோத்துக் கடையிலதான். எத்தனை குளிச்சாலும் ஊத்த சாம்பார் வாடை போகவோ போகாது. அப்பல்லாம் அப்பனுக்கு பயந்து உக்காந்திருந்தேன். இப்ப இவளுக்கு."

"நீ சொல்லாம இருப்பே. நல்லா அனுபவிச்சு ரெண்டு பசங்களையும் பெத்துப் போட்டாச்சு. நான் மட்டும் கையடிச் சுட்டே காலந தள்ளணுமாடா?"

"அட போடா. அதெல்லாம் ஆரம்பத்துல கேந்தி புடிச்ச மாதிரி இருக்கும். கொஞ்சநாள்தான். இப்பல்லாம் பக்கத்துலயே வர்றதில்ல, சாம்பார் நாத்தமாம். எனக்கும் பெரிசா நாட்டமில்லாத போச்சு. இதுக்காக ஒருத்தியைக் கட்டிக்கறதுன்னா, ரொம்ப மடத்தனமா இருக்குடா."

அவனுக்கு எல்லாவற்றையும் பார்த்து அனுபவித்த பிறகு வரும் அலுப்பு. எனக்கு எதையும் பார்க்காததால் வரும் வெறுப்பு.

'காலத்தே பயிர் செய்யும் கணக்கு எங்கே தவறிப் போயிற்று எனக்கு?

ரவி ஆயிஷாவைக் கட்டிக்கொண்ட நாளில்தான் எல்லாக் குழப்பங்களும் தொடங்கிற்று. அப்போது குடியிருந்தது பத்து வீடுகள் கொண்ட சுப்பு மேஸ்திரி காம்பவுண்டில் கடைசி வீட்டில். வீடென்று சொல்லலாமா, தெரியவில்லை. மேற்கு நோக்கி நிற்கும் பழங்கதவைத் திறந்ததுமே சிறிய வாசல். வாசலையொட்டியிருந்த ஆறுக்கு நாலு அளவிலிருந்த இடத்தை கூடமென்று சொல்லலாம். அங்கேயேதான் சமையல், சாப்பாடு, படிப்பது, அம்மா பேப்பர் திருத்துவது, காய்கறி நறுக்குவது என்று எல்லாவற்றுக்கும். வடக்குமுகமாய் ஒரு அறை. மூலையில் மர பீரோ. அதையொட்டி சிறிய கட்டில். உள்ளே போனதும் கட்டிலில் தாவிவிடவேண்டும்.

நடந்து திரும்புவதுகூட சிரமம். வாடகை குறைவென்பதாலா, அம்மாவுக்குப் பள்ளிக்கூடம் பக்கத்தில் என்பதாலா, ஒத்தாசைக்குச் சித்தியும் அதே காம்பவுண்டில் இருந்தாள் என்பதாலா என்ன காரணம் என்பது உறுதியாகத் தெரியாது. ஆனால், ராத்திரிகளில் ஒண்டிக்கொள்ள ஒரு இடம். பஞ்சு குடோன் ஒன்றில் கணக்கெழுதிக் கொண்டிருந்தவன் ஒரு நாள் மதியம் ஆயிஷாவை அழைத்துக் கொண்டு வந்து நின்றான்.

"கல்யாணம் முடிஞ்சிருச்சி. சொல்ல முடியாத நிலைமை. ஒண்ணு ரெண்டு நாள் இங்கதான் இருப்பா. அதுக்குள்ள வீடு பாத்துருவேன். சமாளிச்சுக்கோ" ரவி அம்மாவிடம்தான் சொன்னான். மூட்டுவலிக்கு இலைப்பத்துப் போட்டுக் கொண்டு உட்கார்ந்திருந்தவளின் காலைத்தொட்டு வணங்கினாள் ஆயிஷா.

அவள் தலையைத் தொட்டாள் அம்மா "சின்னப்பொண்ணா இருக்காளே. உன்னை நம்பி வந்துட்டா. நல்லபடியா ப் பாத்துக்கோ." அம்மா வேறெதுவும் சொல்லவில்லை. பெரிய ரகளையை எதிர்பார்த்துக் கூடிநின்ற காம்பவுண்ட் பெண்கள் உதட்டைச் சுழித்தபடி கிசுகிசுத்தவாறு நகர்ந்தனர். அன்றிரவு சித்தியின் வீட்டுத் திண்ணையில்தான் படுத்திருந்தேன்.

வாசலில் அம்மாவும் சித்தியும் பேசிக்கொண்டிருந்தார்கள். "கட்டிட்டு வந்துட்டான். என்ன செய்யச் சொல்றே?"

"அதுக்காக இத்தனை சின்னஞ்சிறுசுக இருக்காங்க. எல்லாரையும் இப்பிடி வெளியில கெடத்திட்டு உள்ளே கதவைத் தாப்பாப் போட்டுக்கறது நல்லாவா இருக்கு?"

"அந்தப் பொண்ணைப் பத்தி யோசிச்சுப் பாரு நீ. பாவம், எங்க எப்பிடி இருந்துதோ. இங்க வந்து இந்தப் பொந்துக்குள்ள கெடக்குது. ரெண்டு மூணு நாள்ல வீடு பாத்துருவேன்னு சொல்லிருக்கான். இருக்கட்டும்."

அம்மா அப்படித்தான். ஆரம்பப் பள்ளி ஆசிரியை. முப்பத்தியிரண்டாம் வயதில் கணவனை இழந்து, நான்கு பிள்ளைகளை வளர்த்துப் படிக்க வைத்திருக்கிறாள். அவளுக்கு எதிலுமே குறைகள் கண்ணுக்குத் தெரியாது. தெரிந்தாலும் வெளியில் சொல்லமாட்டாள்.

கருடா மருத்துவமனை வளாகத்துள் வழக்கமான பரபரப்பில்லை. நோய்மைக்கும் வார விடுமுறையா? ஒரு காலத்தில் பஞ்சு குடோனாக இருந்த இடம். இன்று பஞ்சுக்கே கடும் பஞ்சம். ஆலைகளுமில்லை நூற்புமில்லை. அந்த நேரத்தில் நீதிமன்ற வளாகத்துக்கு வெளியிலிருந்த 'நீதி விநாயக'னிடம் ஒரு கிழவி கையேந்தி மன்றாடி நின்றாள். கண்ணீர் வழிந்தது. அம்மாவும் இப்படித்தான் ஸ்லோகங்களை சொல்லிக்கொண்டு கிடப்பாள். சீக்கிரமாக எனக்கொரு வழி பிறக்கவேண்டும் என்று இஷ்ட தெய்வங்களிடம் கெஞ்சுவாள். என்னைத் தனிமரமாய் நிறுத்திவிட்டுப் போய்விடக்கூடாது என்ற கவலையைத் தவிர வேறென்ன துக்கம் அவளுக்கு? அண்ணன் தம்பி உறவெல்லாம் விலகி நிற்கும் வரைதான். எப்போதும் ஒட்டிக் கொண்டிருந்தால் அசௌகரியந்தான்.

ரவி தன் வழியைப் பார்த்துக்கொண்டான். குழப்பங்கள் அடங்கி எல்லோரும் வேறு வழியில்லாமல் அதை ஏற்றுக்கொண்ட பிறகு மூன்று வருடங்கள் கழித்து வாசுவுக்கு மணமானது. பின் அம்மா என் ஜாதகத்தை எடுத்தாள். முதல் தடையாக நின்றது ஜாதகக் கட்டத்தில் யாரோ ஒரு அதிபதி கூடாத இடத்தில் குடிகொண்டிருந்ததாக சித்தி புலம்பினாள். அதைவிட முக்கியமான தடை, எனக்கு நிரந்தரமான வேலை ஒன்றில்லை என்பது. எனக்குப் பிடித்த வேலையை நான் செய்துகொண்டிருந்தேன். கணிதம் சொல்லித் தருவது எனக்குப் பிடித்திருந்தது. காலையிலும் மாலையிலும் டியூசன். தனியார் பள்ளியொன்றில் கணித ஆசிரியர் வேலை. இதுவே எனக்குப் போதுமானதாக இருந்தது. கல்யாணம் செய்துகொள்ள அரசுவேலை கட்டாயம் என்ற நிபந்தனையை நான் அறிந்திருக்கவில்லை.

இளமைக் கனவுகளில் நாம் வேண்டுவதெல்லாம் ஷோபனாக்களையும் அமலாக்களையும் ரேவதிகளையும்தானே. அப்போதைய காட்சிகளில் நாம் இருக்கும் இடங்களெல்லாம் நம் கண்ணுக்குப் புலப்படாமல் மங்கிவிடுவதுதான் பிரச்சினையே. அந்த இடங்கள் தெளிவடைந்து நமது லட்சணத்தை நாமே பார்க்கும்போதுதான் பக்கத்தில் இருக்க வாய்க்கும் பெண்கள் தம்மருகே கமலஹாசன்களையும் மைக் மோகன்களையும் தேடுகிறார்கள் என்பது தெரியவரும்.

இந்த ஏற்றத்தாழ்வுகள் ஒருபோதும் சமன்படுவதேயில்லை. பரவாயில்லை என்று வலிய வந்த வரன்கள் சிலவற்றை அம்மாவும் சித்தியும் ஒதுக்கினார்கள். நானும் ஒன்றிரண்டை ஒப்புக்கொள்ளவில்லை.

பரிகாரத் தலங்களுக்கும் தோஷ நிவர்த்தித் தலங்களுக்கும் நடந்து களைத்துச் சோர்ந்திருந்தபோது சுந்தர் மங்கையும் மாலையுமாய் வந்துநின்றான். எனக்கடுத்துப் பிறந்த கடைக்குட்டி என்றாலும் புத்திசாலி. அம்மாவுக்கு சிரமம் தரக்கூடாது என்று அவன் பணிபுரிந்த கணக்காயரே தன் மகளைக் கட்டிக்கொடுத்துவிட்டார்.

ஓய்வு பெற்றுக் கிடைத்த பணத்தில் அம்மா வீடு கட்டினாள். கீழே கூடம், ஒரு படுக்கையறை, மேலே மூன்று படுக்கையறை, ஒரு சிறிய கூடம். தனக்கெனத் தனி வீடு கட்டிக்கொண்டதால் ரவிக்கு இந்த வீடு தேவையிருக்கவில்லை. வாசுவும் சுந்தரும் ஆளுக்கொரு அறையில் இருக்க இன்னொரு அறையில் நான் தனியன். இருவரின் பிள்ளைகள் மூவருக்கும் பக்கத்து வீட்டிலிருந்து சில பிள்ளைகளுக்குமாய் மாலையில் வகுப்பெடுக்கிறேன். வாசுவின் மகள் கோதை பத்தாம் வகுப்பு. சுந்தரின் மகள் மாயவி ஒன்பதாம் வகுப்பு. இருவரும் என்னைப்போலவே கணக்கில் புலிகள். அவர்களுக்குப் பாடம் சொல்லிக் கொடுக்கும் வேளைகளில்தான் நான் சுமையற்றுச் சிரிப்பேன்.

யுனிவர்சல் தியேட்டர் சாலையில் திரும்பினேன். வரிசையாகத் தெருவோரக் கடைகள். உடைகள், பிளாஸ்டிக் பொருட்கள், செல்போன்கள், அலங்காரப் பொருட்களென்று அல்லங்காடிகள். வடக்கிலிருந்து வந்து பனியன் ஆலைகளிலும் நூற்பாலைகளிலும் அடைந்து கிடப்பவருக்கான விடுமுறை நாள். கூட்டம் கூட்டமாய்த் திரிந்தார்கள். இணையில்லாமல் தனியே நடந்தவர்கள் என் கண்ணிலேயே படவில்லை. எனக்கென்று இப்படித் தெரிகிறதா? குலாலர் திருமண மண்டபத்தில் அலங்கார விளக்குகள் ஒளிர்ந்தன. மணமகளின் பெயரைப் பார்த்தேன். 'மங்கையர்க்கரசி'. அவள்தானா? சட்டென்று வேர்த்தது. நின்று வளாகத்துக்குள் பார்த்தேன். போய் பார்க்கலாமா? இருக்காது. அவளுடைய வீடு சூலூர்தானே. இங்கே திருமணம்

எம். கோபாலகிருஷ்ணன் 35

நடக்க வாய்ப்பில்லை. அதுவுமில்லாமல் அவளிடம் பேசி, எல்லாம் முடிந்து இரண்டு வருஙகளாகிவிட்டன.

அம்மாதான் எத்தனை நம்பிக்கையுடன் இருந்தாள். உடன் பணிபுரிந்த டீச்சரின் சிபாரிசில் வந்த ஜாதகம். பெண்ணுக்கு வயது முப்பத்தி நான்கு. அம்மா அப்பா கிடையாது. ஒரேயொரு அண்ணன். அவன் கல்யாணம் செய்துகொள்ளவில்லை. இதுவெல்லாம் எனக்கு எந்தக் கேள்வியையும் எழுப்பவில்லை. ஆனால், அவள் பணிபுரிவது ஒரு வங்கியில் என்று சொன்னபோதுதான் யோசித்தேன். வங்கிப் பணியில் இருப்பவளுக்கு ஏன் இத்தனை வயது வரை மணமாகவில்லை? ஏதேனும் குறையா? காதல் தோல்வியா? எதுவும் பிரச்சினையில்லையென்றால், நாற்பத்தி ஐந்தான என்னை எதற்கு ஒப்புக்கொள்கிறாள்? கேள்விகளும் சந்தேகங்களும் இருந்தாலும் பார்க்கலாம் என்ற யோசனையுடன் வங்கியின் தொலைபேசி எண்ணைத் தேடி எடுத்து ஒரு நாள் பின் மதிய வேளையில் அழைத்தேன். அவள் பெயரைச் சொல்லிக் கேட்டேன்.

“ஹலோ...” அவள் குரல் கேட்டதுமே ஒரு நிமிடம் தயங்கினேன். அடுத்த நொடியில் அவசரமாய் என்னை அறிமுகப்படுத்திக் கொண்டேன். அவளுக்கும் அது எதிர்பாரா அதிர்ச்சியாகத்தான் இருந்திருக்கும். சிறிய இடைவெளி.

“சொல்லுங்க...”

“என்னைப் பத்தி எல்லாத்தையும் சொல்லிருக்காங்களா?”

“ம். ஓரளவு தெரியும். ஸ்கூல்ல வேலை பாக்கறீங்க. திருப்பூர்லேர்ந்து டிரெய்ன்ல வர்றீங்க.”

“பரவால்லையே. நெறைய விஷயம் தெரியும்போல.”

“ம். தெரிஞ்சிட்டாதானே முடிவெடுக்கலாம்.”

அன்றைய தினம் சுருக்கமாகப் பேசி வைத்துவிட்டேன். அவளும் என் அலைபேசி எண்ணைக் கேட்கவில்லை. நானும் விசாரிக்கவில்லை..

அவளுடைய அண்ணன் ஜாதகத்தைப் பார்த்துவிட்டு பதில் சொல்வதாக சொன்ன விஷயத்தை அன்றிரவு

அம்மா சொன்னாள். இந்த ஜாதகம் இன்னும் என்னை விட்டபாடில்லையா? இரண்டு நாட்கள் இடைவெளி. மீண்டும் நானே அழைத்தேன்.

"உங்கண்ணன் ஜாதகம் பாத்து முடியலையா இன்னும்?"

"அவன் அப்படித்தான். சீக்கிரத்துல சொல்ல மாட்டான். உங்களுக்கு அவசரமா?"

"ஆமாம் சொல்ற வயசெல்லாம் தாண்டியாச்சு. இன்னும் நாலு மாசமாகும்னு சொன்னாலும் என்ன பண்ண முடியும்?"

அவள் சிரித்தாள். குரலையும் சிரிப்பையும் வைத்து உருவத்தை தீர்மானிக்க முடியுமா?

"உங்க ஸ்கூல்ல பேங்க் வேலையெல்லாம் நீங்கதான் பாக்கறீங்களா?" அவள் சிரிப்பை ஒளித்துக்கொண்டே கேட்டபோது சட்டென்று உடலில் விறுவிறுப்பு கூடியது.

"ஏன் கேக்கறீங்க?" நா வறண்டது.

"நேத்து எங்கியோ பேங்க் போயிருக்கீங்கன்னு சொன்னாங்க. அதான் கேட்டேன்."

"நீங்க போன்ல பேசினீங்களா?"

"பேசலை. பாத்தேன்." மறுபடியும் உள்ளுக்குள் நடுக்கம்.

"பாத்தீங்களா? எங்கே?"

"வேறெங்க. நான் வேலை பாக்கற பேங்க்லதான். நீங்க வர்லையா?"

அட! பார்த்துவிட்டாளா? வெகுநேரம் நிற்கவில்லையே. உள்ளே போன சுருக்கில் வந்துவிட்டேன். அதற்குள் எப்படிப் பார்த்திருக்க முடியும்? வசமாய் மாட்டிக்கொண்டேன்.

"வந்தீங்கல்ல. பாத்துப் பேசிட்டு போக வேண்டிதுதானே. அதுக்குள்ள என்ன பயம்?"

"நீங்க என்னைப் பாத்தீங்களா?"

"பாத்தேனே."

"எப்பிடி நான்தான்னு தெரியும்?"

“தெரிஞ்சுது. எப்பிடின்னு கேட்டா சொல்லத் தெரியலை.”

மறுநாள் மதியம் உணவு இடைவேளையில் பக்கத்திலிருந்த உணவுவிடுதியில் சந்தித்தபோது வியந்தேன். இவளுக்காகத் தான் இத்தனை நாள் வறுமையா? கடவுளே! இவளைக் காட்டத்தான் இத்தனை காலத் தவிப்பா? மூப்பின் அடையாளத்தை எங்கும் பார்க்க முடியவில்லை. இயல்பாகச் சிரித்தாள். எல்லாக் கதையையும் சொன்னாள். நான் நிலைமறந்து வெறுமனே கேட்டுக்கொண்டிருந்தேன். விடைபெறும்போது அவள் எச்சரித்தாள் “ரொம்ப கனவு காணாதீங்க. கீழே எறங்கி நிதானமாப் போங்க. இன்னும் எதுவும் முடிவாகலை. எங்க அண்ணன் அத்தனை சீக்கிரம் விட்டுற மாட்டான்.”

அவள் அப்படிச் சொன்னதை அப்போது பொருட்படுத்தும் நிலையில் இருக்கவில்லை. மறுநாள், மாலையில் பள்ளி யிலிருந்து புறப்படும் நேரத்தில் அவளுடைய அண்ணன் அழைத்தான்.

“சாரி ஸார். ஜாதகம் செரியா வர்லை. பர்தரா புரசீட் பண்றதுல விருப்பம் இல்லை. இதோட விட்ருவோம். அம்மாகிட்டயும் சொல்லச் சொல்லிருக்கேன்.”

நான் எதுவும் கேட்கும் முன்பே அவன் தொடர்ந்தான் “அப்பறம் அவளைக் கூப்பிட்டுப் பேசறது, பாக்கறதெல்லாம் இதோட நிறுத்திருங்க. நல்லா இருக்காது.”

அப்போது அவனுடைய குரலில் சிறிதும் இணக்கம் இருக்கவில்லை, மிரட்டல் தொனிதான் ஒலித்தது.

மறுநாள் அவளே அழைத்தாள் “நான் சொன்னதுதானே நடந்துச்சு.”

“உனக்குத் தெரியுமா முன்னாடியே?”

“ரொம்ப முன்னாடியே தெரியும். யாருக்கும் அவன் என்னைக் கட்டித்தர மாட்டான்.”

“ஏன்?”

“என்னோட சம்பளம்.”

ஒருகணம் நிதானித்தேன். இப்படியுமிருக்குமா?

"தெரிஞ்சும் நீ ஏன் ஒத்துக்கறே? புடிச்சவனைக் கட்டிக்க வேண்டிதுதானே?"

"முடிஞ்சா முன்னாடியே செஞ்சிருக்க மாட்டனா? அதெல்லாம் அவன் விடமாட்டான். நீ வேற யாராச்சும் நல்ல பொண்ணாப் பாத்துக்கோ. ஆல் தி பெஸ்ட்."

அதன் பிறகு ஓரிருமுறை பேச முயன்றபோது அவள் பதிலளிக்கவில்லை. அதன் பின் நானும் விட்டுவிட்டேன். இப்போதும் அவள் அப்படியேதான் இருக்கிறாளா?

எஸ்பிஎஸ் துணிக்கடை வாசலில் கிடந்த நாற்காலியில் சாய்ந்திருந்தார் பாலு ஐயா. வெள்ளைத் துண்டை விசிறி கொசுவை விரட்டியவரின் கண்கள் மூடிக் கிடந்தன. துணிமூட்டையைச் சைக்கிளில் கட்டி ஊர் ஊராய்ச் சுமந்த நினைவுகளில் ஆழ்ந்திருப்பார். இன்று வியாபாரம் வளர்ந்து பிள்ளைகள் தலையெடுத்து பேரப் பிள்ளைகள் குளிரூட்டிய பிரமாண்ட கடைகளில் வேர்வை தெரியாமல் முதலாளிகளாகி விட்டார்கள். அவர் இன்னும் சைக்கிளை விட்டு இறங்கவில்லை. நானும் இப்படித்தான் எனக்கான தனி உலகில் இருந்துகொள்ளப் பழகிவிட்டேன். இப்போது யாரையும் பார்ப்பதில்லை. எந்தக் குடும்ப நிகழ்ச்சிகளிலும் கலந்துகொள்வதில்லை. என்னால் எல்லோருக்கும் அசௌகரியம் என்பதால் தவிர்த்து விடுகிறேன். பிள்ளைகள்தான் 'சித்தப்பா சித்தப்பா' என்று கேட்டுக்கொண்டிருக்கும். அம்மா இருக்கும் வரை இங்குதான். கோவையிலேயே தங்கிவிட அவள் ஒப்புக்கொள்ளவில்லை. எனக்குமே அவளைவிட்டுச் செல்ல மனமில்லை. ஆனாலும் பயமாகத்தான் இருக்கிறது. இப்போதெல்லாம் சகோதரர்கள் மனைவியரோடு சேர்ந்து என்னவோ பேசிக்கொள்கிறார்கள். கிசுகிசுக்கிறார்கள். அம்மாவும் எதையோ சொல்ல நினைக்கிறாள். ஆனாலும் சொல்லாமல் புழுங்குகிறாள். ரவியின் பிள்ளையும் தலையெடுத்துவிட்டான். ஜாதகம் எடுக்கவேண்டும் என்று பேசிக்கொள்கிறார்கள். எடுக்கத்தானே வேண்டும். அவனுக்கேனும் வயதில் வாய்க்கட்டும் வாழ்க்கை. இல்லையென்றால் என்னைப்போல அவமானங்களைச் சுமந்துகொண்டு சிரிக்கவேண்டும்.

வடவள்ளியில் தெரிந்த குருக்கள் ஒருவர் சொன்னதாக சித்தி ஒரு ஜாதகத்தைப் பார்த்தாள். பொருத்தம் கூடி வந்திருக்கிறதென்றும் மேற்கொண்டு பேசுவதற்கு முன்பு ஒருமுறை சந்தித்துப் பேசினால் பரவாயில்லை என்றும் அவர்கள் அபிப்ராயப்படுவதாக சித்திதான் சொன்னாள் "சாய்பாபா கோயில்ல பாக்கலாம்னு சொல்றா. உனக்கு ஸ்கூல் முடிஞ்சு அப்பிடியே போய்ட்டு வந்துடேன்டா" என்று சொன்னபோது நானும் மறுக்கவில்லை. "சமத்தா நடந்துக்கோ. எது கேட்டாலும் பல்லக் காட்டி சிரிக்காதே. சுருக்கா பதில் பேசு" அவளுக்குள் இருக்கும் பயத்தை புரிந்துகொண்டேன்.

கோயிலில் செவ்வாய் கிழமை என்பதால் கூட்டம் அதிக மிருக்கவில்லை. பள்ளியிலேயே முகத்தைக் கழுவி லேசாக ஒப்பனை செய்து வந்திருந்தேன் என்றாலும் மறுபடியும் முகம் கழுவித் துடைத்தேன். லேசாக விபூதி இட்டுக்கொண்டு பளிங்குத் தரையில் சம்மணமிட்டுக் காத்திருந்தேன். கற்பனை வரப்போகிறவ.ளின் உருவத்தைத் தீட்டுவதை தடுக்க முடியவில்லை. தையல் வகுப்பு நடத்துகிறாள். சில வருடங்களுக்கு முன்பு நிச்சயமாகிக் கல்யாண நாளன்று திருமணம் நின்றுபோய்விட்டது. மாப்பிள்ளை வீட்டில் வரதட்சணைப் பணத்தை உடனே கேட்டதாகக் காரணம் சொன்னார்கள். அதைக் குறித்து விசாரித்து என்னவாகப் போகிறது? அதன் பிறகு திருமண ஏற்பாட்டுக்கு ஒத்துக்கொள்ளாதவள் இப்போதுதான் சம்மதித்திருப்பதாகச் சித்தியிடம் சொல்லப்பட்டது. ஒவ்வொருவருக்கும் ஒவ்வொரு காரணம். ஒருவரின் நியாயம் இன்னொருவரின் நியாயமாக இருக்கவேண்டிய கட்டாயம் இல்லை.

ஒன்றரை மணி நேரக் காத்திருப்புக்குப் பிறகு அலைபேசி ஒலிக்க பரபரப்புடன் எழுந்தேன். காதில் வைத்தபடி வெளியில் வந்தேன். வாகன நிறுத்தத்தின் அருகில் நின்ற இருவர் என்னை நோக்கி வந்தனர். நடுத்தர வயதுப் பெண் மணியும் அவரைவிட சற்று இளையவராக ஒரு ஆணும். இவர்களா?

"கணக்கு வாத்தியார்?" தயக்கத்துடன் அவர் கேட்டபோது உறுதியாயிற்று. அப்படியென்றால் பெண்ணை அழைத்து வரவில்லையா?

"இவங்கதான் பொண்ணோட அம்மா. நான் இவங்க தம்பி."

அம்மா என்னைப் பார்வையால் அளந்தபடியே நின்றாள். சாயமேற்றப்பட்ட கூந்தல். மல்லிகைச் சரம். தடித்த சட்டமிட்ட கண்ணாடிக்குப் பின்னே கூரிய பார்வை. இறுகிய கன்னக் கதுப்புகள். சிறிதும் இணக்கமில்லாத முகபாவம்.

பள்ளிக்கூடம், வேலை, தினசரி ரயில் பற்றி அவர்தான் விசாரித்தபடியே நின்றார். ஒரு சந்தர்ப்பத்தில் எதற்கு இந்த வேடிக்கை என்ற எண்ணம் எழுந்தது.

"பொண்ணைக் கூட்டிட்டு வர்லிங்களா?"

"அவ எதுக்கு வரணும்?" முதன்முறையாக அம்மா பேசினாள்.

"அவங்க என்னைப் பாக்க வேண்டாமா?"

"அதெல்லாம் தேவையில்லை. நான் பாத்தாப் போதும்."

"நான் பாக்க வேண்டாமா?"

"முடிவாச்சினா பாக்கலாம். அதுக்குள்ள எதுக்கு?"

திகுதிகுவென எரிந்த கொப்பரைத் தீயை ஏறிட்டேன். இது மண பந்தத்துக்கான ஏற்பாடு போலத் தெரியவில்லை. சதுரங்க விளையாட்டு போல அவரவர் திறம் காட்டும் தருணம்.

"சரி. எல்லாத்தையும் விசாரிச்சாச்சு. ஜாதகமும் பாத்தாச்சு. நேர்ல பாக்கணும்னு சொல்லிப் பாத்தாச்சு. எப்ப முடிவு பண்ணுவீங்க?"

"இப்பதானே பாக்கறோம். முடிவு பண்ணலாம். கொஞ்ச நேரம் வேணுமில்லை. உள்ளே போயிட்டு வந்தர்றோம்."

இருவரும் உள்ளே நடந்தனர். எனக்கு சிறிதும் நம்பிக்கை எழவில்லை. 'நான் பாத்தாப் போதும்' என்று சொன்னபோது 'உங்களையா கட்டிக்கப் போறேன்' என்று கேட்க நினைத்ததை எண்ணிப் பார்த்துச் சிரித்தேன். கேட்டிருக்கவேண்டும். தப்பெதுவுமில்லை. கோயில்களுக்குரிய பரபரப்பும் சந்தடியுமின்றி நிறைந்த அமைதி கூடிய கோயிலில் நான் மட்டும் இப்படி தவித்துத் தத்தளித்து

நிற்கிறேன். பற்றுக்கோலின்றிக் காற்றில் நிலைதடுமாறி அலைந்தபடியிருக்கிறேன்.

நெற்றியில் விபூதிக் கீற்றும் கையில் பிரசாதத் தொன்னையுமாய் இருவரும் வந்தனர். கல்கண்டு சாதம்.

"எடுத்துக்கறீங்களா?" அவர் தொன்னையை நீட்டினார்.

"வேண்டாங்க. நீங்க சாப்பிடுங்க" நான் தலையாட்டியபடியே அம்மாவின் முகம் பார்த்தேன்.

"தப்பா நெனக்காதீங்க. ரொம்ப வயசான மாதிரி தெரியறீங்க" விரல்களில் சாதத்தை எடுத்து வாயில் போட்டாள். "எம் பொண்ணு கூட நின்னீங்கன்னா ஹஸ்பண்ட் மாதிரி தெரியாது."

பீறிட்ட ஆத்திரத்தை அடக்கியபடி சிரித்தேன் "வயசு நாப்பத்தி அஞ்சுன்னு தெரிஞ்சுதானே வந்தீங்க. இதான் நான். நீங்க இன்னும் யூத்தா பாக்கறீங்க போல. ஆல் தி பெஸ்ட்."

அவள் தொன்னையிலிருந்த மீதி பிரசாதத்தை வழித்து வாயில் போட்டாள்.

சுப்ரமணியர் கோயிலில் நடை சாத்தியிருந்தது. இதற்கு மேல் யார் வரப்போகிறார்கள்? படியில் அமர்ந்தேன். வெம்மையுடன் காற்று. அரசமரத்தில் இலைகளின் சலசலப்பு. இன்னும் ஓரிரு நாட்களில் பாதாளச் சாக்கடைக்காக வெட்டிவிடுவார்கள். இத்தனை வருடங்கள் ஓங்கி நின்ற அடையாளத்தை அப்படியே அகற்றிவிடுவார்கள். மனிதர்களையும் இப்படி வேரோடு பிடுங்கி அகற்ற முடிந்தால் துன்பமில்லைதான்.

வாசற்கதவை ஓசைப்படாமல் திறந்தேன். நிலைப்படி விளக்கு இன்னும் எரிகிறது. வழக்கமாய் அணைத்துவிடுவாளே? செருப்பைக் கழற்றும்போது பேச்சுச் சத்தம் காதில் விழுந்தது.

"இத்தனை நாள் பரவால்லே. இப்ப ரெண்டுமே வயசுக்கு வந்த பொண்ணுங்க. சித்தப்பா சித்தப்பான்னு ஒட்டிக்குதுங்க. வெவரம் தெரியாது. நமக்கு இவனப்பத்தி தெரியும்னாலும் சரியா இருக்காதில்ல. சொல்றதுக்கு யோசனையாதான்

இருக்கு. அவனாப் புரிஞ்சிட்டா தேவலை. நீதான் எடுத்துச் சொல்லணும்" சுந்தரின் குரல்தான். அப்படியே நின்று கேட்க எனக்கு விருப்பமில்லை. என்னைப் பற்றித்தான் பேச்சு. நேரடியாகவே தெரிந்துகொள்ளலாம். ஒருமுறை கதவைத் தட்டிவிட்டு உள்ளே நுழைந்தேன்.

அம்மா கட்டிலில் அமர்ந்திருக்க சுந்தர் அருகிலும் ரவி காலடியிலும். சியாமளாவும் மஞ்சுவும் சோபா அருகே தரையில். எனக்காகத்தான் காத்திருக்கிறார்கள் என்பது தெளிவாகவே தெரிந்தது.

"சாதம் போடட்டுமா?" சுரத்தில்லாமல் அம்மா கேட்டபோது தலையாட்டினேன்.

"சாப்புடறா" சுந்தர் சற்று உரக்கச் சொன்னான்.

"என்னவோ சொல்லணும்னு வெயிட் பண்றீங்க. சொல்லுங்க. அப்பறமா நான் சாப்பிட்டுக்கறேன்" நான் முகத்தைத் துடைத்துக்கொண்டு சுவரில் சாய்ந்து உட்கார்ந்தேன்.

"நீ தப்பா எடுத்துக்காதடா. உனக்கே தெரியும். அதான்..." வாசு முகத்தை ஏறிட்டுப் பேச முனைந்தபோது அம்மா கையை உயர்த்தினாள்.

"இங்க வாடா" அழைத்தாள்.

எழுந்து அருகில் சென்றேன். சுந்தர் எழுந்து நகர்ந்தான். உட்கார்ந்ததும் என் முகத்தைப் பார்த்தாள் "இனிமே நீ பொண்ணுங்களுக்கு கிளாஸ் எடுக்க வேணாம். அவங்களே பாத்துப்பாங்க. வேற யாருக்குமே இங்க எடுக்க வேணாம். ஸ்கூல்ல என்னமோ பண்ணிக்கோ. இங்க வேண்டாம். புரிஞ்சுதா?"

பெறாவிட்டாலும் என் பிள்ளைகள் அவர்கள். ஆனாலும் நான் தனியன். ஆண் எனும் அச்சம். சரிதான், யாரிடமும் எதையும் நிரூபிக்க முடியாது. "அவ்ளோதானா?"

"ரூமைக் காலி பண்ணியாச்சு. இங்கதான் இனிமேல. நீ மேல போக வேணாம்."

இது வெகுநாட்களாக நானே யோசித்துக்கொண்டிருப்பதுதான். "சரி. வேற."

“நீங்க எதுவும் தப்பா நெனக்காதீங்க. நாலுபேர் நாலு விதமா...” சியாமளாவைத் திரும்பிப் பார்த்தேன். அப்படியே நிறுத்திக்கொண்டாள்.

“சரிடா நேரமாச்சு. நீ சாப்பிடு. அம்மா நீயும் தூங்கு. நேரமாகுது. நாளைக்கு சீக்கிரமா கௌம்பணும்” சுந்தர் என் தோள்களில் தட்டிவிட்டு படிகளில் ஏறினான். மூவரும் தயங்கியபடியே மேலேறினார்கள். யாரையும் நான் நிமிர்ந்து பார்க்கவில்லை. அம்மாவும் தரையைப் பார்த்தபடியே உட்கார்ந்திருந்தாள். மேலுத்தட்டோர மருவிலிருந்த ஒற்றை முடி மூச்சின் வேகத்தில் அசைந்தது.

“படுத்துக்கம்மா” நான் எழுந்து தரைக்கு நகர்ந்தேன். அறையிலிருந்த ஒற்றைப் பாய், தலையணை, போர்வை, உடைகள் இருந்த பெட்டி, புத்தகப் பெட்டி எல்லாம் அவள் கட்டிலுக்குக் கீழே கிடந்தன.

ஒன்றும் சொல்லாமல் படுத்தவள் மேல் போர்வையைப் போர்த்தினேன்.

சுற்றும் மின்விசிறியை வெறித்தபடியே சொன்னாள் “என்னோட புள்ளதான்டா நீ?”

புரியாதவனாய் எழுந்து அருகில் அமர்ந்தேன். “நா சொல்றதக் கேப்பியா. போயிருடா. எங்கயாவது போய் எப்பிடியோ இருந்துக்கோ. இந்த வீட்ல இருக்காதே. இத்தோட போகட்டும். அவங்க வேற எதாச்சும் தப்பா சொல்லிட்டா என்னால தாங்க முடியாதுடா.”

சொல்லிவிட்டு இதற்கு மேல் ஒன்றுமில்லை என்பதுபோல புரண்டு சுவரைப் பார்த்தபடி படுத்தாள். கண்ணோரமாய் நீர் வழிந்தது.

எழுந்தேன். விடிவிளக்கை எரியச் செய்துவிட்டு கதவைத் திறந்து வெளியே வந்தேன்.

வல்லினம், செப்டெம்பர் 2023

உலர்நதி

"**வீ**ட்டுக்குள்ளாற பாம்பு பூந்ததுலேர்ந்தே கெட்ட காலம் ஆரம்பிச்சிருச்சு பாவம்" அருக்காணி பொடித்துணியின் நுனியில் கத்தியை வைத்து நிரடி நூலைப் பிடித்து இழுத்தாள். பின்னல் விடுபட்டு இழையிழையாய்ப் பிரிந்தது துணி.

வெளியில் அள்ளிப்போட்டிருந்த சாக்கடையின் அருகில் கிடந்த பெருக்கானின் வயிற்றைக் கொத்திக்கொண்டிருந்த காகத்தையே வெறித்துப் பார்த்தாள் துளசி. இடதுபக்கமாய் உதட்டுக்கு மேலேயிருந்த மருவின் நுனியில் ஒற்றை நரைமயிர் அசைந்தது.

"இன்னிக்கு வெசாளக் கெழமையோட எட்டெட்டு பதினாறு நாளாயிருச்சு கணக்குக்கு. பாக்க பாக்கவே சேர்ல இருந்து அப்பிடியே சாஞ்சிருச்சு மணி. ஓடிப் போயி புடிக்கறதுக்குள்ள டம்னு தலை அம்மியில மோதிருச்சு" அருக்காணி துண்டுத் துணிகளை மூட்டையிலிருந்து அள்ளித் தரையில் போட்டாள்.

வெறித்த கண்களுடன் துளசி துண்டுத் துணி களை உதறிப் பிரித்துப் போட்டாள். தலையில் இறுகக் கட்டிய துணியில் பழுத்த வேப்பிலை உதிர்ந்திருந்தது. கழுத்தில் மங்கிய சிவப்பில்

ஒரு மணிமாலை. களையிழந்த முகத்துக்குப் பொருந்தாமல் மூக்குத்தி மட்டும் வெயிலில் மினுமினுத்தது.

“ஆஸ்பத்திரிலேர்ந்து ரமணி போன் எதும் பண்ணுச்சா?” கண்ணாடிப் பையிலிருந்து சூடான டீயை அட்டை டம்ளரில் வார்த்து நீட்டினாள் ராணி.

குட்டியானை ஒன்று டபடபவென ஓசையெழுப்பியபடி திரும்பி நின்றது. காற்றில் அலைந்தது புழுதி. தடாலென கதவைத் திறந்து குதித்தவனின் காதில் இயர்போன்.

“சித்த மெதுவாத்தான் சாத்தேன். காது கிழியுதுடா கடங்காரா” ராணி டீயை உறிஞ்சினாள்.

“எனக்கு டீயில்லியா அக்கா?” கறையேறிய பற்களைக் காட்டிச் சிரித்தவன் மூட்டைகளின் மேல் தாவி ஏறினான்.

“நீ வருவேன்னுதான் இத்தன நேரமா வெச்சிருந்தேன். இதா இப்பத்தான் இப்பிடிக் குடிச்சிட்டேன்” அட்டை தம்ளரை கசக்கி சாக்கடைக்குள் எறிந்தாள்.

துளசியின் அருகில் வைக்கப்பட்டிருந்த டீயின் மேல் ஆடை படிந்திருந்தது. அவள் இன்னும் கவனமாய் துணிகளைப் பிரித்துப் போட்டுக்கொண்டிருந்தாள்.

“டீயை எடுத்துக் குடிக்கா. இப்பிடியே மனசுக்குள்ள எல்லாத்தையும் வெச்சிட்டிருந்தா எல்லாம் செரியாயிருமா” ராணி கால்களை மடக்கி அமர்ந்து துணியைப் பிரிக்கலானாள். துளசியிடமிருந்து எந்த பதிலும் இல்லை, அசைவுமில்லை.

“இந்தக்கா ஒண்ணும் பேசமாட்டாங்க. நமக்குத்தான் மனசு கேக்க மாட்டேங்குது. எப்பிடித்தான் கல்லுமாதிரி இருக்காங்களோ” முணுமுணுத்தவளைப் பார்த்து எச்சரிப்பது போல முறைத்தாள் அருக்காணி.

குட்டியானையிலிருந்து மூட்டைகளை இறக்கித் தூக்கி வந்தவன் ஏற்கெனவே கிடந்த மூட்டைகளின் மேலே போட்டான். ஓரத்திலிருந்த ஒன்று மெல்லச் சரிந்தது. முதுகை அண்டக்கொடுத்து அப்படியே நிறுத்தினான். மெல்லத் திரும்பி தலையால் முட்டி மேலேற்றினான்.

பெட்ரோல் வாடையுடன் புகை கிளப்பிய ஆக்டிவாவை ஓரமாக நிறுத்தி அணைத்தான் செல்வம். செல்போன்

ஒலித்தது. "சாயங்காலமா வாங்கிக்கலாங்கண்ணா. ஆறுமணிக்கா குடோன் பக்கம் வாங்கண்ணா. நான் இல்லேன்னாலும் குடுத்துட்டுப் போறேண்ணா."

குடோனுக்குள் எட்டிப் பார்த்தான். ரகரகமாய் அடுக்கிக் கிடந்தன மூட்டைகள். மூன்று பெண்கள் துணிகளை அடுக்கிக் கொண்டிருந்தனர். ஒருத்தி அகலத் துணியை உதறி இன்னொரு பெட்டியில் போட்டாள். சிகரெட்டைப் பற்றவைத்து இழுத்தவன் துளசியின் முகத்தை உற்றுப் பார்த்தான்.

"எப்பக்கா ஆபரேசன்?"

நிமிர்ந்து பார்க்காமல் வேலையில் ஆழ்ந்திருக்க அருக்காணி சலிப்புடன் கைகளை உதறினாள் "நீ கேட்டா மட்டும் அவ சொல்லுவாளா? பெத்த புள்ள தலையில அடிபட்டு ஆசுபத்திரில பத்து நாளா கெடக்கறான். ஆபரேசன் பண்டணும்னு சொல்றாங்க. மருமவ பாவம் ஒத்தப் புள்ளையா அங்க கஷ்டப்பட்டுட்டு நிக்குது. ஒரு எட்டு போயி பாக்கலாம்னுகூட எண்ணமில்லை. அப்பிடி என்ன அழுத்தம் இவளுக்கு?"

"சும்மாயிருக்கா. நீ வேற" சிகரெட்டை போட்டு மிதித்தான்.

ஈசானிய மூலையின் கீழ் வரிசையில் கடைசியாக தட்டோட்டைப் பொறுத்தினார் சின்னசாமி ஆசாரி. ஏணி வழியே கீழே இறங்கி வீட்டின் எதிரில் நின்றார். ஓடுகள் வேய்ந்த கூரையைப் பொறுமையாக நோட்டமிட்டார். கூர் மழுங்கிய சிறு பென்சில் ஒன்று இடது காதில். கைகளில் ஒட்டியிருந்த மண்ணைத் தட்டி உதிர்த்தார். நிறைவுடன் வேலுச்சாமியைப் பார்த்துச் சிரித்தார். "நல்லாருக்கு ஆசாரி. அரிசி தெளிச்சிர்லாமா?"

"சுண்ணாம்பு கலக்கியாச்சா?"

"அப்பவே கலக்கியாச்சு. அரிசில கரும்புச் சக்கரைய கலக்கிரவா?" துளசி பெஞ்சின் மேலிருந்த பொட்டலத்தைப் பிரித்தாள். புதுவீடு உருப்பெற்று நிற்கும் குதூகலம் அவள் குரலில்.

“இந்தக் கொத்தனார் இன்னும் என்ன பண்றாரு? இன்னுமா முடியலை?” வேலுச்சாமி வடக்குப் பக்கமாய் நடந்தார். கிழக்கு வாசலுடன் கச்சிதமாய் அமைந்திருந்தது ஐந்து அங்கண வீடு. தென்கிழக்கு மூலையில் சமையல் அறை. அதன் பின்னால் பெரியவீடு. மீதியிருந்த நான்கு அங்கணத்தில் இரண்டு தறிகளைப் பூட்டலாம் என்று திட்டம்.

“ராஜா, அண்ணன் எங்கடா?” கீழே நின்று அண்ணாந்து பார்த்துக்கொண்டிருந்தான் சிறியவன்.

“அவன் மட்டும் மேல ஏறிட்டான். என்னைய ஏத்திவிட மாட்டேன்னுட்டாங்க” சிணுங்கியபடியே மேலே கை காட்டினான்.

வடக்கு கோம்பைச் சுவரின் முக்கோணத்தின் நடுவில் தாமரைப் பூவை அமைத்துக் கொண்டிருந்தார் கொத்தனார். சிறிய சாந்துக் கரண்டியால் காரையைச் செதுக்கி இதழ்களை ஒழுங்குபடுத்தியவரை அவசரப் படுத்தினான் மணி. அவன் கையில் சிறிய கோலிக்குண்டு. “போதும் கொத்தனாரே. நடுவுல இதை வெக்கலாம். நானே வெக்கவா?” தாமரைப் பூவின் மத்தியில் கோலிக்குண்டை வைக்கலாம் என்று சொன்ன நாள் முதல் இதற்காகக் காத்திருக்கிறான் மணி.

வெற்றிலையைக் குதப்பிக்கொண்டிருந்தவரின் தலை அசைந்தது. வேர்வை மினுக்கும் கழுத்தை நொடித்துப் பார்த்தார். தாமரை சரியாகத்தான் வந்திருந்தது. இதழ்களின் அளவைச் சரிபார்த்துவிட்டு விரல்களால் அளவெடுத்து பூவின் மையத்தை முடிவு செய்து புள்ளி வைத்தார். கையை அசைத்து கோலியைத் தருமாறு சைகை செய்தார். முகம் கோண கோலியை நீட்டினான் மணி. புள்ளியிட்ட இடத்தில் நிதானமாகப் பதித்தார்.

“நேரமாச்சு கொத்தனாரே. வாங்க. அரிசி தெளிக்கணும்.”

எச்சரிக்கையுடன் மணியை கீழே இறக்கிவிட்ட பின் கொத்தனாரும் குதித்தார். எச்சிலைத் துப்பிவிட்டு வாய் கொப்புளித்தவர் ஓடுகளைப் பார்வையிட்டார்.

“சரியாதான் இருக்கு. சுண்ணாம்பு தெளிக்கலாம்” உத்தரவு கிடைத்ததுபோல ஆசாரி கலக்கிய சுண்ணாம்பை கையில்

அள்ளி ஓடுகளின்மேல் தெளித்தார். சிவப்பு ஓடுகளின் மேல் சுண்ணாம்புத் துளிகள் விழுந்ததும் ஆவி எழுந்தது. நொடியில் வெண்மை துலங்கிப் பளபளத்தது.

பின்பக்கமாய் சுண்ணாம்பு தெளிக்க ஆசாரி நகர்ந்ததும் துளசியைப் பார்த்தார் “அரிசி எங்கம்மா?”

கலக்கி வைத்த அரிசிக் குண்டானை நீட்டினாள். ஊற வைத்த அரிசியில் சர்க்கரை கரைந்திருந்தது. “சௌடேஸ்வரி தாயே. குடும்பம் தழைக்கணும். கொலம் விளங்கணும் தாயே” கையால் அரிசியை அள்ளி கூரையின் மீது இறைத்தார். இதற்காகவே வேப்பமரக் கொப்பில் காத்திருந்த காக்கைகள் கரைந்தபடியே கூரையின் மேல் இறங்கின.

“கண்ணு இந்தா நீ வாங்கிக்க” ஒரு குத்து அரிசியை எடுத்து ராஜாவிடம் நீட்டினார். ஆசையுடன் வாங்கி அப்படியே வாயில் போட்டான்.

மணியின் நண்பர்கள் வரிசையில் நின்றனர். அரிசியை வாயில் போட்டு மென்றபடியே தாமரையில் பதிக்கப்பட்ட கோலியை வியந்து பார்த்தனர்.

தண்ணீர் சொம்புடன் கூரையைப் பார்த்தபடி நின்ற துளசியை ஓரக்கண்ணால் பார்த்துச் சிரித்தார் வேலுச்சாமி “கோம்ப வெச்ச அஞ்சு அங்கண வீடு வேணும்னியே. சந்தோஷமா தொளசி?”

“இன்னும் வேல முடியலேங்க. காலையில புண்ணியாசனம். மாவிலை கட்டணும். பூசைக்கு கோயில் பூசாரியை வரச் சொல்லிருக்கு. எல்லாத்தையும் எடுத்து வெக்கணும். தண்ணி பத்துக் கொடம் வேணும். இப்பவே இப்பிடி நின்னுட்டா முடியாது” செல்லமாய் கோபித்தபடியே உள்ளே விரைந்தாள்.

விடிகாலையில் அந்த அமுகைச் சத்தத்தைக் கேட்டு எழுந்த மணிக்கு எதுவும் புரியவில்லை. சீக்கிரம் எழுந்திருக்க வேண்டுமென்று அம்மா சொன்னது நினைவுக்கு வந்தது. கால்சட்டையை மேலேற்றியபடியே எழுந்து வெளியில் வந்தான். புதுவீட்டில் நாளையிலிருந்துதான் படுக்க முடியும் என்று சொன்னதால் பின்னாலிருந்த தாத்தா வீட்டில்தான் படுத்திருந்தான். அம்மாவுடம்கூட அங்கேதான் படுத்திருந்தாள், இப்போது ராஜா மட்டுந்தான் கிடக்கிறான்.

புது வீட்டுக்கு முன்னால் கூட்டம் சேர்ந்திருந்தது. மெதுவாக நடந்துவந்த அவனைப் பார்த்தவுடனே பெட்டிக்கடை சரசக்கா ஓடி வந்து தூக்கிக்கொண்டாள் "அய்யோ ராசா..."

எல்லோரும் ஏன் அழுகிறார்கள் என்று அவனுக்குத் தெரியவில்லை. சரசு அவனை உள்ளே தூக்கிக்கொண்டு போனாள். நடு வீட்டில் அப்பா படுத்திருக்கிறார். எல்லோரும் அழுகிறார்கள். அம்மா சுவரில் சாய்ந்து அவரையே வெறித்திருந்தாள்.

அவர்கள் மூவரும் பழைய டி.வி.எஸ் ஃபிப்டியில் வந்து இறங்கியபோது மணி வீட்டு வாசலில் தெருவே கூடியிருந்தது. அழுக்கான உருமாலை, அதேயளவு அழுக்கான சட்டையும் வேட்டியுடனும் இருந்த பெரியவரின் கையில் பூண் போட்ட ஒரு தடி. அதன் நுனி சற்றே வளைந்திருந்தது. மற்ற இருவரில் ஒருவன் அரைக்கால் சட்டையும் ரஜினி படம் போட்ட மஞ்சள் பனியனும் அணிந்திருந்தான். இன்னொருவன் பிற இருவரையும்விட வயதில் இளையவன். நீண்ட கம்பியை வைத்திருந்தான்.

"உசுரு எங்க இருக்கு?" பெரியவர் வெற்றிலையை மடித்து வாயில் அதக்கினார். நுனிவிரலிலிருந்த சுண்ணாம்பைக் கீழ் வரிசை முன்பற்களில் ஈசினார். செம்பட்டை முடி கழுத்தில் புரண்டது.

மணியின் பார்வையில் அவ்வளவாய் நம்பிக்கையில்லை "கோம்பை ஓட்டுக்குக் கீழே இருக்கு."

டயராலான கனத்த செருப்பை வாசலில் உதறிவிட்டு உள்ளே நுழைந்தான். தறிக்கு முன்னால் மடுப்பு நீண்டு கிடந்தது. இன்னொரு தறியில் அச்சுப் புனைக்க ஆரம்பித்திருந்தனர்.

காலைப் பொழுதின் வெளிச்சம் கூடத்தில் விழுந்திருந்தது. மணி டார்ச்சை ஒளிரச் செய்து கூரையை நோக்கிப் பாய்ச்சினான். ஐந்து அங்கண வீடு. இரண்டாம் அங்கணத்துக்கும் மூன்றாம் அங்கணத்துக்கும் இடையில் நின்ற தாங்குமரத்தின் உச்சியில் வெளிச்சம் நின்றது. ஒன்றும் தெரியவில்லை. கொஞ்சம் விலகி நின்று கூர்ந்து பார்த்தான். இதற்குள் ரஜினி பனியன் போட்ட இளைஞன் உள்ளே வந்திருந்தான்.

"வால் தெரியுது பாரு பெருசு" என்றவன் டார்ச்சை வாங்கி ஒளியை சற்றே விலக்கிக் காட்டினான்.

"ஆமாம்பா. பெரிய ஜீவன்தான். எப்பிடிப்பா?"

கூரையை நோட்டமிட்டு நின்ற இளைஞனையே உற்றுப் பார்த்தான் மணி.

"ஓட்டைப் பிரிச்சாதான் முடியும்" குரலில் எந்தத் தயக்கமும் இல்லை. மிகச் சரியாகக் கணித்தவன்போல உறுதியாகச் சொன்னான்.

பெரியவர் மணியைப் பார்த்தார்.

மூவரும் வெளியில் வந்ததும் கூட்டம் ஆவலுடன் நெருங்கியது. பாத்திரக்கடை வெள்ளியங்கிரிதான் போன் போட்டு மூவரையும் வரவழைத்திருந்தார்.

"அய்யா மேலதான் படுத்திருக்கு. கொஞ்சம் பெருசு போலத் தெரியுது. ஓட்டைப் பிரிச்சுதான் புடிக்கணும்." சற்றுத் தள்ளிச் சென்று கிளுவை வேலியின் மேல் எச்சிலைத் துப்பினான். மூன்றாமவன் தலையைச் சொறிந்தபடியே அருகில் வந்தான்.

"மணி, என்னப்பா செய்யறது?" காதுமடல்களின் மேலிருந்த முடியை நீவினார் வெள்ளிங்கிரி.

"வேற வழியில்ல மாமா. ஆனா ஓட்டைப் பிரிச்சு அடுக்கறதுன்னா பெரிய வேலையாச்சே."

வேப்ப மரத்தடியிலிருந்து அவர்கள் பேசுவதை கவனித்துக் கொண்டிருந்த துளசி ஒருகணம் திரும்பிப் பார்த்தாள். அருகில் நின்றிருந்த பேத்தி கௌசியை காணவில்லை. அவசரமாக சுற்றுமுற்றும் பார்த்தாள்.

"அம்மா, பிரிச்சுப் பாக்கச் சொல்லிறலாமா?" மணி அருகில் வந்து கேட்டதும் தலையாட்டினாள். ஆனால் அவளது பார்வை கௌசியையே தேடிக்கொண்டிருந்தது.

"என்னத்தே பாக்கறீங்க?" ரமணி மெதுவாகக் கேட்டாள். அவளுக்கும் யாரைத் தேடுகிறாள் என்று தெரியும்.

"எங்க போனா?"

"அங்க பாருங்க. மாமா வீட்டுல புறாக்கூண்டு பக்கத்துல நிக்கறா. சுகுணா கூப்பிட்டுச்சுன்னு போயிருக்கா. நீங்க எதுக்கு இப்பிடி பயப்படறீங்க?" ரமணி இன்னும் தணிவான குரலில் சொன்னாள்.

புறாக் கூண்டின் அருகில் நின்றவளைப் பார்த்ததும் பெரு மூச்செறிந்த துளசி வேப்ப மரத்தடியில் கிடந்த நாற்காலியில் உட்கார்ந்தாள்.

மூன்றாமவன் ஏணியில் விறுவிறுவென ஏறிச் செல்ல பின்னாலேயே ரஜினி இளைஞனும் தாவி ஏறினான். பெரியவர் எச்சிலைத் துப்பிவிட்டு வேட்டியைத் தளர்த்தி கோவணம்போல இறுக்கிக் கட்டியபின் வடக்குப் பக்கத்திலிருந்து நிதானமாக ஏறினார்.

"ராத்திரி லைட்டெல்லாம் ஆப் பண்ணிட்டு படுத்து கண்ணை மூடித் தூங்கும்போது ஸ்ஸ்ன்னு சத்தம் கேக்கும். அப்பறம் ஒண்ணும் தெரியாது. சித்த நேரத்துல மறுக்கா அதே மாதிரி சத்தம். ஸ்.. ஸ்.ன்னு. செரி நமக்குத்தான் வயசாயிருச்சு. தூக்கம் வர்லைன்னு சும்மா இருந்துட்டேன். ஒரு நாள் ரெண்டு நாள் இல்ல. இப்ப பதினைஞ்சு நாளாச்சு. ரெண்டு நாள் முன்னாடிதான் அத்தையும் சத்தம் கேக்குதுன்னு சொல்றா. கௌசியும் அவங்கப்பாகிட்ட சொல்லிட்டு இருந்தா. அவதான் ஓட்டு மேல இருந்து சத்தம் வருதுன்னு சந்தேகமா சொன்னா. ராத்திரி லைட் அடிச்சு பாத்தா ஒண்ணும் தெரியலை. நேத்திக்கு சாயங்காலம். லைட் போட்டு அஞ்சு நிமிஷங்கூட ஆகலை. மேல இருந்து சொத்துன்னு எலி ஒண்ணு விழுந்துச்சு. கரெக்டா நூல் ராட்டை பக்கத்துல. கௌசி அலறி அடிச்சுட்டு வெளியே ஓடுனா. அப்பத்தான் மூஞ்சி கழுவிட்டு வந்தவளைக் கட்டிப் புடிச்சுட்டா. அப்பறமா பாவாவைக் கூப்பிட்டு பாத்தா எலி செத்து போயிருந்துச்சு. மேல அந்த சத்தம். மாமாவும் சின்னானும் வந்து லைட் அடிச்சு பாத்தா வால் தொங்கறது தெரிஞ்சுது. ஒரே பயமாப் போச்சு. இத்தனை நாளும் தலைக்கு மேல அது படுத்துட்டு எலியைப் புடிச்சுட்டிருந்துருக்கு. எங்க இருந்து வந்து சேந்துச்சோ, தெரியலை. இத்தனைக்கும் நாங் கோயலுக்கு போனா புத்துக்குப் பால் ஊத்தாம வந்ததில்லை. என்ன கெட்ட

நேரமோ இப்பிடியெல்லாம் நடக்குது" ரமணி சேலைத் தலைப்பால் நெற்றியைத் துடைத்துக்கொண்டாள்.

பிரித்த ஓடுகளை வாங்கி கீழே அடுக்கினார்கள். மூன்றாமவன்தான் எச்சரிக்கையுடன் ஒவ்வொரு ஓடாக விலக்கி நீக்கினான். பெரியவர் எதிர்ப்பக்கமாய் கம்பியுடன் மடங்கி அமர்ந்திருந்தார். பொழுது ஓடிக்கொண்டிருந்தது. வெயிலில் நிற்க முடியாமல் மர நிழல்களில் ஒதுங்கியிருந்தனர்.

சுகுணா வீட்டைத் திரும்பிப் பார்த்தபோது புறாக்கூண்டின் அருகில் இருக்கவில்லை கௌசி. பதற்றத்துடன் எழுந்த துளசி வேடிக்கை பார்த்து நின்ற கூட்டத்தை விலக்கிக் கொண்டு வெளியில் போனாள்.

"புடிச்சுட்டான்போல" யாரோ சத்தமாய் சொன்னதும் கூட்டம் ஒருவரையொருவர் தள்ளிக்கொண்டு எட்டிப் பார்த்தது.

பெரியவர் கம்பியை நீட்டியபடி நின்றார். இரண்டாமவன் கையிலிருந்த கம்பியால் அழுத்திப் பிடித்திருந்தான்.

"எல்லாரும் கொஞ்சம் வெலகி நில்லுங்க. பெரிய உசுரு. இங்கிருந்து புடிச்சு தூக்கிட்டு வர்றது செரமம். கீழ போட வேண்டி இருக்கும்" பெரியவர் எச்சரித்ததும் கூட்டம் பதறி விலகியது.

ஒன்றிரண்டு ஓடுகள் நொறுங்கி வீட்டுக்குள் விழுந்ததைக் கவலையுடன் பார்த்தாள் ரமணி. நல்லவேளையாய் மடுப்பில் எதுவும் விழவில்லை.

சரிந்தாற்போல கால்களை நகர்த்தி சற்றே கீழே வந்த இரண்டாமவன் அழுத்திப் பிடித்திருந்த கையை விலக்காமல் கனத்த சாக்குப் பையை விரித்தான். பெரியவர் கால்களை அகட்டி உறுதியாகப் படுத்திருந்தார். மூவரும் ஒருவரை யொருவர் ஒருகணம் பார்த்துத் தலையசைத்தனர். அடுத்த நொடியில் பெரியவர் வாலைப் பிடித்து இழுக்க காற்றில் துள்ளி நெளிந்த பாம்பை கையில் பற்றி சாக்குப்பைக்குள் போட்டான் இரண்டாமவன். மூன்றாவன் சாக்குப் பையின் வாயை சுருட்டி இறுக்கினான். நொடிப்பொழுதும் தாமதிக்காமல் ஓட்டின் மேலிருந்து அப்படியே சரிந்து கீழே குதித்தனர் இருவரும். வண்டியின் மீது வைத்திருந்த

இன்னொரு கனத்த பையில் சாக்குப் பையை அப்படியே சுருட்டித் திணித்தான். கயிறைச் சுற்றி இறுக்கினான்.

பெரியவர் கம்பியைப் பொறுக்கி எடுத்து வந்தார். வேட்டி மடியிலிருந்து வெற்றிலையை எடுத்துத் தடவினார் "எவ்ளோ பெருசு பாத்தீங்களா? சுலவத்துல புடிக்க முடியாது. ராத்திரி எரை எடுத்துருக்கும்போல. அதான் அப்பிடியே கெடந்துருக்கு."

துளசி திரும்பி வந்தபோது கூட்டம் கலைந்திருந்தது. பெரியவர் சாக்குப்பையைப் பிடித்தபடி பின்னால் உட்கார்ந்திருக்க, புகை கக்கியவாறு வண்டி புறப்பட்டுப் போனது.

"சாரப் பாம்புன்னு சொன்னாங்க. நீ அதப் பாக்கலியாம்மா?" மணி துளசியின் முகத்தை ஏறிட்டான்.

"நாலஞ்சு ஓடுக ஓடஞ்சிருச்சு பாவா. இப்பவே வேற ஓடு போட்டுட்டா தேவலை" ரமணி அப்படியே நின்றாள்.

"என்னம்மா ஒண்ணுமே பேச மாட்டேங்கறே?"

வீட்டுக்குள் நுழைந்தவள் சுவரில் சரிந்து உட்கார்ந்து கூரையைப் பார்த்தாள். உடைந்த ஓடுகளின் வழியே வெளிச்சம் பீறிட்டது.

"கௌசி எங்க?" சொம்பிலிருந்த தண்ணீரைக் குடித்துவிட்டு கேட்டான் மணி.

"காலையில வருவான்னு நெனக்கறேன், கழுத்துல தாலியோட" துளசியின் கரகரப்பான குரல் நடுங்கியது.

ஓட்டுத் துண்டுகளைப் பொறுக்கக் குனிந்த மணியும் ரமணியும் ஒருகணம் திரும்பிப் பார்த்தார்கள்.

"அவன் வந்திருந்தானா இங்க?" ஆத்திரத்துடன் எழுந்து வெளியில் ஓடினான்.

கோதுமையில் கிடந்த பொடிக் கற்களைப் பொறுக்கி எறிந்தாள் துளசி. முகம் இறுகியிருந்தது. துவைக்கிற கல்லின் மேல் தத்தி நின்றது சிட்டுக்குருவி. நாற்காலியில் சாய்த்து வைக்கப்பட்டிருந்தான் மணி. இடதுகை அவன் மடியில் கிடக்க தலை ஒருபக்கமாய் சரிந்திருந்தது. வாயைத் துடைத்துவிட்டுக் கைகளைக் கழுவிய ரமணி நரை துளிர்த்த தலைமயிரை அள்ளி முடிந்துகொண்டாள்.

"மக போன கையோடவே எல்லாம் போயிருச்சு தொளசி. பாவம், வெசனத்துலயே மணிக்கு கைகால் வெளாங்கத போயிருச்சு. வருஷம் நாலாச்சு. எத்தனை ஆசுபத்திரிக்குத்தான் போயிருப்பீங்க. சும்மா சொல்லக்கூடாது. மருமவளும் தெகிரியம் விடாம அலையறா. வேலைக்கு போறாளாட்டமா இருக்கு" அருக்காணி கோதுமையைப் புடைக்க பொன்னிறத் தூசிகள் காற்றில் பறந்தன.

துளசி எப்போதும்போல பதில் சொல்லவில்லை.

"வெள்ளிங்கிரியே வீட்டை வாங்கிருச்சுபோல. சொன்னாங்க. ஆனாலும் இத்தனை சலீசா நீங்க குடுத்துருக்கப்படாது. சொந்தம்னாலும் காசுன்னு வந்துட்டா எல்லாருமே வேத்து ஆளாயிர்றாங்க."

பூரணி டீ தம்ளரை வைத்துவிட்டு கொடியில் கிடந்த துணிகளை மடித்தாள்.

"இப்ப எதுக்கும்மா அதைப் பத்தியெல்லாம் பேசறீங்க?"

"இல்ல தாயீ. இந்த ஒத்த டாப்பு லைன் வீட்ல உக்காந்துட்டு செரமப்படறீங்களே, மனசு கேக்கலை. எங்கியோ கேரளாவுல எண்ணெய் வைத்தியம் செய்யறாங்களாம். அழைச்சிட்டு போலாமில்ல?"

மணியின் வாயில் வழிந்த எச்சிலைத் துடைத்தவள் அலட்சியத்துடன் நடந்தாள் "போலாந்தான். காசுக்கு எங்க போறது? இப்பவே கால் வயித்துக் கஞ்சிக்கு வழியக் காணம். ஒருத்தி பாடுபட்டா முடியுமா?"

துளசியின் கண்கள் மேலுயர்ந்து நொடியில் தாழ்ந்தன. அருக்காணி புடவையை உதறினாள் "அவ வந்து எட்டிக்கூடப் பாக்கலையா?"

"வந்தாளே. சம்பாதிச்சு சேத்து வெச்சதெல்லாம் கேட்டு வாங்கிட்டுப் போனாளே. இவங்களும் எல்லாத்தையும் தூக்கிக் குடுத்துட்டாங்க. மவராசியா இருக்கட்டும்."

துளசி முறத்தில் கோதுமையை அள்ளி நிதானமாய் புடைக்கலானாள்.

"இவ ஒருத்தி. இப்பிடியே மனசுக்குள்ள போட்டு அடச்சு வெச்சிட்டு என்ன பண்டப் போறாளோ?"

எம். கோபாலகிருஷ்ணன்

சிட்டுக் குருவிகள் இப்போது அருகில் வந்து தத்தின. சிதறிக் கிடந்த தானிய மணிகளைக் கொத்தித் தின்றன. துளசி ஒரு பிடி கோதுமையை இறைத்தாள்.

"பனியன் குடோனுக்கு வேலைக்கு வரேன்னு சொன்னியே தொளசி. காலையில எட்டு மணிக்கு ரெடியா இரு. போலாம்" மூட்டையை இடுப்பில் இடுக்கிக்கொண்டு அருக்காணி தெருவில் இறங்கினாள்.

'வீரவாண்டிலேர்ந்து கழுத்து நெறைய நகையோடவும் கையில வளையலோடவும் புதுப் பொண்ணா வந்து இதே தெருவுல மஞ்ச நீராடினது இன்னும் கண்ணுல நிக்குது. ஆண்டவென் யாரைத்தான் சோதிக்காம விட்டான்' வாய்க்குள்ளேயே முணுமுணுத்தவள் திரும்பிப் பார்த்தாள். துளசி அதே இடத்தில்தான் உட்கார்ந்திருந்தாள்.

தெருமுனை மின்கம்பத்திலிருந்து மங்கலான வெளிச்சம். இருட்டில் ஆட்களோடு சேர்ந்து உட்கார்ந்திருந்தாள் துளசி. தொலைவில் ஒலிப்பெருக்கிச் சத்தம்.

"உங்கள் பொன்னான வாக்குகளை..."

அருக்காணி செய்தித்தாளில் பொதிந்திருந்த பப்ஸை நீட்டினாள் "இதச் சாப்புடு. வேப்பாளர் ஓட்டுக் கேக்கறதுக்கு வந்துட்டு போனதுக்கு அப்பறந்தான் புரோட்டா பொட்டலாம் தருவாங்க. காசும்."

துளசி வாங்கிக்கொண்டாள். பசி. நாலுமணிக்கு குடித்த டீ எப்போதோ காணாமல் போயிருந்தது. கௌசிக்கு காளான் பப்ஸ் என்றால் பிடிக்கும். பொட்டலத்தைப் பிரித்துப் பார்த்தாள். வெங்காய பப்ஸ்தான்.

"இதோ இன்னும் சற்று நேரத்தில்... உங்கள் வேட்பாளர்... உங்கள் ஆதரவு பெற்ற அன்புக்குரிய வேட்பாளர்... நமது தொகுதியின் வெற்றி வேட்பாளர்... வந்துகொண்டிருக்கிறார்" மின்னொளியுடன் வாகனம் மெதுவாக நாற்சந்தியைக் கடந்து திரும்பியது.

"ஆறு மணிக்கே வர்றதுன்னு சொன்னாங்கன்னு ராத்திரி ஷிப்ட் வேண்டாம்னு சொல்லிட்டு இங்க வந்தா இப்பிடிக் காக்க வெக்கறானுங்க" பக்கத்து பாய் குடோனில் துணி பொறுக்கும் அம்சா அங்கலாய்த்தாள்.

“சொன்ன நேரத்துக்கு வந்துருவாங்களா? நீ நேத்திக்கு தாமர கட்சி ஊர்வலத்துக்கு போனியே அம்சா? எவ்ளோ குடுத்தாங்க?”

“என்னத்த குடுக்கறாங்க. அதே முந்நூறு ரூவாதேன். புரோட்டாவுக்கும் வெறும் சால்னாதான். போன வாரம் எல கட்சில பிரியாணிப் பொட்டலம். கெரகத்த அன்னிக்கு பாத்து எனக்கு போவ முடியாத போச்சு.”

“உங்கள் சின்னம்... வெற்றிச் சின்னம். இதோ வந்து கொண்டிருக்கிறார். உங்களைச் சந்திக்க வெற்றி வேட்பாளர் வந்துகொண்டிருக்கிறார்” இன்னொரு வாகனம் இன்னும் உரத்தொலிக்கும் குரலுடன் விரைந்து மறைந்தது.

பொட்டலத்தைக் கசக்கி எறிந்தாள் துளசி. காதோரம் ரீங்கரித்த கொசுக்களை விரட்டினாள். பாதங்களைச் சொறிந்தாள். புடவையை இழுத்துக் கால்களை மூடினாள்.

சிவப்பு விளக்கு ஒளிர அவசர ஓசையெழுப்பியபடி ஆம்புலன்ஸ் தெருவில் திரும்பியது. கூட்டம் விலகி வழிவிட்டது. சாலையின் முனைக்கு நகர்ந்து கிழக்கு நோக்கித் திரும்பியதை துளசி உற்றுப் பார்த்தாள்.

“நாளைக்கு ஞாயித்துக் கெழமைதானே தொளசி. ஆசுத்திரிக்கு போயி ஒரு எட்டு பாத்துட்டு வரலாமா?” அருக்காணி புறங்கையிலிருந்த கொசுவை அடித்தாள்.

ஒலிபெருக்கிச் சத்தம் வலுத்தது. “இதோ வந்துவிட்டார், உங்கள் வேட்பாளர்...” வரிசையாய் வாகனங்கள் அணி வகுத்தன. நாற்சந்தி முழுக்க ஒளி வெள்ளம். அனைவரும் சூழ்ந்து நின்றனர். கூப்பிய கரங்களுடன் வேட்பாளர் சிரித்துக்கொண்டு நின்றார். யாரோ ஒருவர் ரோஜா மாலையை அணிவித்தவுடன் கரவொலி எழுந்தது. மஞ்சள் சேலை கட்டிய பெண்கள் நால்வர் ஆரத்தி எடுக்க தட்டில் தாள்கள் விழுந்தன. கையிலிருந்த கொடிகளை அசைத்தபடி நின்றது காத்திருந்த கூட்டம். அவ்வப்போது கை தட்டினார்கள்.

வாகனங்கள் விலகிப் போய் ஓசைகள் அடங்கியிருந்தன. மீண்டும் இருள் சூழ்ந்திருக்க துளசி ஓரமாய் நின்றிருந்தாள். அருக்காணி கையிலிருந்த ரூபாய் நோட்டுகளை எண்ணித் தந்தாள். துளசி உள்ளங்கையில் சுருட்டிக்கொண்டாள்.

முனியப்பன் கோயில் விலக்கில் திரும்பியபோது மூச்சு வாங்க நின்றாள் அருக்காணி "எதுக்கு இப்பிடி ஓடறே. பசிக்குதுன்னா அங்கயே திங்க வேண்டிதுதானே. வீட்டுக்கு எடுத்துட்டுப் போறேன்னுட்டு இப்ப இப்பிடி இழுத்துட்டு வர்றே. உன்னோட ஒரே ரோதனையாப் போச்சு... இத்தனை செலவு பண்டறாங்க. இன்னொரு நூறு ரூவா குடுக்கறதுக்கு மனசு வரெ மாட்டேங்குது."

நடை வேகத்தை சற்றும் தளர்த்தாமல் விறுவிறுவென தெருவில் நுழைந்தவள் மறுகணம் அப்படியே நின்றாள். அழுகைச் சத்தம் காதில் விழுந்தது. குடியிருக்கும் லைன் வீட்டு வாசலில் வெளிச்சம். ஆட்கள் கூடியிருந்தைப் பார்க்க முடிந்தது.

அருக்காணி தோளைப் பிடித்துக்கொள்ள துளசி தளர்ந்து நடந்தாள். கையிலிருந்த பொட்டலம் மண்ணில் விழுந்து தெறித்தது. "தெகிரியமா வா. ஒண்ணில்ல தொளசி" அருக்காணி வாய் குளறினாள்.

துளசியைப் பார்த்ததும் அழுகை வலுத்தது. விலகி வழிவிட்டனர்.

வெள்ளைத் துணி சுற்றிய ஒரு பொட்டலமாய் வாசலில் கிடத்தப்பட்டிருந்தான் மணி. மாரில் அடித்துக்கொண்டு அழுத ரமணி நிமிர்ந்து துளசியைப் பார்த்தாள். குமுறல் வெடிக்கக் கால்களை கட்டிக்கொண்டாள். அவள் தலையைத் தொட்டு நிமிர்த்தினாள். படியருகே தளர்ந்து உட்கார்ந்தாள். அப்போதுதான் முதன்முதலாகப் பார்ப்பதுபோல அவன் முகத்தை வெறித்துப் பார்த்தாள்.

"இப்பவாச்சும் அழுது தொலையேண்டி. கல்லு மாதிரி எல்லாத்தையும் இப்பிடி வெறிச்சு வெறிச்சுப் பாத்துட்டிருந்து என்னத்த சாதிக்கப் போறே? இனியும் யார் சாவணும் உனக்கு?" அருக்காணி அவள் முதுகில் மொத்தினாள்.

மடியில் புரண்டு அழும் ரமணியின் முதுகில் கை வைத்தபடி வறண்ட கண்களால் வெறித்திருந்தாள் துளசி.

புரவி, ஏப்ரல் 2022

தீச்சொல்

“அந்த சிங்குக ரெண்டு பேரும் இந்திரா காந்தியை சுட்டுக் கொல்லலைன்னா நீ வாயைத் தொறந்து எங்கிட்ட சொல்லிருக்க மாட்டே. அப்பிடித்தானே?” அண்மை நாட்களில் முகத்தில் எப்போதும் அவள் வலிய வரவழைத்துக் கொள்ளும் வேதனைகூடிய புன்னகை.

வஞ்சிபாளையம் ரயில் நிலையத்தின் நடை மேடையில் வரிசையாக சீரான இடைவெளியில் போடப்பட்டிருக்கும் சிமெண்ட் பெஞ்சுகளில் கிழக்கிலிருந்து ஐந்தாவது பெஞ்சில் இருவரும் அமர்ந்திருந்தோம். மந்தமான வெயிலில் ஆடுகள் இலைகளற்ற வேலிக் கிளுவைகளின் மீது சோம்பலுடன் தாவின.

அவளை உற்றுப் பார்த்தேன் “அன்னிக்கு வாயைத் தொறந்து சொல்லலேன்னா உனக்குத் தெரியாதா?”

“அதெப்பிடி தெரியாமப் போகும். நீதான் ஊருக்கே தெரியறமாதிரி காரியமெல்லாம் பண்ணினயே. அத்தனை ஆர்ப்பாட்டம், ரகளை. அதுவும் எங்கப்பாகிட்ட நீ பண்ணின காரியத்துக்கு வேற யாராவதா இருந்தா ஒண்ணுமே நடந்திருக்காது.” ருக்மணி முதுகை நிமிர்த்திக்கொண்டு உட்கார்ந்தபோது முகம் சுண்டியது. வலியைக் காட்டிக்கொள்ளாமலிருக்க வலிந்து சிரிக்கிறாள். சற்றே மூச்சு வாங்கியது.

"ரகளையும் ரவுடித்தனமும் பிடிக்கலைன்னு சொல்லிருந்தா நான் உன் பின்னாடி வந்திருக்கவே மாட்டேன்." அருகில் அமர்ந்து அவள் கைகளைப் பற்றிக்கொண்டேன்.

கோவை நோக்கி வரும் ஈரோடு பயணிகள் வண்டிக்கான நேரந்தான். நடைமேடையில் ஆட்கள் அங்குமிங்குமாய் நின்றனர்.

"வராமயே இருந்திருக்கலாம்னு எப்பவாச்சும் உனக்குத் தோணிருக்குதா, சுந்தர்?" என்னைப் பார்த்து சிரித்தாள். அவள் கண்களுக்குக் கீழ் கருவளையம். உதடுகள் சற்றே வெடித்திருந்தன. மருந்தின் தீவிரம் உடலை ஆட் கொண்டிருந்ததன் தடயங்கள்.

"நீ ரொம்ப கேட்டதாலதான் இந்த நிலைமையிலயும் இங்க உன்னை கூட்டிட்டு வந்தேன். எதுக்கு இப்பிடியெல்லாம் பேசறே?"

"அட என்னப்பா நீ. கல்யாணத்துக்கு அப்பறமா ஒவ்வொரு வருஷமும் இதே அக்டோபர் கடைசி நாள்ல இங்க வர்றதுதானே வழக்கம். இந்திராவுக்கு டெத் ஆனிவர்சரி. நமக்கு லவ் டிக்ளரேஷன் ஆனிவர்சரி" சிரித்தபடியே சொன்னவள் தலையைக் குனிந்தாள். நிமிர்ந்து எங்கோ பார்த்தாள். "நான் இல்லேன்னாலும் ஒவ்வொரு வருஷமும் வருவியா சுந்தர்?" குரல் இடறியது. அவள் கண்ணீரைப் பார்க்க முடியாதவனாய் எழுந்தேன். கழுத்தை நிமிர்த்தி வானம் பார்த்தவன் மெல்ல நடந்தேன். நடைமேடையின் ஓரத்தில் நின்று மேற்கில் அஸ்தமனச் சூரியனைப் பார்த்தேன். தண்டவாளத்தின் நடுவில் மரக்கட்டையின் மீது கிடந்த நாயின் சிதைந்த உடலிலிருந்து சதைத் துணுக்கைக் கவ்வி இழுத்துக்கொண்டு மேலே பறந்தது காகம்.

உணவு இடைவேளை முடிந்து மதிய வேளையின் முதல் வகுப்புக்கான மணியொலிக்க இன்னும் ஐந்து நிமிடங்களே இருந்த நிலையில் அந்த செய்தி சருகில் விழுந்த தீயாகப் பரவியது.

"இந்திரா காந்திய சுட்டுட்டாங்களாம்."

வாயைக் கொப்புளித்துவிட்டு டிபன் பாக்ஸை உதறியபடி வகுப்பறையை நோக்கி வந்தபோதே எல்லோரும் பரபரப்புடன் புறப்பட்டிருந்தனர்.

"ருக்மணி, சீக்கிரமா கௌம்புடி. பஸ்ஸெல்லாம் ஓடாதுங் கறாங்க" அவள் கையில் நோட்டுப் புத்தகங்களைத் திணித்த சுதாவின் பின்னால் ஓடினாள்.

என்னாச்சு? எப்ப சுட்டாங்களாம்? யார் சொன்னாங்க? எந்தக் கேள்விக்கும் பதில் சொல்லும் நிலையில் இல்லை. கல்லூரி மொத்தமும் வாசலில் திரண்டிருந்தது. சாலை யெங்கும் மனிதத் தலைகள். எத்திசையில் எவரென்று எதுவும் விளங்கவில்லை. இரண்டு வாசல்களிலும் பிதுங்கும் ஆட்களுடன் அவிநாசி சாலையில் வந்த பேருந்தை ஒரு கூட்டம் நிறுத்தியது. "பஸ் ஓடாது. எல்லாரும் எறங்குங்க. சீக்கிரம்" கும்பல் மொத்தத்துக்கும் மிரட்டும் தொனியிலான ஒரே குரல். பேருந்து நொடியில் காலியானது.

"பஸ்தான்டி ஓடாது. நாம ஸ்டேஷனுக்குப் போயிர்லாம். ஏதாச்சும் டிரெயின் வரும்" யாரோ ஒருத்தி சொன்னதும் பெண்கள் கூட்டம் அப்படியே திரும்பி கல்லூரியின் பின்வாசலுக்கு விரைந்தது. அங்கிருந்து கொளுஞ்சிகள் அடர்ந்த மைதானத்தின் வழியே நடந்தால் பதினைந்து நிமிடத் தொலைவில் பீளமேடு ரயில் நிலையம்.

திரும்பித் திரும்பிப் பார்த்தபடியே வந்த ருக்மணியின் தோளைத் தொட்டாள் சுதா "அந்தப் பொறுக்கியத்தானே தேடறே. எங்கயும் போக மாட்டான். கண்டிப்பா வந்துருவான். நீ வா."

ருக்மணி பதில் சொல்லவில்லை. பாதையெங்கும் பரபரப் புடன் நடக்கும் மாணவர்களும் மாணவிகளும். சாயங்காலம் நான்கரை மணிக்கு மெதுவாக கதைபேசி நடந்து, ஐந்து நாப்பதுக்கு வந்து நிற்கும் பேசஞ்சரைப் பிடித்தால், ஏழரை மணிக்கு இருட்டு விழுந்த பொழுதில் திருப்பூரில் இறங்கிவிடலாம். சீசன் டிக்கெட்டுடன் அன்றாடம் சந்திக்கும் வழக்கமான முகங்கள்தான். ஆனால், இன்று எல்லோருடைய முகத்திலும் பதற்றம். அசம்பாவிதம் எதுவும் நடப்பதற்குள் பத்திரமாய் வீடு சேரவேண்டும். செய்தி கேட்டு குடும்பம் கவலையோடு காத்திருக்கும்.

பீளமேடு ரயில் நிலையத்தில் ஆட்கூட்டம் பிதுங்கியது. மொத்த பேசஞ்சருக்குமான கூட்டம் காத்திருந்தது. சுதா சலிப்புடன் நிலத்தை உதைத்தாள் "அந்தம்மாவை டெல்லில சுட்டதுக்கு இங்க எதுக்குடா பஸ்ஸையும் டிரெயினையும் நிறுத்துறீங்க? எல்லாரும் வீட்டுக்குப் போனதுக்கு அப்பறமா என்ன வேணாலும் செய்யலாமில்ல?"

"யாரைப் பாத்து இப்ப நீ ஆத்தரப்படறே?" ருக்மணியின் கண்கள் கூட்டத்தில் தேடின. எங்கே போய்விட்டான் இந்த நேரமாய் பார்த்து?

"உனக்கென்ன மகராசி. இப்ப பாரு அவன் ரதத்தோட வந்து நிப்பான் அந்தப் பொறுக்கி. உன்னை உங்க வீட்டு வாசல்லே பத்திரமா விட்டுட்டுத்தான் போவான். நாங்கதான் இப்பிடி தெக்கையும் மேக்கையுமா வழி பாத்துட்டு நிக்கணும்."

"நீ சொல்றா மாதிரி ரதத்தோட அவன் வந்தான்னா, மொதல்ல உன்னைய ஏத்தி விட்டுட்டு அப்பறமா நான் ஏறிக்கறேன். சரியா?"

ரெண்டு பத்துக்கு மெட்றாஸ் விரைவு வண்டி, அதன் பின்னால் பெங்களூருக்கு ஒரு வண்டி, சாயங்காலம் ஐந்து நாப்பதுக்கு கோரக்பூர் விரைவு வண்டி. ஆனால் வழக்கமாக எதுவுமே இங்கே நிற்காது. ஆனால் அத்தனை பேரும் நம்பிக்கையுடன் காத்திருந்தார்கள். வேறு வழியுமில்லை. வழக்கமாக நிற்கும் வேப்பமரத்தடிக்கு வந்தபோது எதிர்ப்புற நடைமேடையிலிருந்து கையாட்டினான் சுந்தரேசன்.

"சொன்ன மாதிரியே வந்துட்டான் பாத்தியா? பொறுக்கி. மூஞ்சியப் பாரு. நல்ல ஆளப் புடிச்சடி நீ. பாத்தாவே புடிக்கல" சுதா அவள் முதுகைத் தட்டினாள். தண்டவாளத்தைத் தாண்டி வந்து மேடையில் தாவி ஏறினான் சுந்தரேசன்.

முறைத்துப் பார்த்தாள் ருக்மணி "உன்னைய யாரு இப்ப பாக்கச் சொன்னா? சும்மா..."

"ரயில் வருமாங்கறது சந்தேகந்தான். இன்டர் சிட்டியே ஜங்ஷன்லதான் நிக்குதாம்." சுந்தரேசன் நீண்ட விரல்களால் நெற்றியைத் துடைத்தபடியே சொன்னான். ஒல்லியான உடலை இறுகப் பிடித்திருந்த வரிச் சட்டையின் மேல் பட்டன்கள் திறந்திருக்க மெல்லிய சங்கிலி கழுத்தில்

மின்னியது. அலட்சியமான உடலசைவு. கழுத்தில் புரண்ட அடர்ந்த சுருள் முடி.

"அது செரி. பஸ்சும் இல்லை. ரயிலும் இல்லைன்னா என்ன பண்றதாம்?" சுதா அவனைப் பொருட்படுத்தாதுபோல ருக்மணியிடம் கேட்டாள்.

"அங்க பாரு. எல்லாரும் பொடி நடையா நடக்க ஆரம்பிச் சிட்டாங்க." சுந்தரேசன் கைகாட்டினான்.

தண்டவாளத்தின் மீதும், ஓரமாகவும் கல்லூரி மாணவர்கள் நடக்கத் தொடங்கியிருந்தனர். அவர்களுக்குப் பின்னாலேயே இன்னும் சிலர்.

"அய்யோ. திருப்பூர் வரைக்குமா?"

ருக்மணி தலையாட்டினாள் "வேற வழியில்லை. நடக்கலாம் வா." சுந்தரேசன் கைக்குட்டையை எடுத்து மடித்து தலையில் கட்டிக் கொண்டான்.

சாரதாம்பாள் கோயிலருகே வடக்கு நோக்கி சீறித் திரும்பியது யமஹா. சண்முகா பாத்திரக் கடையை நெருங்கியதும் வேகம் குறைந்தது. டுப் டுப் டுப்பென்ற அதன் ஓசை கேட்டதும் கோலமிட்டுக் கொண்டிருந்த ருக்மணி நிமிர்ந்து பார்த்தாள். மகிழ மரத்தடியில் வண்டி நின்றது. அதிலிருந்து இறங்காமலே குளிர்கண்ணாடியைக் கழற்றி சட்டையில் செருகினான் சுந்தரேசன். அவசரமாய் கோலத்தை முடித்துவிட்டு எழுந்து உள்ளே விரைந்தாள். வாசலில் வரிசையாய் சிறிதும் பெரிதுமாய் செருப்புகள். இன்னும் வகுப்புகள் முடியவில்லை. நிறையச் சிறுமிகளும் பெண்களும் இந்தி படிக்கிறார்கள். சிகரெட்டை எடுத்து நிதானமாகப் பற்றவைத்தான்.

இந்தி பண்டிட் வீட்டுக்கு எதிரில் நின்று சிகரெட் குடிப்பதை எரிச்சலுடன் பார்த்துவிட்டு கழுத்தை ஒடித்தாள் அடுத்த வீட்டு மாமி "கலி முத்திடுத்து. கடங்காரனுக்கு வேற எடமே கெடக்கலையா?"

பண்டிட்டையும் அவர் வீடு அங்கிருப்பதையும் அறிந்திருக்கும் எவருமே அந்த இடத்துக்கு வந்தாலே பேச்சுச்

சத்தத்தைக் குறைத்துக் கொள்வார்கள். அதுவும் அவர் வாசலில் சாய்வு நாற்காலியில் அமர்ந்து எதையாவது படித்துக் கொண்டிருந்தால் அரவமில்லாமல் கடந்து செல்வார்கள். யாரையும் அத்தனை எளிதில் வகுப்பில் சேர்த்துக் கொள்ளமாட்டார். சரியான நேரத்துக்கு வந்துவிட வேண்டும். தாமதம் கூடாது. லீவு எடுக்க அனுமதியில்லை. வீட்டுப் பாடத்தை எழுதாமல் வரக்கூடாது. இத்தனைக்கும் அவர் திட்டுவதுமில்லை, அடிப்பதுமில்லை. நிமிர்ந்து முகத்தைப் பார்த்தாலே போதும், பிள்ளைகள் நடுங்குவார்கள்.

இரண்டாவது சிகரெட்டை பாதி இழுத்த வேளையில் பிள்ளைகள் ஒவ்வொருவராக வெளியே வருவது தெரிந்தது. அப்படியே தரையில் போட்டு மிதித்துவிட்டு தலையைக் கோதினான். அஜந்தா பாக்கை வாயில் போட்டுக் கொண்டான். எல்லோரும் வெளியில் வந்துவிட்டதை உறுதிசெய்துகொண்டு வேகமாகத் தெருவைக் கடந்து படிகளில் ஏறினான். புத்தகத்தை மூடிவைத்துவிட்டு எழுந்தவர் உள்ளே வந்தவனைக் கண்டதும் சற்றே திடுக்கிட்டார்.

“நீங்க வயசுல பெரியவர்தானே. நீங்க செய்யறது ஒங்களுக்கே நல்லாருக்கா?”

“அதெல்லாம் பேசாதே. மொதல்ல நீ வெளிய போ. உன்னத்தான் உள்ள வரக்கூடாதுன்னு சொல்லிருக்கனே.” பண்டிட்டின் குரல் நடுங்கியது. கண்கள் சிவக்க அவனை முறைத்தார். சத்தம் கேட்டு பதற்றத்துடன் வெளியில் வந்தாள் ருக்மணி.

“வெளியில போறேன். ஆனா நீங்க எனக்கு பதில் சொல்லுங்க. எதும் பிரச்சினைன்னா நேரா எங்கிட்ட சொல்ல வேண்டிதுதானே. அதென்ன எங்கப்பாகிட்ட போய் ‘உங்க புள்ளைய எங்க வீட்டுப் பக்கம் வராம பாத்துக் கோங்க’ன்னு சொல்லிருக்கீங்க. இதுக்கும் எங்கப்பாவுக்கும் என்ன சம்பந்தம்?”

“உங்கிட்ட பேசறதே வாண்டாம்னுதான் உங்கப்பாகிட்ட சொன்னேன். டியூசனுக்கா வந்தே நீ? மூஞ்சியப் பாத்தா தெரியாது. பேச வந்துட்டான். மொதல்ல நீ வெளியில

எறங்கு. என்ன கருமத்தை தின்னுட்டு எங்கிருந்து வந்திருக்கியோ."

சுந்தரேசன் ருக்மணியின் முகத்தைப் பார்த்துவிட்டுச் சிரித்தான் "ஆமாம். நான் படிக்கறதுக்காக வரலை. அது ஒங்களுக்கும் தெரியும், இதோ நிக்கறாளே உங்க பொண்ணுக்கும் தெரியும். வரவேண்டாம்னு எங்கிட்ட நேரா சொல்ல வேண்டிதுதானே. அதத்தான் கேக்கறேன்."

"நீ இப்ப கௌம்பு சுந்தர். எதுன்னாலும் இப்ப வேணாம். கொழந்தைங்க டியூசன் வர்ற நேரம்" ருக்மணி கண்டிப்புடன் சொன்னபோது பண்டிட் திரும்பி அவளை முறைத்தார்.

"நீ மொதல்ல உள்ள போ. பேச்சுப் போட்டி, பாட்டுப் போட்டின்னு போயி இவங் கண்ணுல விழுந்தது பத்தாதுன்னு வீட்டுக்குள்ளயே அழைச்சிட்டு வந்துட்டே, டியூசன் படிக்கறான்னு. உன்னைச் சொல்லணும் மொதல்ல."

"இப்ப நீ கௌம்பப் போறியா இல்லையா சுந்தர்?" ருக்மணியின் குரல் உயர்ந்தபோது அவன் கைகளை உயர்த்தினான். தாழ்வான நிலைப்படியருகே தலையைக் குனிந்து வெளியே வந்தான். இரண்டு பெண்கள் கையில் புத்தகங்களுடன் ஓரமாகத் தயக்கத்துடன் நின்றனர்.

திரும்பி உள்ளே பார்த்து சொன்னான் "இனிமே எதுன்னாலும் எங்கிட்ட நேரா பேசுங்க. இல்லியா ருக்மணிகிட்ட சொல்லுங்கோ. அப்பாகிட்ட கோள் மூட்டறதெல்லாம் நல்லால்ல."

"எப்பேர்ப்பட்ட மனுஷனுக்கு எப்பிடி வந்து வாச்சிருக்கான் பாரு புள்ளை. ஆடிட்டர் வரதராஜன்னா ஒரு மரியாதை, கௌரவம். இவன் என்னடான்னா இப்பிடி மட்டு மரியாதை தெரியாத தறுதலையா இருக்கான்..." பண்டிட்டின் குரல் படபடத்தது.

"அவன்தான் போயிட்டான்ல. இன்னும் என்ன பேசிட்டு. கொழந்தைங்க நிக்கறாங்க பாருங்க" ருக்மணி தண்ணீர் சொம்பை எடுத்து நீட்டினாள்.

யமஹா சீறிக்கொண்டு பாயும் சத்தம் கேட்டது. ஜன்னலில் எட்டிப் பார்த்தாள்.

சூலூர் ரயில் நிலையத்தைக் கடந்தபோது மற்றவர்களை முன்னும் பின்னுமாய் விட்டு அவர்கள் இருவர் மட்டும் ஆளுக்கொரு தண்டவாளத்தில் நடந்தனர். முன்னால் நடந்துகொண்டிருந்த தோழிகளுடன் சேர்ந்துகொண்டாள் சுதா.

"பண்டிட்ஜி என்னை மன்னிக்கவே மாட்டார். சேத்துக்கவும் மாட்டார்" சுந்தரேசன் வேர்க்கடலைப் பொட்டலத்தை நீட்டினான்.

"மன்னிக்கற மாதிரி காரியத்தையா பண்ணிருக்கே. ஆமா, கேக்கறேன். அவர் சொல்றதுல என்ன தப்பு. உங்கப்பா ஊர்ல பெரிய ஆடிட்டர். நீயும் நெனச்சா சி.ஏ பாஸ் பண்ற அளவுக்கு புத்தி இருக்கு. ஆனாலும் புடிவாதமா முடியாதுங் கறே." கலைந்து பறந்த தலைமுடியைக் காதோரத்தில் செருகினாள்.

"ஊருக்கு ஒரு வரதராஜன் போதும் தாயே. சோடாபுட்டிக் கண்ணாடியப் போட்டுட்டு வருஷமெல்லாம் பென்சிலும் நம்பருமா வெறிச்சிப் பாத்திட்டிருக்க முடியாது என்னால" தண்டவாளத்தின் நடுவே படுத்திருந்த வெள்ளாடு வாழைப்பழத் தோலை சவைத்துக்கொண்டிருந்தது.

"வரதராஜன் மாதிரி வேணாம் சரி. வேற யாராவது ஒருத்தர்மாதிரி இருந்துதானே ஆகணும்" ருக்மணி திரும்பிப் பார்த்தாள். சோர்வுடன் நடந்தவர்களின் வேகம் குறைந்திருந்தது.

"யார்மாதிரியும் இருக்கவேணாம்னுதான் எனக்குப் புடிச்ச மாதிரி இருக்கேன். யாருக்குமே அது புடிக்கலே" காகிதத்தைக் கசக்கிப் பந்தாக்கி எறிந்தான்.

"அப்ப இன்னொரு பத்து பேங்க் எக்ஸாம் எழுதறியா?"

சுந்தரேசன் நின்று பின்னால் பார்த்தான் "நீ சவால் விட்டி யேன்னு எழுதினேன். சொன்னதை செஞ்சு காட்டினேன். அவ்ளோதான். மறுபடியும் அந்தக் கதையை எடுக்காதே."

ருக்மணிக்கு அவன் முகவாட்டம் பிடித்திருந்தது.

கோவை ஈரோடு பயணிகள் வண்டி நாற்பது நிமிடம் தாமதம். மொத்தக் கூட்டமும் சலசலத்தபடியிருக்க இரும்புப் பாலத்துக்குக் கீழே பெண்கள் கூட்டம். இறக்கிப் போடப்பட்டிருந்த நூல் மூட்டைகளின் மேல் சாய்ந்தபடி நின்றிருந்தான் சுந்தரேசன்.

காலையிலிருந்து காரணம் தெரியாமல் மூண்டிருந்த எரிச்சல் உச்சத்தைத் தொட்டிருந்தது. "உன் மனசுல என்னதான் நெனச்சிட்டிருக்கே. வேற எந்தக் காரியமுமே இல்லேங்கற மாதிரி காலையிலயும் சாயங்காலமும் பின்னாடியே திரிஞ் சிட்டிருக்கே. உருப்படியா எதும் பண்ற நெனப்பு இருக்கா இல்லியா?"

எதையோ வேடிக்கையாய் சொல்ல நினைத்தவன் அவள் முகக்கடுமையை அஞ்சியவனாய் பேசாமல் நின்றான்.

"இத்தனை பேர் நிக்கறாங்கல்ல. உன்னைய மாதிரி ஒருத்தனைக் காட்டு பாக்கலாம். சும்மா எப்பப் பாரு வெட்டிப் பெருமை. எல்லார்மாதிரியும் இருக்கமாட்டேன், எனக்குப் புடிச்சமாதிரிதான் இருப்பேன், நான் வேறமாதிரின்னு பீத்திக்க வேண்டிதுதான். எல்லாம் சால்ஜாப்பு. உன்னோட கையாலாகத்தனத்தைத்தான் இப்பிடி திமிரா மாத்திக்கறே. தேவையில்லாம உனக்கு எடம் குடுத்துட்டேன்னு எரிச்சலா இருக்கு. முடியல என்னால." ருக்மணி அதிர்ந்து பேசவில்லை. அடங்கிய குரலில் அடுத்தவர் காதில் விழாதமாதிரி சொன்னபோதும் அவனைச் சீண்டியிருந்தது. எப்போதும் ஒட்டிக்கொண்டிருக்கும் அந்த அலட்சியச் சிரிப்பு காணாமல் போயிருந்தது.

"உங்கப்பா சொல்றதையும் கேக்கமாட்டே. எங்கப்பா சொல்றதையும் மதிக்கமாட்டே. என் பின்னாடியே சுத்தறதை விட்டுட்டு எதையாவது உருப்படியா செஞ்சு காட்டேன்."

'கோவை ஈரோடு பயணிகள் வண்டி இன்னும் சில நிமிடங்களில் வந்து சேரும்' என்ற அறிவிப்பைக் கேட்டதும் காத்திருந்தோர் கூட்டம் பரபரப்படைந்தது. சுந்தரேசன் ஒருமுறை அவளை கூர்ந்து பார்த்துவிட்டு சிகரெட் பெட்டியை எடுத்தான். காலியாகியிருந்தது. கசக்கி எறிந்துவிட்டு பெட்டிக்கடையை நோக்கிச் சென்றான்.

ருக்மணி நகர்ந்து தோழிகளுடன் சேர்ந்து நின்று கிழக்கே பார்த்தாள்.

வேகம் தணிந்து கிரீச்சிட்டபடி ரயில்வண்டி நின்றது. ஆட்கூட்டம் முண்டியடித்தபடி நுழைந்தது. ஜன்னலில் எட்டிப் பார்த்தாள் ருக்மணி. குனிந்து தேடியபடி வந்தவன் அவளைக் கண்டதும் நின்றான். கையில் சிகரெட் புகைந்தது. விசில் சத்தம் கேட்டதும் ஒருமுறை அதிர்ந்து வண்டி நகரத் தொடங்கியது. விலகி நின்றவன் ஒருமுறை கை அசைத்தான்.

இரண்டாம் ஆண்டின் செமஸ்டர் தேர்வுகள் முடிந்த கடைசி நாளில் ரயிலிலிருந்து இறங்கி கல்லூரி சாலையில் நடக்கும்போது சுதா கேட்டாள் "இப்பல்லாம் யமஹா சத்தமே நம்ம தெருவுல கேக்கறதில்லைன்னு அக்ரஹாரத்துல பேசிக்கறது தெரியுமா உனக்கு? என்ன சொன்னே நீ. ரோமியோ காணாமயே போயிட்டான்."

ருக்மணி பதில் சொல்லவில்லை. டிப்டாப் முனையில் நெரிசலுக்கு நடுவே வாகனங்கள் விரைந்தன. சாக்கடை நாற்றம் மூக்கைத் துளைத்தது.

"ஆளப் பாத்தே ரெண்டு மாசம் ஆச்சு. நீயே படு அழுத்தம். அவன் இன்னும் அழுத்தம்போல. ஜாடிக்கேத்த மூடிதான். செமஸ்டர் லீவு முடியறதுக்குள்ளயாச்சும் பைக் சத்தம் கேக்குதா பாப்போம்" பாத்திரக் கடைத் திருப்பத்தில் சுதா திரும்பி நடந்தாள்.

சாரதாம்பாள் கோயிலில் மங்கலாய் விளக்கெரிந்தது. காற்றில் இழைந்தது காளிகாம்பாள் ஸ்தோத்திரம். ருக்மணி செருப்பை ஓரமாய்ப் போட்டுவிட்டு உள்ளே சென்றாள். குழாயில் பாதங்களை நனைத்தபடியே உள்ளே பார்த்தாள். யாருமேயில்லை. இழைக்கோலமிட்ட வாசலைத் தாண்டி மண்டபத்துக்குள் வந்து நின்றாள். மஞ்சள் பட்டுடுத்தி சர்வ அலங்காரத்துடன் வீற்றிருந்தாள் அம்பாள். கன்னத்தில் வழிந்த கண்ணீரைப் பொருட்படுத்தாமல் காலடியை வெறித்தாள். சங்கல்ப காலம் இது, நானாய் விதைத்தது, நானேதான் அனுபவிக்கவேண்டும். எப்போதும்போல நீ எல்லாவற்றையும் வேடிக்கை பார். எங்கு, எப்போது, எப்படி முடியும் இது என்று உனக்குத் தெரியும். இருக்கட்டும், பார்க்கலாம்.

தெருமுனையில் காத்திருந்த சுதாவுக்கு ருக்மணி அருகில் வரும்வரை பொறுக்க முடியவில்லை. ஈரக்கூந்தலை அப்படியே விரித்துப்போட்டபடி வந்தவளை நெருங்கினாள் "என்னடி, நேத்திக்கு வந்தானா? பைக் சத்தம் கேட்டுது."

ருக்மணியின் முகத்தில் புன்னகை. பல மாதங்களுக்குப் பிறகான மந்தகாசம். தலையாட்டினாள்.

"அப்பவே வந்துருப்பேன். ஆனா என்னன்னு தெரியாம வந்து உன்னை கஷ்டப்படுத்தவேண்டாம்னுதான்... வந்தானா? நீ பாத்தியா? என்ன சொன்னான்?" பூச்சரத்தைக் கிள்ளி ஒரு துண்டை நீட்டியவள் திரும்பி தலையைக் காட்டி நின்றாள். பூவை அவள் சூடி முடித்ததும் இன்னொரு துண்டை ருக்மணியின் தலையில் வைத்தாள்.

"சொல்லுடி. என்னாச்சு?"

சனிக்கிழமை நடக்கவிருக்கும் பட்டிமன்றத்துக்காக அ.சா. ஞாவின் 'தம்பியர் இருவர்' நூலைப் புரட்டிக்கொண்டிருந்த போதுதான் யமஹா சத்தம் கேட்டது. பரபரப்புடன் எழுந்தாள். ஆனால், இது அவனாக இருக்காது என்ற எண்ணம் வந்ததும் அப்படியே உட்கார்ந்தாள். பத்து மாதத் துக்கும் மேலாகிவிட்டது. இந்த சத்தத்தைக் கேட்கவில்லை. அவனைப் பார்க்கவுமில்லை. ஊரில் இருக்கிறானா இல்லையா என்பதுகூட தெரியவில்லை.

சத்தம் குறைந்து வண்டி அணைவது தெரிந்தது. எழுந்து ஜன்னலில் எட்டிப் பார்த்தாள். இன்னும் முழுசாக இருட்ட வில்லை. தெருவிளக்கு ஒளிர்ந்தது. அவன்தான்.

கதவைத் தட்டும் ஓசை. அப்பா சாய்வு நாற்காலியிலிருந்து எழ மாட்டார். அவசரமாய் வெளியே வந்தாள். அதற்குள் அம்மா கதவைத் திறந்து தலையைத் தாழ்த்தி வெளியே பார்த்தாள். மங்கலான வெளிச்சத்தில் யாரென்று அவளுக்குத் தெரியவில்லை.

"யாருப்பா?"

"மாமி, நல்லா இருக்கீங்களா? ருக்மணி இல்லையா?" அவனது குரல் கேட்டதும் அப்பா நிமிர்ந்தார். தலையைச் சாய்த்துப் பார்த்தார். விறுக்கென்று எழுந்தார்.

“அப்பா, நீங்க இருங்க. நான் பாக்கறேன்” ருக்மணி அவரை அமர்த்தினாள். அதற்குள் அவன் உள்ளே வந்திருந்தான்.

“ருக்மணி, இதக் குடுத்துட்டு போலான்னுதான் வந்தேன்” பெரிய காக்கி உறையொன்றை நீட்டினான். அவன் கண்கள் அப்பாவைத் தொட்டு மீண்டன. ருக்மணியின் முகத்தை அவன் பார்க்கவில்லை. பதிலுக்காகக் காத்திருக்காமல் குனிந்து வெளியே போனான்.

என்ன சொல்வதுதென்று தெரியாத குழப்பத்துடன் அவன் போவதையே பார்த்தபடி நின்றாள் ருக்மணி.

“அப்பிடி என்னடி குடுத்துட்டு போனான்? கல்யாண பத்திரிகையா? லவ் லெட்டரா?”

இரும்புப் பாலத்தில் மேலேறியபோது ருக்மணி நடை மேடையை எட்டிப் பார்த்தாள். அவன் இன்று வந்திருக்கக் கூடும்.

“இன்விடேஷன் குடுத்துருந்தாலும் ஆச்சரியப்பட்டிருக்க மாட்டேன். ஆனா, அந்த கவர்ல இருந்தது செருப்படி. அப்பிடித்தான் சொல்லணும். எனக்கும் எங்கப்பாவுக்கும் சேத்து குடுத்த செருப்படி.”

“என்னடீ நீ? ஒண்ணுமே புரியலை.”

படியருகில் வந்து நின்றபோது நெற்றியில் வேர்த்தது. ருக்மணி நிதானமாய் பார்த்தாள். அவன் இல்லை. நேற்றும் அவன் முகத்தைப் பார்க்கவில்லை. வந்தான், தந்தான், மறைந்து போனான்.

“ஒண்ணில்லை, ரெண்டில்லை சுதா. அப்பாயின்ட்மெண்ட் லெட்டர். பாங்க் புரோபேசனரி ஆபிஸர்” முடிக்காமல் இடைவெளி விட்டாள்.

“உண்மையாவா?”

“இன்னும் நான் முடிக்கலை. ஒரு அப்பாயின்ட்மெண்ட் லெட்டர் இல்லை சுதா. ஏழு வெவ்வேற பேங்க்ல இருந்து வந்திருக்கு.”

நம்பமுடியாதவளாய் கண்களை விரித்தாள் சுதா.

“பிரிச்சுப் பாத்தபோது மொதல்ல எனக்கும் ஒண்ணுமே புரியலை. நிதானமா ஒவ்வொண்ணா எடுத்துப் பாத்தப்பதான் புரிஞ்சுது. இந்த ஒரு மாசத்துக்குள்ள வந்திருக்கு. எழுதின எல்லா எடத்துலேர்ந்தும் லெட்டர் வர்றதுக்காக வெயிட் பண்ணி நேத்து வந்து குடுத்துருக்கான்.”

“அப்ப எந்த பேங்க்ல சேரப் போறானாம்?”

“யாருக்குத் தெரியும். எல்லாத்தையும் போஸ்ட் மேன் மாதிரி குடுத்துட்டுப் போயிட்டான். எதுவும் பேசலை, மொகத்தைப் பாக்கலை. அத்தனை திமிர்.” ருக்மணியின் குரலில் சந்தோஷமும் பெருமையும்.

அன்றும் அவன் வரவில்லை.

சோமனூர் ஸ்டேஷனுக்கு வெளியே வந்தபோது மணி நான்கு. டெலிபோன் பூத்தில் வரிசை.

“வீட்ல சொல்லிட்டா பரவாயில்லை. இங்கயும் கூட்டமா இருக்கே” சுதா புலம்பியபடியே நின்றாள்.

“இங்க வரிசையில நிக்கற நேரம் நடக்கலாம். இப்போதைக்கு வேற எதுவும் செய்ய முடியாது.” ருக்மணிக்கும் அப்பாவை நினைத்துக் கவலையாகத்தான் இருந்தது. வாசலுக்கு வந்து குறுக்கும் நெடுக்குமாய் அலைந்து கொண்டிருப்பார். இந்நேரம் இரண்டொரு முறை ஸ்டேஷனுக்கு வந்து விசாரித் திருப்பார்.

புகைத்து முடித்து சிகரெட்டை எறிந்துவிட்டு வந்தான் “வாங்க போலாம். வழியில எனக்குத் தெரிஞ்ச ஒரு பவர்லூம் குடோன் இருக்கு. அங்கிருந்து போன் பண்ண முடியும்னு நெனக்கறேன்.”

வெள்ளரிக்காயைக் கடித்தபடி நடக்கத் தொடங்கியபோது சுதா கேட்டாள் “பேங்க்ல சேந்துருந்தா கொஞ்சம் காசாவது சேத்திருக்கலாம். அவனவன் வேலை கெடைக்காம அலையறான். உனக்கு திமிரு. ஏழு பேங்க்ல கெடைச்சும் எதுலயும் சேரலை.”

“வேலைக்கு சேரணும்னு எழுதலை. இவ சவால் விட்டா, எழுதினேன். இதெல்லாம் ஒரு மேட்டரே இல்லை சுதா.

ஒண்ணு சொல்லட்டுமா. செகண்ட் ஷோ பாத்துட்டு, நல்லா தண்ணி அடிச்சு ஃபுல் போதையில ராத்திரி ரெண்டு மணிக்கு மாடல் பேப்பர்ல ஆன்ஸரை டிக் அடிப்பேன். ஒண்ணுகூட தப்பாகாது தெரியுமா. எத்தனை தடவை பெட் கட்டி ஜெயிச்சிருக்கேன் நான். தினம் ரெண்டு மணி நேரம், மூணு மாசந்தான் கிளாஸ் எடுப்பேன். பசங்க எல்லாரும் கிளியர் பண்ணிடுவாங்க. சொல்லப்போனா நல்லா போதையேறினா என்னோட மூளை இன்னும் ஸார்ப் ஆயிரும்." சுந்தரின் குரலில் உற்சாகம் கொப்பளித்தது.

"அப்ப அத்தனை எக்ஸாமும் தண்ணியடிச்சுட்டுத்தான் எழுதினியா?" ருக்மணியின் குரலில் எரிச்சல்.

"இந்த எக்ஸாமுக்கெல்லாம் தண்ணியடிக்கறது வேஸ்ட். தூங்கிட்டே எழுதலாம்." அவனும் கேலி தொனிக்க சொன்னான்.

"இத்தனை வக்கணையா பேசறே. இவளைக் கல்யாணம் பண்ணிட்டு சோத்துக்கு என்ன பண்றதாம்?" சுதா வம்புக் கிழுத்தாள்.

"அதப்பத்தி அவளே கவலைப்படலை. நீ எதுக்கு கேக்கறே?"

"கேக்கறேன். நீ பதில் சொல்லு. பெரிய அறிவாளி, புத்திசாலி. அத வெச்சுட்டு என்ன பண்ணப் போறே?"

"தெளிவா சொல்றேன். உனக்கில்லை, இவளுக்குத்தான். வேலைக்கு போற ஆள் நானில்லை. எனக்கு செட் ஆகாது. இப்ப ராகவனோட கோச்சிங் சென்டர்ல கிளாஸ் எடுக்கறதுகூட செலவுக்குத் தேவையான பணத்துக்காகத்தான். கல்யாணம் முடிஞ்சதுமே எல்லாத்தையும் விட்டுருவேன். வீட்டோட செட்டில் ஆயிடுவேன், அவ்ளோதான்."

"அப்ப இவ வேலைக்கு போகணுமா?"

"அது அவளோட இஷ்டம். இப்பவே ருக்மணி ரொம்ப பிஸி. மாசத்துல நாலு பட்டிமன்றம். கோயில் திருவிழா ஆன்மிகச் சொற்பொழிவு வானொலி உரைன்னு நேரமே இல்லை அவளுக்கு. அந்தக் காசு போதும்."

"தெளிவாத்தான் இருக்கே நீ. துரும்பக்கூட நகத்தமாட்டே. அம்மாடி, நல்லா கேட்டுக்கோ."

வஞ்சிபாளையத்துக்கு வந்து சேர்ந்தபோது ரயில்நிலையம் முழுக்க அந்தியின் பொன்னொளி. பழைய ஓட்டுக் கட்டடத்தையொட்டி நின்றவரிடம் சுக்கு டீ வாங்கினான். கிழக்கிலிருந்து ஐந்தாவது சிமெண்ட் பெஞ்சில் சாய்ந்து கால்மடித்து அமர்ந்திருந்தவளிடம் குவளையை நீட்டினான் சுந்தரேசன். தோழிகளை அழைத்துக்கொண்டு இன்னும் சற்று தொலைவிலிருந்த மேடையில் அமர்ந்தாள் சுதா.

"இந்த செமஸ்டரோட படிப்பு முடியுது. என்ன பண்றதா உத்தேசம்?" சூடான சுக்கு டீ களைப்பைத் துடைத்தது.

"நீதானே சொல்லணும்" அவன் தம்ளரை வைத்துவிட்டு சிகரெட் பெட்டியை எடுத்தான்.

"சுக்கு காப்பி தொண்டைக்கே இன்னும் இறங்கலை. அதுக்குள்ள சிகரெட். பிடி, வேண்டாம்னு சொல்லலை. கொஞ்சம் தள்ளிப் போய்க்கோ."

அவள் முகத்தையே உற்றுப் பார்த்தான். எடுத்த சிகரெட்டை உள்ளே தள்ளிவிட்டு பாக்கெட்டில் போட்டான்.

"சரி, அப்ப கல்யாணம் பண்ணிக்கலாம். வந்து அப்பாகிட்ட பேசு."

நம்ப முடியாதவனாய் அருகில் அமர்ந்தான். தலையைக் குனிந்தபடி யோசித்தான்.

"உங்கப்பாவா? சத்தியமா ஒத்துக்கமாட்டார்."

"அவர் ஒத்துக்க மாட்டார்னா அப்பிடியே விட்டுறுவியா?"

"அவர் ஒத்துக்கலேன்னாலும் நீ வருவியா?"

"நீ எங்க வரச் சொல்லிக் கூப்பிட்டே? இப்பவும் நான்தான் இந்தப் பேச்சை எடுத்துருக்கேன்."

அவன் தலையைத் தட்டிக்கொண்டான். எழுந்து வேகமாக சில தப்படிகள் நடந்து திரும்பினான். நீண்டும் குறைந்தும் நிழல் அசைந்தது.

"சரி, மறுபடியும் தெளிவா சொல்லிடறேன். என்னால வேலைக்கெல்லாம் போ முடியாது. புடிச்சா முடிஞ்சப்ப கிளாஸ் எடுப்பேன். நீ என்ன வேணா செய். உன் கூட

இருப்பேன். உனக்கு வேணுங்கறதை செய்வேன். ஓகேவா?" அருகில் அமர்ந்து முகம் பார்த்தான்.

உதட்டைச் சுழித்துச் சிரித்தாள் "எப்பிடியோ என் சம்பாத்தியத்துல ஹாயா இருக்கலாம்னு முடிவு பண்ணிட்டே. இப்ப நான்தான் வேலை தேடணும், அப்பிடித்தானே?"

"எதுக்குத் தேடணும். அதான் மாசத்துக்கு நாலு எடத்துல பேசறே. ரேடியோ, டிவின்னு அப்பப்ப புரோகிராம் இருக்கு. வேணும்னா எதாச்சும் ஸ்கூல்ல சேந்து பாடம் சொல்லிக்குடு."

அவன் தோளில் பலமாக அடித்தாள் "எல்லாம் திட்டம் போட்டுத்தான் வெச்சிருக்கே. எதுவும் பாக்கியில்லை. வீடெல்லாம் கூட பாத்துருப்பியே. உன்னையெல்லாம் நம்ப முடியாது."

"சரி சொல்லு, என்னிக்கு கல்யாணம் பண்ணிக்கலாம்?"

பேரூர் பட்டீஸ்வரர் ஆலயத்தில் நடந்த கல்யாணத்தின்போது பத்துப்பேர் கூட இல்லை. சுதா தோழிகள் இருவருடன் வந்திருந்தாள். அம்மா மணப்பெண்ணின் தோழிபோல ருக்மணியின் அருகிலேயே நின்றாள். அவளுக்கு கொள்ளை சந்தோஷம். இந்த ஒரு விஷயத்திலாவது தன் பிள்ளை சரியாக யோசித்திருக்கிறான் என்பதே அவளுக்கு நிறைவைத் தந்திருந்தது.

ருக்மணி எதையும் வெளிக்காட்டிக் கொள்ளவில்லை. அதிகம் பேசவில்லை. சிரிக்கவில்லை. சுந்தருக்குப் புரிந்தது. தொந்தரவு செய்யவில்லை.

இருவர் மட்டும் தனித்திருந்த நேரத்தில் கேட்டான் "அவசரப் பட்டுட்டோம்னு நெனக்கிறியா?"

"சே சே. அதெல்லாம் இல்லை. நீதான்னு நான் எப்பவோ முடிவு பண்ணிட்டேன். ஆனா, அப்பா சொன்னதுதான் கஷ்டமா இருக்கு. எவ்வளவு பெரிய மனுஷன். அப்பிடிச் சொல்லியிருக்கக் கூடாது. அவரேகூட ஒருநாள் அதுக்காக வருத்தப்படுவார். பாவம்" கண்ணீரை அவசரமாகத் துடைத்தாள்.

"அவர் கோபத்துல சொன்னதைப் போய் நீ மனசுல வெச்சுக்காதே. சரியாயிடும் விடு" சுந்தரேசன் அவள் தலையில் ஒட்டியிருந்த ரோஜா இதழைக் கையில் எடுத்தான்.

வானில் அந்தியொளி மறைந்து இருட்டு மூடியது. அடிவானில் ஒளிர்ந்த ஒற்றை நட்சத்திரத்தை வெறித்துக் கொண்டிருந்த ருக்மணியின் தோளைத் தொட்டான் "ரொம்ப நேரமாயிருச்சு. போலாமா?"

வேண்டாம் என்பதுபோல தலையசைத்தாள் "இன்னும் கொஞ்ச நேரம் இருக்கலாமேப்பா."

"காத்தடிக்குது. உனக்கு ஒத்துக்காதுன்னு பாக்கறேன்" அவன் சால்வை எடுத்துப் போர்த்தினான்.

"ஆனா நீ சொன்னதை சாதிச்சுட்டே. பயங்கரமான ஆளுதான்." வலிந்து வரவழைக்கப்பட்ட சிரிப்பு.

ஏறிட்டுப் பார்த்தான். இன்னும் ஒருமுறை ஏதேனும் பழைய சம்பவத்தை எடுத்துச் சொல்லி நேரம் கடத்துவாள். அவளுக்கு இங்கேயே இருக்க வேண்டும். வலி தாளமுடியாதபோதுதான் வீடு வரச் சம்மதிப்பாள்.

"வேலைக்குப் போக மாட்டேன்னு பிடிவாதமா சொன்னதைச் செஞ்சு காட்டிட்டே. நான் சொல்லலைப்பா. ஒரு வாரத்துக்கு முன்னாடி ஸ்கூலுக்கு வந்திருந்தா சுதா. அவதான் சொன்னா."

மைதானத்தின் இடது ஓரத்தில் பந்தைத் தன் கால்களிலிருந்து நழுவ விடாது தக்கவைத்தபடியே இலக்கை நோக்கி ஓடிக்கொண்டிருந்தவனை உற்சாகத்துடன் பார்த்துக்கொண்டிருந்தாள் ருக்மணி. நரை இழைந்த கூந்தல் கற்றை காற்றில் அசைந்திருந்தது. மார்பின் குறுக்கே கைகளை இறுகக் கட்டியிருந்தாள். குறுக்கே தடுக்க வந்தவர்களை அவன் சுலபமாய் கடந்தான். பந்தை இடறி மறுபக்கமாய் உருண்ட தருணத்தில் மீண்டும் கால்களில் வசப்படுத்தி ஓடினான். இன்னும் பத்தடி தொலைவுதான். கோல்கீப்பர் பதற்றத்துடன் தாவக் காத்திருக்கிறான்.

சுதா அந்தச் சிறுவனையோ பந்தையோ கவனிக்கவில்லை. ருக்மணியின் முகத்தையே பார்த்துக்கொண்டிருந்தாள்.

எம். கோபாலகிருஷ்ணன்

“டாக்டர்கிட்ட போனியான்னு கேட்டா பதில் சொல்லாம வேடிக்கை பாத்திட்டிருக்கே. நீ மாறவே இல்ல ருக்மணி.”

சுதா என்ற பெயரைத் தவிர எல்லாமே மாறியிருந்தது. பருத்துக் களைத்த உடல். தடித்த கண்ணாடி. அடர்த்தியும் நீளமும் கணிசமாய் குறைந்த தலைமுடி.

ஒருநொடி பந்தின் மேல் வலது காலை வைத்து நிறுத்தினான். கண்களை மட்டும் மேலுயர்த்தி பார்த்தான். மறுநொடியில் பந்தை சற்றே மேலே எத்தி இடது காலால் தட்டினான். கோல்கீப்பர் வலதுகாலை நீட்டி தடுக்கப் பார்த்தான். பந்து அவனைக் கடந்து கோல் போஸ்டை உரசியபடி கடந்தது. ‘கோல்’ ஒருசேரக் கத்தினார்கள். அவன் மைதானத்தின் ஓரமாய் ஓடி வந்தான். எல்லைக் கோட்டில் நின்று குனிந்து மூச்சு வாங்கினான். நிமிர்ந்தபோதுதான் ருக்மணியைப் பார்த்தான். கைதட்டியதைக் கண்டதும் இன்னும் உற்சாகத்துடன் மைதானத்துக்குள் ஓடினான்.

“டாக்டர் அவர் கடமைக்கு எதையாச்சும் சொல்லுவார். நமக்குத் தெரியாதா?”

“அது சரி. உங்கிட்ட நேரடியா பதில் வாங்கிட முடியுமா? உனக்கு அவன்தான் சரி. என்ன சொல்றான் உன்னோட வீட்டுக்காரன்?”

அறைக்குள் நுழைந்து இருக்கையில் அமர்ந்து மணியை அழுத்தினாள்.

“ஆனா சும்மா சொல்லக்கூடாது ருக்மணி. நாங்கல்லாம் அத்தனை பயந்தோம். இவனை நம்பி கழுத்தை நீட்டறாளேன்னு. நீ சரியாத்தான் முடிவெடுத்திருக்கறே.”

இளம் பெண்ணொருத்தி உள்ளே வந்தாள் “சொல்லுங்க மேம்.”

“ரெண்டு லெமன் டீ குடுப்பா.”

“ரொம்ப சரின்னு கொஞ்சம் சந்தோஷமாத்தான் இருந்தேன். இப்பதான் தப்போன்னு நெனக்கத் தோணுது.”

கண்ணாடியைக் கழற்றி புடவைத் தலைப்பால் துடைத்து மீண்டும் மாட்டிக்கொண்டாள் “இப்பவும் அவன்கிட்ட

எதுவுமே மாறலை சுதா. ஒரு வேலை செய்ய விடமாட்டான். ஸ்கூல், பட்டிமன்றம், கோயில்ல சொற்பொழிவுன்னு இது மட்டுந்தான் எனக்கு. ஒரு சமயத்துல எனக்கே எரிச்சல் வந்துரும். எதுக்குடா இப்பிடித் தாங்கறேன்னு திட்டுவேன். போனாப் போகுதுன்னு ஒண்ணு ரெண்டு நாள் சமையல் பண்ண விடுவான். இதுக்கு நடுவுல காம்பெடிஷன் எக்ஸாமுக்கு டியூசன் எடுப்பான். வசதியில்லாத ஆனா ஆர்வமுள்ள பசங்களா பாத்து தயார் பண்ணுவான். ஃபீஸ் கட்டி படிக்க வைப்பான். இவன்கிட்ட படிச்ச பசங்க பத்து பன்னிரெண்டு பேர் நல்ல வேலையில இருக்காங்க. அவன் அப்பிடியேதான் இருக்கான் சுதா."

"எல்லாம் சரிதான். ஆனா ஒரு கொழந்தையப் பெத்துருக் கலாம்."

ஜன்னல் வழியே மைதானத்தைப் பார்த்தாள். சீருடைக் குழந்தைகள் அங்குமிங்குமாய் திரிந்தார்கள்.

"மைசூர் பக்கத்துல ஒரு கிராமத்துல மருந்து தராங்களாமே. நல்லா கேக்குதாம்."

"என்னடா நீ இன்னும் இதுமாதிரி எதுவும் சொல்லலைன்னு பாத்தேன். சும்மா இருடி. எல்லாத்தையும் பாத்தாச்சு. இப்ப எல்லாத்தையும் நிறுத்தியாச்சு. வேற ஒண்ணும் வேண்டாம். இப்பல்லாம் மேடை ஏறுறதில்லை. முடியற மட்டும் இங்க வருவேன். என்ன வயசாச்சு நமக்கு?"

"எனக்கு அம்பத்தி ஒண்ணு முடிஞ்சிருச்சி. நீ என்னைவிட ஆறுமாசம் சின்னவ."

"ஆனா பாரு சுந்தர். அவளைப் பாத்தாலும் பாவமாதான் இருக்கு. ஒடம்பு பெருத்து முடியெல்லாம் கொட்டி..."

சுந்தர் எழுந்தான் "நேரமாயிடுச்சு கௌம்பு போலாம்."

காரில் ஏறியதும் அவன் தலையைத் தொட்டு முடியைக் கலைத்தாள் "இருபத்தி அஞ்சு வருஷம் சொமந்துட்டே. இன்னும் கொஞ்ச நாள் பொறுத்துக்க. அப்பறம் ஃப்ரீதான்."

அவன் சாலையிலிருந்து பார்வையைத் திருப்பவில்லை "உங்கப்பா ஒருதரம் உன்னைப் பாக்கணும்னு ஆசப்படறார்."

ஆசிரியைகளும் மாணவிகளும் விடைபெற்றுச் சென்றதும் கதவைச் சாத்திவிட்டு வந்தான் சுந்தர். மேசையின் மீது கிடந்த சந்தன மாலையை எடுத்து முகர்ந்து பார்த்தாள் ருக்மணி "இத பத்திரமா வெச்சுக்கப்பா. என் படத்துக்கு போட்டுக்கலாம்."

சால்வைகளை மடித்து வைத்தவன் முறைத்தான் "சரிப்பா. பத்திரமா வெச்சுக்கறேன். சந்தோஷமா?"

"நாளைலேர்ந்து ஸ்கூலுக்குப் போற வேலையுமில்லை. உனக்குத்தான் ரொம்ப கஷ்டம். இதுமாதிரி எதையாச்சும் சொல்லி பொலம்பிட்டே இருப்பேன். பாவம் நீ."

சமையலறைக்குள் சென்றவன் மிக்ஸியில் எதையோ அரைக்கும் சத்தம் கேட்டது. அறைக்குள் சென்று உடை மாற்றிக்கொண்டு வந்தபோது பழரசத்தை நீட்டினான் "இன்னிக்காவது உங்கப்பாவை வரச் சொல்லிருக்கலாம்."

அவள் கண்ணாடித் தம்ளரிலிருந்த பூக்களை விரலால் தடவினாள் "நீதான் அப்பப்ப போய் பாத்துட்டு வரியே. அப்பறமென்ன?"

"வரணும்னு ஆசைப்பட்டார். அதான் சொன்னேன். விடு" வேட்டியை மடித்துக் கட்டியபடி மீண்டும் சமையலறைக்குள் நுழைந்தான். எழுந்து மெல்ல உள்ளே வந்தவள் மேடையருகே கிடந்த ஸ்டூலில் உட்கார்ந்தாள் "உனக்கு கொஞ்சங்கூட வருத்தமே இல்லையா சுந்தர்?"

தட்டில் மாவை ஊற்றி மூடியிட்டவன் வேர்வையைத் துடைத்தான் "எதுக்கு வருத்தம்?"

"உனக்கு இல்லை. ஆனா எனக்கு இன்னும் கொஞ்ச நாள் இருக்கணும்னு ஆசை. தெரியலை?"

"தெரிஞ்சிக்க வேண்டாம்."

"நீ கல்லுடா. உன்னை மாதிரி இருக்க முடியாது."

"இருக்காதே. ஆனா அதுக்காக இப்பிடி புலம்பாதே. கடைசி காலத்துலயாவது உங்கூட இருக்கணும்னு அந்த மனுஷன் ஆசப்படறார். காதுலயே போட்டுக்க மாட்டேங்கற. அப்பிடி என்ன பிடிவாதம்?"

"அவரோட பிடிவாதம்தான்."

சுக்கு காபியை உற்சாகத்துடன் ஒரு மிடறு பருகினாள் "இத்தனை வருஷமாச்சு. ஆனா இந்த டேஸ்ட் கொஞ்சங்கூட மாறலை சுந்தர்."

இன்னொரு வருடம். இன்னொரு மாலை. அதே வஞ்சி பாளையம், அதே மாலைப் பொழுது.

"திருப்பூர் ரொம்பவே மாறிடுச்சில்ல. எங்க வீதியில இப்ப ஒரு சரக்கொன்றை மரங்கூட இல்ல பாத்தியா?"

"எத்தனை வருஷமாச்சு. ஆனா உங்க வீடும் அந்த திண்ணையும் அப்பிடியேதான் இருக்கு. உங்க அப்பாவும்கூட."

சாரதாம்பாள் கோயில் அருகே திரும்பியதும் அவள் கண்களைத் துடைத்தாள். நிதானமாகத்தான் காரைச் செலுத்தினான். அடையாளம் தெரியாமல் முற்றிலுமாக மாறியிருந்தன தெருவும் வீடுகளும். மரங்களையும் பூக்களையும் இழந்து கட்டடங்கள் மட்டுமே நின்றிருக்க காலத்தின் வேகத்துக்கு ஈடுகொடுக்க முடியாததுபோல அந்த ஒரு வீடு மட்டும் சிதைந்த கூரையும் இருளடைந்த வாசலுமாக எஞ்சி நின்றது.

"நிறுத்தட்டுமா? போய் எட்டிப் பாத்துட்டு வந்தர்லாம்" சுந்தர் கேட்டபோது கண்ணீரைத் துடைத்துக்கொண்டு வேண்டாம் என்பதுபோல மறுத்துத் தலையாட்டினாள்.

"இப்ப எனக்கு வேறெந்த ஞாபகமுமே மிச்சமில்லை சுந்தர். அன்னிக்கு கடைசியா அப்பாவோட போட்ட சண்டையும் அவர் சொன்ன வார்த்தையுந்தான் நெனப்புல இருக்கு. வேணாம். போயிடலாம்."

வீட்டுக்குப் போகப் பிடிக்காமல் வஞ்சிபாளையம் ரயில் நிலையத்துக்கு வந்தபோது அவள் சற்று நிதான மடைந்திருந்தாள்.

"அவ்ளோ தூரம் போனோம். வீட்டுக்குள்ள போயி அப்பாவைப் பாத்துட்டு வந்திருக்கலாம்."

அவள் நெருங்கிக் கைகளைப் பற்றிக்கொண்டாள் "உங்கிட்ட ஒண்ணு சொல்லணும். இப்பவே இங்கயே. ஆனா, அதைக் கேட்டுட்டு நீ வருத்தப்படக்கூடாது. இப்பவே மறந்துடணும். அதுவும் நான் எதுக்காக சொல்றேன்னா, நாளைக்கு

உன் காதுல விழுந்து நான் உங்கிட்ட மறைச்சிட்டேன்னு வருத்தப்படக்கூடாது. அதுக்காகத்தான். சரியா?" அவன் கைகளைப் பற்றி அருகில் அமர்த்தினாள்.

நிலைய அதிகாரியின் அறைக்குள்ளிருந்து துல்லியமாய் கேட்டது கரகரப்பொலி. நடைமேடையோரக் கம்பங்களில் விளக்குகள் ஒளிர்ந்திருந்தன. அங்கொன்றும் இங்கொன்று மாய் ஆட்கள். இன்னும் சிறிது நேரத்துக்குப் பிறகு பயணிகள் வண்டிக்காக ஆட்கள் கூடிவிடுவார்கள்.

"இப்ப எதுவும் பேசவேணாம். வீட்டுக்குப் போய் பாத்துக் கலாம். நாளைக்கு டாக்டர்கிட்ட போகணும். எழுந்திரு, போலாம்."

காதில் விழாததுபோல கால்களை மடித்து முழங்காலின் மீது முகம் வைத்து அவனைப் பார்த்தாள் "அவர் கோபத்துல தான் அன்னிக்கு சொன்னார். ஆனா, அது அப்பிடியே ஆயிடுச்சுன்னு யாரும் சொல்லிடக்கூடாது. சொன்னாலும் அது உன் காதுல விழக்கூடாதுன்னுதான் இத்தனை நாளும் உங்கிட்ட சொல்லலை. ஆனா, இப்ப சொல்லிடறேன்."

சுந்தரேசன் பொறுமையிழந்தான். ஆனால், அவள் முகத்தைப் பார்த்து எதுவும் சொல்ல முடியாதவனாய் தலை கவிழ்ந்தான் "சரி, சொல்லு. நான் எதையும் மனசுல வெச்சுக்கல."

அவள் மீண்டும் தலைதூக்கி அந்த ஒற்றை நட்சத்திரத்தைப் பார்த்தாள். இருண்ட வானில் ஒளிர்ந்து நின்றது. அங்கங்கே கொத்துக் கொத்தாய்ப் பூத்திருந்தன இன்னும் சில நட்சத்திரங்கள்.

சிறிய கூடத்தின் குறுக்கே வெகு வேகமாக நடந்தார் அப்பா. கடுத்த முகம், சற்றே உதறும் கைகள். ருக்மணி சுவரோரமாய் நின்றாள். வகுப்பு முடிந்து அனைவரும் போன பிறகுதான் இன்னும் ஒரு வாரத்தில் கல்யாணம் செய்துகொள்ளப் போவதாக நிதானமாகச் சொன்னாள். எதிர்பார்த்ததுபோல ஆத்திரம் வெடித்தது. தொண்டை புடைக்கக் கத்தினார். ருக்மணி எதுவும் பதில் சொல்லவில்லை.

"அவன்கிட்ட ஒரு நல்ல கொணம் இருக்குன்னு சொல்லுப் பாக்கலாம். தண்ணியடிக்கறது, தம் அடிக்கறது. மாமிசம்

சாப்டறது, பொம்பளை சோக்கு, பெரியவங்களை மதிக்காம திமிராத் திரியறது, எல்லாத்தையும் அவமரியாதை பண்றதுன்னு ஒண்ணு பாக்கியில்லை. இந்த ஊர்ல யாராச்சும் ஒருத்தர் அவனைப் பத்தி நல்லவிதமா சொல்லுவாங்களா யோசிச்சு பாரு. அவ்ளோ ஏன், அவங்க அம்மா அப்பாவே அவனை வேண்டாம்னுதான் சொல்லுவாங்க."

முக்காலியின் மீதிருந்த சொம்பை எடுத்துத் தண்ணீரைக் குடித்தார்.

"என்னம்மா நீ, வெவரமான பொண்ணு. உனக்கே நல்லாத் தெரியும், தப்பா எதுவும் செய்யமாட்டேன்னுதானே அப்பா இத்தனை நாளும் பேசாம இருந்தார். இப்ப நீயே இப்பிடி ஒரு தப்பான முடிவை எடுக்கலாமா?" அம்மா சமையல் கூடத்தின் ஓரமாய் நின்றாள்.

"குணந்தான் ஒண்ணும் இல்லை. ஒரு வேலையாச்சும் பாத்து பத்துக் காசு சம்பாதிக்கறானா? அதுவும் இல்லை. என்னவோ நீ தான் அவன் உலகத்துல இல்லாத அறிவாளி, திறமைசாலின்னு சொல்றே. புத்தியிருந்தா மட்டும் பத்தாது பொண்ணே, அதோட நல்ல கொணமும் வேணும். அப்பத்தான் அந்த புத்திக்கே ஒரு மதிப்பு, மரியாதை."

நடந்து நடந்து கால் வலித்திருக்கவேண்டும். உரக்கப் பேசி, கத்தி தொண்டையும் வலித்திருக்க வேண்டும். மறுபடி தண்ணீரைக் குடித்துவிட்டு சாய்வு நாற்காலியில் உட்கார்ந்தார். ருக்மணி அப்படியே நின்றாள்.

"சரிம்மா, நான் சொல்றதெல்லாம் சொல்லிட்டேன். எதுக்கும் நீ பதில் சொல்லலை. உறுதியா நிக்கறேன்னு தெரியறது." திரும்பி ஒருமுறை மனைவியைப் பார்த்தார். தொண்டையைச் செருமிவிட்டு தீர்மானமாய் சொன்னார் "உன் இஷ்டப்படியே செய். உன்னைத் தடுக்கலை. போ, சந்தோஷமா இரு. நாங்க வரமாட்டோம். அவ்ளோதான்."

இதுவரை உறுதியாய் நின்றிருந்தவள் அந்தச் சொற்களைக் கேட்டதும் ஒரு கணம் நொறுங்கினாள். இப்படித்தான் சொல்வார் என்று தெரிந்தும் அதைக் கேட்டவுடன் கால்கள் நடுங்கின. காதடைத்தது. விரல்களை இறுக்கிக்கொண்டாள்.

“ஆனா ஒண்ணு மட்டும் நெனப்புல வச்சுக்க பொண்ணே. ஒருநாள் இல்லேன்னா ஒருநாள் அவனோட பாவமெல்லாம் உன் தலையிலதான் எறங்கும். எல்லாப் பலனையும் நீதான் அனுபவிக்கப் போறாய். அதுமட்டும் நிச்சயம்.”

“என்னய்யா, உங்களைத்தான் காணமேன்னு பாத்துட்டு இருந்தேன். தனியா உக்காந்திருக்கீங்க. அம்மா வர்லீங்களா?”

சுக்குக் காப்பி விற்பவரின் குரலைக் கேட்டுத் திரும்பினார் சுந்தரேசன். வருடங்கள் கடந்த பின்பும் அவரது தோற்றத்தில் பெரிய மாற்றம் இருக்கவில்லை, அடர்ந்த நரை மயிரைத் தவிர. அதே சிரித்த முகம், குழி விழும் கன்னங்கள், இடதுவசத்தில் சற்றே சாய்ந்த வாக்கிலான நடை.

“ரெண்டு பேருமாதானே வருவீங்க. முப்பது முப்பத்திரண்டு வருஷம் இருக்குமா? ஒவ்வொரு வருஷமும் இதே நாள்ல கரெக்டா வந்துருவீங்களே. இன்னிக்குக் காத்தாலே டீக்கடை முக்குல இந்திராகாந்தி படத்தை வெச்சு மாலை போட்டுருந்துதைப் பாத்ததுமே உங்க நெனப்பு வந்துருச்சு” கோப்பையில் சுக்கு காபியை நிறைத்து நீட்டினார். ஆவி பறந்தது.

பழமை மாறாத ரயில்நிலையத்தின் கூரையோடு மீது தத்தி நின்றது காக்கை. இப்போது சில நாட்களுக்கு முன்புதான் வண்ணம் பூசியிருக்கவேண்டும். கண்ணைப் ப்றிக்கும் மஞ்சளில் கருத்த எழுத்துகளுடன் பெயர்ப் பலகை. ஸ்டேஷன் மாஸ்டர் அறையிலிருந்து பச்சையும் சிவப்புமான கொடி களுடன் நிதானமாக வெளியில் வந்தார்.

வண்டி சோமனூரைக் கடந்திருக்கவேண்டும். அதனால்தான் ஸ்டேஷன் மாஸ்டர் கொடியுடன் காத்திருக்கிறார். இந்த நேரத்தில் எந்த வண்டி? மேற்கே பார்த்தார் சுந்தரேசன். வானில் பூத்திருந்தன அந்தியின் நிறங்கள்.

ருக்மணி சொன்னதுபோல அந்தத் தீச் சொற்களை சொன்னதற்காக வருந்தி இன்னும் அழுதபடிதான் இருக்கிறார் இந்தி பண்டிட்.

“அன்னிக்கு நான் சொன்னது அப்படியே பலிக்கும்னு எனக்குத் தெரியலடி பொண்ணே. பெத்த பொண்ணையே

சபிச்ச பாவியாயிட்டேன் நான்" தலையிலடித்துக்கொண்டு ஆஸ்பத்திரி வாசலில் நின்றவரை நெருங்கி அவர் கைகளைப் பிடித்தபோது நொறுங்கிப் போனார்.

"உன்னைப் பாக்கும்போதெல்லாம் நான் என்னைப் பத்தி மட்டுந்தான் யோசிச்சேன்ப்பா... அவளப் பத்தியும் அவ உன்மேல வெச்சிருக்கிற நம்பிக்கையப் பத்தியும் கொஞ்சங் கூட நான் நெனச்சுப் பாக்கல. அவ்ளோ திமிரு அகங்காரம் எனக்கு. பேச ஆரம்பிச்ச நாள்லேர்ந்து பகவான் நாமத்தைத் தவிர அவ வேற என்ன பேசிருக்கா? எதை யோசிச்சிருக்கா? அவளுக்கே இப்பிடி ஒரு கெதி. புரியலை எனக்கு. ஒண்ணுமே புரியலை."

"அம்மா வர்லீங்களான்னு கேட்டதுக்கு நீங்க பதிலே சொல்லலை" சுக்கு காபிக்காரர் பெஞ்சில் உட்கார்ந்தார்.

சுந்தரேசன் எதுவும் பேசாமல் மஞ்சள் வெயிலோடிய தண்டவாளங்களைப் பார்த்தார்.

ஆவநாழி, அக்டோபர் 2023

உளவாளி

கணினியின் ஒளிரும் திரையையே வெறித்துப் பார்த்துக்கொண்டிருந்தார் பைரவன். விசைப் பலகையைத் தொடத் தயங்கினார். சுருட்டைப் பற்களால் கடித்தபடி புகையை உள்ளிழுத்தார். அறைக்குள் சுழன்றது காட்டமான நெடி. தீக்கங்கு சுடர்ந்தது. உள்ளுக்குள் பரபரப்பு. பயமா தயக்கமா என்னவென்று சொல்ல முடியவில்லை. புத்தக அலமாரி ஓரமாய் கால்மடக்கி உட்கார்ந்து அவரையே உற்றுப் பார்த்துக்கொண்டிருந்தது கேபோ. சிவந்த நாக்கு பளபளவென்று மின்னியது.

எப்போதுமே ஒளிரும் திரை நிலைகொண்டதும் எம்எஸ்வேர்டை திறப்பார். சொற்களைத் தட்டச்சுச் செய்ய ஆரம்பித்துவிடுவார். எந்த யோசனையும் இருக்காது. விரல்களுக்கும் விசைகளுக்கும் நடுவே அப்படியொரு இணக்கம். சிந்தனை சொற்களாகி விரல்களின் வழியே நழுவி ஒவ்வொரு எழுத்தாகக் கோர்க்கப்பட்டு திரையில் எழுதிப் போகும் வித்தை எப்படி என்று ஒருநாளும் அவர் யோசித்ததில்லை. உண்பது உறங்குவது நடப்பது கிடப்பதுபோல அன்றாடத்தின் ஒரு பகுதி அது. கை வலிக்க வலிக்க தாள்களில் எழுதி, பிரதியெடுக்கும் சிரமத்தைத் தீர்க்கும் கருவியாக கணினியைப் பயன்படுத்தும்படி இத்தாலிய வாசகர்

ஆலோசனை தந்தபோது சிரித்தார். 'எனக்கு சைக்கிளே ஓட்டத் தெரியாது. கம்ப்யூட்டரா?' 'சைக்கிள் இல்லேன்னா நடந்து போயிக்கலாம். அது வேற. இதுல நீங்க எழுத சிரமப்படவே வேண்டாம். சுலபமா திருத்தலாம். பாதுகாப்பா சேமிச்சு வெக்கலாம்' என்று சொன்னபோது அக்கறையின்றிதான் கேட்டுக்கொண்டார். அவரும் ஒரு கணினியை வீட்டுக்கு அனுப்பிவிட்டார். எதனுடன் எதைப் பொருத்தவேண்டும் என்பதுகூடத் தெரியவில்லை. அலுவலக நண்பர் சிங்காரம் வந்து எல்லாவற்றையும் ஒருங்கிணைத்துக் கொடுத்தார். எப்படித் தட்டச்சு செய்யவேண்டும் என்பதை அமெரிக்க நண்பரே வகுப்பெடுத்தார். முதன்முதலாக MARIA என்று எழுத்துக்களை அடித்துவிட்டு ஸ்பேஸ் பாரைத் தட்டிய நொடியில் திரையில் 'மரியா' என்று ஒளிர்ந்ததைக் கண்டதும் பிரமிப்பாக இருந்தது. மெல்ல மெல்ல ஒவ்வொரு சொல்லாய் முயன்று பார்த்தார். உற்சாகமாகத்தான் இருந்தது. ஆனால் நினைத்ததை நினைத்த வேகத்தில் திரைக்குக் கொண்டு வர முடியவில்லை. ஒவ்வொரு எழுத்தாய் தேடி அடிப்பது அலுப்பைத் தந்தது. அதிலும் நெடில், மெய்யெழுத்து, சிறப்பு எழுத்து ஆகியவை சற்று சிரமம் தந்தன. இதற்கு பேசாமல் எழுதிவிடலாம் என்று தாளை எடுத்துத் தொடங்கிய நாட்களும் உண்டு. ஆனால், ஒரு சமயத்தில் எழுத்துகளைத் தேடும் சிரமம் குறைந்து, விசைப்பலகை ஓரளவு கைவசமானபோது நம்பிக்கையுடன் தொடர்ந்து மிக வேகமாக தட்டச்சு செய்யும் நிலையை எட்டியிருந்தார்.

கதைகள், கட்டுரைகள், குறிப்புகள் எதுவானாலும் தட்டச்சு செய்து கோப்பில் சேமித்துவிட்டு கையோடு வேண்டுபவர்களின் மின்னஞ்சலுக்கு அனுப்பிவிடுவதில் ஒரு சாகச உணர்வு இருந்தது. பின் அதுவே சாதாரணமாகவும் போய்விட்டது. பக்கம் பக்கமாய் எழுதிக் குவிக்கிறார். ஒரு நாளைக்கு நாற்பது, ஐம்பது பக்கங்கள் அவரது இணையத்தில் குவிகின்றன. இவை தவிர வாசகர்களின் கேள்வி பதில்கள், விமர்சனக் குறிப்புகள், பரிந்துரைகள். மூளையின் வேகத்துக்கு இப்போது விசைப்பலகை பழகிவிட்டது. முதல் சொல்லைத் தட்டி முடித்ததுமே எழுத்து வேகம் பிடிக்கும். காற்றைப்போல் நீரைப்போல தன் பாதையில் தானே விரையும்.

எம். கோபாலகிருஷ்ணன்

ஒவ்வொரு நாளும் கணினியின் முகத்தில் முழித்து, கட்டற்ற வேகத்தில் எழுதிய அவரேதான் இப்போது விசைப் பலகையை வெறித்துப் பார்த்தபடி அமர்ந்திருக்கிறார். தொட்டுப் பார்க்கவே தயக்கம். பயம்.

கைவசம் கதைகள் இல்லை. தீபாவளி மலருக்கு எப்படியும் கேட்பார்கள். குறைந்தது பதினைந்து கதைகளையாவது தயார் நிலையில் வைத்திருக்கவேண்டும். அவர் விரல் பழகியிருக்கும் வேகத்தில் பதினைந்து கதைகள் என்பது ஏறக்குறைய நூற்றைம்பது பக்கங்கள். ஒரே நாளில், ஐந்து மணி நேரத்தில் அடித்துத் தள்ளிவிடுவார். சமயத்தில் எழுதும் வேகத்தை நிறுத்த முடியாததுபோல கூடுதலாய் இன்னும் பத்துப் பக்கத்தில் இன்னொரு கதையும் சேர்ந்துவிடும்.

எழுத ஆசையிருந்தும், தேவையிருந்தும் இப்போது எழுதாமல் தயங்குகிறார். அஞ்சுகிறார். சுருட்டைப் புகைத்தபடி யோசிக்கிறார். கேபோ அவரது கவனத்தைத் திருப்பும் பொருட்டு செல்லமாய் உறுமிற்று. மெல்லத் திரும்பி விரல் நீட்டி எச்சரித்ததும் சுருண்டு படுத்தது.

அப்படியொரு தயக்கமோ பயமோ தலையெடுத்து இரண்டு நாட்களாகிவிட்டன. அதற்கும் இரண்டு வாரங்களுக்கு முன்பு ஒரு திங்கட்கிழமை காலை. விடியலின் வெளிச்சம் கசிந்திருந்த இருட்டுக்குள் பிரியமான கேபோவின் சங்கிலியைப் பற்றியபடி நடக்கத் தொடங்கி அம்மன் கோயில் விலக்கில் திரும்பி அன்னை வேளாங்கன்னி பள்ளிக்கூடத்தைச் சுற்றிக்கொண்டு வீடு திரும்பும்போது கழுத்திலும் முதுகிலும் வேர்த்து டீ சர்ட் நனைந்திருந்தது. வாசலில் கிடந்த செய்தித்தாள்களை கவ்விக்கொண்டு உள்ளே ஓடியது கேபோ. சட்டையைக் கழற்றி கொடியில் போட்டுவிட்டு துவாலையால் துடைத்த படியே மாடிக்கு வந்தவர் மின்விசிறியைச் சுழலவிட்டார். கணினியை முடுக்கிவிட்டு நாற்காலியில் அமர்ந்து கண்களை மூடினார். யானியின் பியானோ இசை காற்றை நிறைத்தது. எழுதவேண்டியதை நடக்கும்போதே தீர்மானித்திருந்தார். அந்த முதல் சொல் ஒரு மந்திரம்போல உள்ளுக்குள் ஒலித்துக்கொண்டிருந்தது.

வெண்திரை விரிந்ததும் வலதுமணிக்கட்டிலிருந்த செம்புக் காப்பை மேலேற்றிவிட்டு விசைப்பலகையில் கைவைத்தார்.

‘கூந்தலை...’ என்ற முதற் சொல்லை அடித்தவுடனே அந்த வாக்கியம் வேகமாக ஊர்ந்தது. ‘கூந்தலை ஒதுக்கிக்கொண்டு கோலத்தின் இறுதி இழையை நழுவவிட்டவள் மேலே பார்த்தபோது மொட்டை மாடியிலிருந்து வெறித்த அவனது கண்களைக் கண்டாள்’. சற்றும் இடைவெளியின்றி அடுத்த வரித் தொடங்கிற்று. திரையிலிருந்து கண்களை விலக்கி விரல்களைப் பார்த்தார். திடுக்கிட்டார். விரல்கள் அசையவேயில்லை. சமயத்தில் ஏதேனும் ஒரு விசை மாட்டிக்கொண்டால் குறிப்பிட்ட அந்த எழுத்து அப்படி ஓடும். விசைகளைக் கூர்ந்து பார்த்தார். அப்படி எதுவும் இல்லை. ஆனால், திரையில் சொற்கள் ஒன்றை அடுத்து ஒன்று சேர்ந்து வாக்கியமாகி நகர்ந்தன. முதல் வரி முடிந்து அடுத்த வரி தொடர்ந்தது. கைகளை விசைப்பலகையிலிருந்து விலக்கினார். எழுதுவது நிற்கவில்லை.

அந்த வாக்கியம் அவர் நினைத்ததுபோலவே அப்படியே எழுதப்பட்டிருந்தது. அந்த வாக்கியம் மட்டுமல்ல, அந்தப் பத்தியில் இருந்தவை அனைத்துமே அவர் மனத்துள் எழுதிப் பார்த்தவைதான்.

தலையை உலுக்கியபடி மறுபடி திரையைப் பார்த்தார். உண்மைதானா?

நாற்காலிக்குக் கீழேயிருந்த கேபோ திரையைப் பார்த்துக் குரைத்தது.

கண்களை இமைத்தபடி மீண்டும் உற்று நோக்கியபோது கதை எழுதி முடிக்கப்பட்டிருந்தது. அவருக்கு பயம். தோற்ற மயக்கமா? காலையில் இன்னும் எதுவும் குடிக்கவில்லை. சாப்பிடவில்லை. வெறும் வயிறு. அதனால் கண்களில் இப்படியொரு மாயக்காட்சி விரிகிறதா?

யோசிக்காமல் கணினியை அப்படியே அணைத்தார். அப்படிச் செய்யக்கூடாதுதான். ஆனால் இப்போது வேறு வழியில்லை. திரை அணைந்தது.

எழுந்து ஜன்னலருகே வந்து வெளியில் பார்த்தார். வாசலில் சந்திரா பூக்காரம்மாவிடம் உரத்த குரலில் எதையோ சொல்லிச் சிரித்துக்கொண்டிருந்தாள். கேபோ பூக்காரம்மாவை மோப்பம் பிடித்தபடி சுற்றியது.

சந்திராவிடம் இதைச் சொன்னால் முதல் காரியமாக வாசலுக்குக் கொண்டுபோய்விடுவாள். பார்க்கலாம்.

முகத்தைக் கழுவிக்கொண்டு வந்து அமர்ந்து சுருட்டைப் பற்ற வைத்தார். மூச்சை நிதானித்தபடி கணினியை முடுக்கினார். அடுத்தடுத்து வரிசையாய் தொடர்ந்தார். வெள்ளைத்திரையில் எதுவும் இல்லை. நிம்மதியுடன் முதல் எழுத்தைத் தொட்டவர் தலையை உலுக்கியபடி அந்த வாக்கியத்தை மாற்றுவதை யோசித்தார். 'கூந்தலை ஒதுக்கிக்கொண்டு கோலத்தின் இறுதி இழையை நழுவவிட்டவள் மேலே பார்த்தபோது மொட்டை மாடியிலிருந்து வெறித்த அவனது கண்களைக் கண்டாள்' என்று எழுத நினைத்திருந்தார். இப்போது அதை மாற்றிவிடலாம். 'கோலத்தை போட்டு முடித்துவிட்டு...' என்று எழுதலானார். ஸ்பேஸ் பாரைத் தட்டிய மறுநொடியில் தாறுமாறான வேகத்தில சொற்கள் விரைந்தன. 'கோலத்தை போட்டு முடித்துவிட்டு நிமிர்ந்த போது மொட்டைமாடியில் நின்றிருந்த அவனைப் பார்த்தாள்'. விரல்களை விசைப்பலகையின் மேல் சும்மா வைத்திருந்தார். ஆனால், வாக்கியங்கள் நகர்ந்தபடியே இருந்தன.

உதடுகள் உலர்ந்தன. இதயம் துடிப்பதைக் கேட்க முடிந்தது. என்னவாயிற்று? இந்த முறையும் கதை நீண்டுகொண்டே போனது. நடப்பது நடக்கட்டும் என்று கைகளைக் கட்டிக்கொண்டு நாற்காலியில் சாய்ந்து வேடிக்கை பார்த்தார்.

அப்போதுதான் உள்ளே வந்த கேபோ திரையைக் கண்டதும் ஆவேசத்துடன் குரைத்தது. "சுப்..." விரலை நீட்டி எச்சரித்தார்.

ஏழாவது பக்கத்தில் பத்து வரிகள் எழுதப்பட்டதும் எழுதுவது நின்றது. நேரத்தைப் பார்த்தார். சரியாக பதினெட்டு நிமிடங்கள்.

முதல் வாக்கியத்திலிருந்து நிதானமாக வாசிக்கத் தொடங்கினார். 'கோலத்தை போட்டு முடித்துவிட்டு நிமிர்ந்தபோது மொட்டைமாடியில் நின்றிருந்த அவனைப் பார்த்தாள். சட்டென்று பார்வையைத் திருப்பி மரக்கிளையை வெறித்தவனின் உதடுகளில் புன்னகை.' வெகு சரளமாக

கதை சீராக நகர்ந்தது. எந்தத் தடையும் இல்லை. குழப்பமும் இல்லை. கச்சிதமான வடிவம். சுத்தமான மொழிநடை.

வேறு யாரோ எழுதிய கதையை வாசிப்பதுபோலத்தான் அதை வாசித்தார். ஆனால், அந்தக் கதையிலிருந்த தன் முத்திரையை அவரால் துல்லியமாக அடையாளம் காண முடிந்தது. அச்சு அசலாக அவருடைய கதையேதான். குறிப் பிட்ட புள்ளியில் வாசகனை உள்ளிழுத்துத் தன்போக்கில் அவனைச் செலுத்தி வந்து இடையில் சற்றே தடுமாறச் செய்து கடைசியில் அவன் சிறிதும் எதிர்பாராத ஒரு நாற்சந்தியில் நிறுத்திவிட்டு நகர்ந்துவிடுவதுதான் அவரது கதைப்பாணி. வாசகன் எந்தத் திக்கிலும் நடந்து தனக்கான கதையைத் தேடிச் செல்ல முடியும்.

தலைப்பு மட்டும்தான் அங்கில்லையே தவிர அவரால் எழுதப் பட்ட கதையேதான் அது. ஆனால், முதல் சொல்லைத் தவிர வேறெதையுமே அவர் எழுதவில்லை.

திரையைப் பார்க்கப் பார்க்கப் பதற்றம் நீங்கியது. ஒரேயொரு சொல் கதையாகும் மாயம் கண்ணுக்கு முன் கண்ணாமூச்சி. லேசான கிளுகிளுப்பு. யாருமறியாத ரகசியத்தை உள்ளுக்குள் பொத்திக் கொள்ளும் பரவசம். ஆனாலும் முழுக்க நம்பிக்கையில்லை. தற்செயலோ? முன்பே எழுதியதைத்தான் திரையில் பார்க்கிறோமோ? அதை உறுதிப்படுத்திக் கொள்ளும் முனைப்புடன் புதிய பக்கத்தைத் திறந்தார். கண்களை மூடி யோசித்தார். அவருடைய வழக்கமான கதாபாத்திரங்கள் லத்தீன் அமெரிக்க நாராயணனும் பைந்தமிழ் மாணிக்கமும் உலக நடப்புகளை பகடியுடன் விவாதிக்கும் ஒரு கதையை எழுத நினைத்திருந்தார்.

முதல் சொல்லின் ஆங்கில எழுத்துகள் திரையில் விழுந்தன. ‘Kakkatthil’ என்று அடித்துவிட்டு நிறுத்தினார். இப்போது ஸ்பேஸ் பாரை கட்டை விரலால் தட்டியதும் திரையில் ‘கக்கத்தில்’ என்று தமிழாகிவிடும். அதன் பிறகு ‘குடையை இடுக்கிக்கொண்டு’ என்று தொடரவேண்டும். வேண்டுமென்றே தாமதித்தார். அது நிகழுமா? என்ற சிறிய சந்தேகம். ஆனால், அது நடக்கவேண்டும் என்று எதிர்பார்த்தார். புத்தகக் கண்காட்சியையும் அரங்கெங்கும் நிகழும் புத்தக வெளியீட்டு நிகழ்வுகளையும் குறித்த தன் விமர்சனங்களை எழுத நினைத்த கதை அது.

கட்டை விரலால் தட்டியதும் திரை தமிழில் 'கக்கத்தில்' என்று காட்டிவிட்டு தொடர்ந்து எழுதலானது.

எழுதி முடிக்கப்பட்ட அந்தக் கதையில் அவருடைய நாராயணனும் மாணிக்கமும் வழக்கம்போல எழுத்தாளர்களை நக்கலடித்தார்கள். நாட்டு நடப்புகளைக் கடுமையாக விமர்சித்தார்கள். ஓயாமல் லத்தீன் அமெரிக்க எழுத்தாளர்களின் பெயர்களை உதிர்த்தார்கள். ஆப்பிரிக்க கவிதைகளை மேற்கோள் காட்டினார்கள். சண்டை போட்டுக்கொண்டார்கள். புத்தகக் கண்காட்சியில் நடந்தேறும் அன்றாட நிகழ்வுகளை வகைதொகையில்லாமல் விமர்சித்தார்கள். கதையின் முடிவில் எழுதி வைத்திருந்த விமர்சனக் கட்டுரையை கிழித்துப்போட்டார் மாணிக்கம். இன்னும் திருப்பிக் கொடுக்காத லித்வேனியக் கவிதைத் தொகுப்பை ஞாபகப்படுத்தி நாராயணன் ஏசியபோது வெற்றிலைக் கறை படிந்த பல்லைக் காட்டினார் 'உங்களுக்கு மறதி ஜாஸ்தி ஆயிருச்சு. அதான் கிண்டில் எடிசன் இருக்கில்ல. அதை எதுக்கு வெட்டியா சுமக்கணும்னு எடைக்கு போட்டுட்டேன்னு சொன்னேனே.' பதிலுக்கு நாராயணன் சொன்னதாக எழுதியிருந்ததைப் படித்ததும் சிரித்துக்கொண்டார் 'இதை அப்பிடியே அனுப்ப முடியாது. மாத்தணும். இத்தனை கெட்டவார்த்தை கூடாது.'

இரண்டு கதைகளை எழுத ஒருமணி நேரம்கூட பிடிக்கவில்லை. விரல்நுனிகளை உற்றுப் பார்த்தார். விசைப் பலகையை வியப்புடன் நோக்கினார். இதுவா, அதுவா? காரணம் புரியவில்லை. காதலியின் கடைக்கண்ணில் சம்மதத்தைக் கண்டவனின் கிறுக்கு தலைக்குள் ஏறியிருந்தது. உற்சாகத்துடன் சிரித்தார். அழைப்பு மணியை அழுத்த கை நீட்டினார். இங்கே அழுத்தினால் சமையலறைக்குள் ஒலிக்கும். ஒருமுறை அழுத்தினால் ஒரு க்ரீன் டீ. இரண்டு முறை என்றால் பசிக்கிறது, கொறிக்க எதுவும் தேவை என்று பொருள். சந்திராவை மேலே அழைக்க நான்கு முறை. இல்லை, இப்போது வேண்டாம். அவள் கடல் போன்றவள். எதையுமே தன்னிடம் வைத்துக்கொள்ள மாட்டாள்.

எழுந்து அறைக்குள் நடந்தார். மெல்ல மெல்ல அந்த மாயம் புரிந்தது. நடையில் உல்லாசம். குதூகலத்துடன் விசிலடித்தார். மந்திரவாதிபோல விலுக்கென கையை

நீட்டி வாய்க்கு வந்த சொற்களை உரக்கச் சொல்லிவிட்டு திரையைப் பார்த்தார். கண்ணடித்தார்.

'பத்து வரிக் கவிதையா? ப்பூ… இந்தா எடுத்துக்கொள் பதரே', 'குறுங்கதை வேண்டுமா? எத்தனை குறுக்கவேண்டும். குறள்போலவா? குறுந்தொகை போலவா? ஹா… ஹா…', 'ஐம்பத்திரெண்டு வாரங்களுக்கு தொடரா? பத்து அத்தியாயம் இப்பவே வேணுமா? எதுக்கு தவணை. இந்தா மொத்தத்தையும் வெச்சுக்க. காசை உடனே ஜி.பே பண்ணு. வா வா. அடுத்தது யாரு?', 'நாவல் இருக்கான்னா கேட்டீங்க? உங்க மெயிலை செக் பண்ணுங்க. ஐநூறு பக்கத்துல ஒண்ணு அனுப்பிருக்கேன். கொஞ்சம் பணத்தை மட்டும் மறக்காம அக்கவுண்ட்ல போட்டுடுங்க.'

மூச்சிறைக்க கேபோ மேலே வந்ததைத் தொடர்ந்து படிகளில் கொலுசு சத்தம். ஓடிப்போய் நாற்காலியில் அமர்ந்து கண்களை மூடிக்கொண்டார்.

"சிரிப்பும் சத்தமா இருந்துச்சே. என்னமோ வசனம் பேசறா மாதிரி? என்னாச்சு?" செய்தித்தாளை விரித்து கையில் இருந்த கீரைக்கட்டைப் போட்டுவிட்டு கால்நீட்டி உட்கார்ந்தாள். நெற்றியில் வேர்வை பூத்து மினுமினுத்தது.

"ஒண்ணுமில்லையே. டீ போடலியா?"

"பொத்தான் ஒண்ணும் அமுக்கலியே. அப்பறமென்ன டீ? நா கேட்டதுக்கு பதிலச் சொல்லுங்க."

"இங்க ஒண்ணும் சத்தம் கேக்கலியே. பக்கத்துல டீவி சத்தமா இருக்கும்."

"டீவில அப்பிடியெல்லாம் வசனம் வராதுங்க. என்னவோ நாவல், குறுந்தொகேன்னு கேட்டுச்சே. நீங்க பேசலியா?" சந்தேகத்துடன் அவள் முகம் பார்க்க அவர் கணினியைக் கூர்ந்து பார்த்தார். திரையில் அந்தக் கதை அப்படியே இருந்தது. கோப்பில் சேமித்துவிட்டு புதிய பக்கத்தைத் திறந்தார். ஓரக்கண்ணால் அவளைப் பார்த்தார். கேபோ காலடியில் படுத்திருந்தது. கீரையை ஆய்ந்தவளின் கண்களும் திரையை ஏறிட்டிருந்தன. அவளுக்கு சின்னதாய் ஒரு வேடிக்கை காட்டலாம் என்று மனத்துள் குறும்பு கொப்புளித்தது.

"இப்ப சின்னதா ஒரு வெளையாட்டு. சரியா? ஏதாவது ஒரு வார்த்தை சொல்லு."

கீரைத்தண்டை கிள்ளிப் போட்டுவிட்டு முறைத்தாள்.

"சும்மா சொல்லு. ஏதாவது ஒரு வார்த்தை. ஒரு வேடிக்கை காட்டறேன் பாரு."

"எழுதறதைவிட்டுட்டு இப்ப வேடிக்கை காட்ட போறீங்களா? சத்தமும் சிரிப்பா இருந்தப்பவே நெனச்சேன். கேட்டா பசப்பறீங்க."

"அத விடு. நீ சொல்லு."

"வெண்டைக்கா..." நமுட்டலாய் சிரித்தாள்.

உற்சாகத்துடன் விசைகளைத் தட்டினார். ஸ்பேஸ் பாரைத் தட்டியதுமே ஆங்கிலத்திலிருந்து எழுத்துகள் தமிழாகின. 'வெண்டைக்காய்'. அதன் பின் ஒளிர்சுட்டி நகரவில்லை. பார்த்துக்கொண்டேயிருந்தார். வேறெதுவும் நடக்கவில்லை.

"வெண்டைக்காயை வெண்டைக்காய்னு அடிக்கறதுதான் உங்க வேடிக்கையா? என்னாச்சு உங்களுக்கு? காலை யிலேருந்து ஒரு மார்க்கமாதான் இருக்கீங்க. ஃபேஸ்புக்ல யாராச்சும் போட்டு கழுவி ஊத்திருக்காங்களா?"

சுள்ளென்று எரிச்சல் வெடித்தது "வாய மூடு நீ."

"சொன்ன மாதிரிதான். எவனோ நல்ல வெச்சு செஞ்சி ருக்கான். அதனால என்ன? உங்க வாசகக் குஞ்சுக முட்டுக் குடுப்பாங்களே."

திரையில் வெண்டைக்காயைத் தவிர எதுவுமே இல்லை. என்னானது? இத்தனை நேரம் சரியாகத்தானே இருந்தது. என்ன பிரச்சினை? விறுட்டென்று எழுந்தார். கீரையை கிள்ளிப் போட்டவளை முறைத்தபடியே ஜன்னலருகே சென்றார்.

"நீ எதுக்கு இப்ப மேல வந்தே?"

காற்று வெம்மையுடன் மோதிக் கடந்தது. மதில்சுவரின் மேல் வாலைத் தூக்கிக்கொண்டிய அணிலைப் பார்த்துக் குரைத்தது நாய்.

“தப்புதான். என்னவோ சிரிப்பும் சத்தமுமா இருக்கே, விருது ஏதாவது அறிவிச்சிருக்காங்க போலன்னு ஆசையா வந்தேன். அதெல்லாம் உங்களுக்கு யாரு தரப்போறா? நீங்களா யார் கிட்டயாச்சும் காசக் குடுத்து அறிவிக்க வெக்க வேண்டிதுதான். அதுக்கும் ஒங்களுக்கு துப்பு கெடையாது.”

எதுவுமே அவர் காதில் விழவில்லை. வெண்டைக்காய் விவகாரம்தான். ஆனால் மண்டைக்குள் குடைந்தது. எதனால்? வேறு எதுவும் சரியாக இல்லையா?

“நீ கீழே போ மொதல்ல. எனக்கு வேலையிருக்கு” சீறினார். விருட்டென நாற்காலியை இழுத்துப் போட்டுக்கொண்டு எரிச்சலுடன் திரையிலிருந்த சொல்லை அழித்தார். வெறுமனே விரல்களைத் தட்டினார். எழுத்துகள் தாறு மாறாக வரிசைகோர்த்து ஓடின.

“மனுஷங்கிட்ட நாலு வார்த்தை பேசலான்னு வந்தா...” கீரையை அப்படியே அள்ளி எடுத்துக்கொண்டு நகர்ந்தாள். பின்னாலேயே தாவி ஓடியது கேபோ.

கொலுசொலி தணிந்தவுடன் திரும்பிப் பார்த்தார். கீழே போய்விட்டாள். மூச்சை இழுத்துவிட்டுக்கொண்டு கைகளைச் சரியாக இருத்தியபடி திரையை உற்றுப் பார்த்தார். இப்போது சரியாக வரும். வரவேண்டும். ஒரு கவிதை எழுதலாமா? ஆமாம். பத்துக் கவிதை எழுதி வைத்தால் அவசரத்துக்கு கைகொடுக்கும். எல்லோருக்கும் கதையும் நாவலும் தர முடியுமா? இப்போது வந்த இளம் கவிஞர்களெல்லாம் வேறுமாதிரி எழுதுகிறார்கள். வருஷத்துக்கு ஒரு தொகுப்பு. மொத்தமாய் ஐயாயிரம் கவிதைகளை எழுதி அசத்தவேண்டும். தலையை உலுக்கிக் கொண்டார். ஒரு வார்த்தையை யோசிப்பதற்குள் கற்பனை இப்படித் தறிகெட்டோடினால் அப்பறம் எவன் மதிப்பான்?

எங்கிருந்துத் தொடங்குவது?

அதுதான் முதல் வரி. அப்படியே எழுதிவிடலாம் என்று தீர்மானித்தவர் விசைகளைத் தட்டினார் ‘எங்கிருந்துத் தொடங்குவது?’.

கவிதை வரிகள் மடிந்து மடிந்து நீண்டன. சரியாய் பதினாறாவது வரியில் ஒற்றைச் சொல்லுடன் நின்றது. படித்துப் பார்த்தார். கச்சிதமான நவீன கவிதை. 'நீ கவிஞன்டா" தன்னையே பாராட்டிவிட்டு சுறுசுறுப்பாய் அடுத்த பக்கத்துக்குத் தாவினார். இப்போது விரல்கள் தன்னிச்சையாய் 'அகிலமெங்கும்...' என்று தட்டியது. 'பைத்தியமொன்று கை நீட்டிய...', 'கரையில் அழிந்த...'

அடுத்தடுத்து கவிதைகள். ஒவ்வொன்றாய் நகர்ந்து கோர்த்து பதினெட்டுக் கவிதைகளை எழுதியிருந்தார். அத்தனையையும் ஒட்டுமொத்தமாய் படித்தார். நிறைவுடன் கோப்பில் சேமித்தார். எவனும் இனி என்னை அசைக்கமுடியாது. கவிதைகளை எழுதி கனமான தொகுப்பாக்கி போட்டு உங்கள் கால்களை உடைக்கிறேன், அப்போதாவது என்னை நீங்கள் தமிழின் தவிர்க்கமுடியாத கவிஞன் என்று ஒப்புக்கொள்வீர்கள்.

தலையை உயர்த்தி கூரையைப் பார்த்தார். ஓரத்தில் அசைந்தது ஒட்டடை. அந்த வெண்டைக்காய் ஏன் சரி வரவில்லை? சட்டென்று தெளிந்தது. ஆமாம், அது உண்மையான புனைவெழுச்சி இல்லாமல் விளையாட எண்ணியது. அதனால்தான் அதைப் பொருட்படுத்தவில்லை. மடையன் நான். அதெப்படி அத்தனை விளையாட்டாக செய்ய முடியும். ஒரு படைப்புக்கு கலைஞன் தன்னை ஒப்புக் கொடுக்காமல் எழுத்து எப்படி விளங்கும்?

அந்த கணத்தில் கண்ணீர் கசிந்தது. கணினியை ஆதுரத்துடன் நோக்கினார். தழுவிக்கொள்ள முடியாத சங்கடத்துடன் தலையை மேலும் கீழுமாய் அசைத்து ஆமோதித்தார். மன்னிப்பு கோரினார்.

மணியொலித்தது. யாரோ வந்திருக்கிறார்கள். எங்கிருந்தேனும் வாசகர்கள் வந்திருப்பார்கள். ஒன்றும் செய்ய முடியாது. மென்மையாய் ஒரு முத்தத்தை தந்துவிட்டு கணினியை அணைத்தார்.

அன்றிரவு எட்டு மணிக்கு மீண்டும் கணினியை முடுக்கியபோது உண்மையில் பைரவனுக்கு கைகள் நடுங்கின. காலையிலிருந்த சாகச உணர்வும் போதையும் இறங்கியிருந்தன. மீண்டும் அது கைகூடுமா என்ற சந்தேகம்.

எழுத்தாளன் சாதிச் சங்கத்துடன் தன்னை அடையாளப் படுத்திக்கொள்வது குறித்த கேள்வி ஒன்றை வாசகர் கேட்டிருந்தார். அல்லது அவர் கேட்கவிருப்பதாகவோ தயங்குவதாகவோ இவர் நம்பினார். அதற்கான பதிலை எழுதவேண்டும். என்னதான் சமூகம், மனிதர்கள் அனைவரும் சமம், சாதி என்பது ஒரு அதிகாரம் என்றெல்லாம் நாவிலிருந்து சொற்கள் உதிர்ந்தாலும் உள்ளுக்குள் ஒரு சதை ஆடத்தான் செய்தது. அது குறித்து தன் மீது அவருக்கே ஒரு விமர்சனம் உண்டு. ஏதேனுமொரு பரிந்துரை என்று வரும்போது தர்க்கம் நம்பிக்கை தரும் இளம் படைப்பாளிகளின் பட்டியலைப் பார்த்துக்கொண்டிருக்கும்போதே அந்த துண்டுச்சதை சரியாய் ஒரு சுயசாதி எழுத்தாளனின் பெயரை ஏற்கெனவே தெரிவுசெய்திருக்கும். தன் தர்க்க ஒழுங்கை மீறி அப்படி நடப்பது குறித்து பெரும் அதிருப்தியும் சங்கடமும் விமர்சனமும் உண்டு.

‘அன்புள்ள சந்தோஷ்’ என்று விளிச் சொற்களை எழுதிவிட்டு மூச்சை உள்ளிழுத்தார். ஏற்கெனவே மனத்துள் பதிலை இறுதி செய்திருந்தார். ‘ஒரு படைப்பாளி என்பவன் அனைத்துக்கும் அப்பாற்பட்டவன். அவன் மனிதன் வகுத்த எல்லா எல்லைகளுக்கும் வெளியிலிருப்பவன். சாதியுடன் தன்னை அடையாளம் காணும் ஒருவன் ஒரு நல்ல வாசகனாகக்கூட இருக்க முடியாது. பிறகெப்படி எழுத்தாளனாக உருவாகமுடியும்?’ என்பதாக அவரது தொடக்கம். எண்ணியபடியே கணினியில் சொற்கள் வாக்கியங்களாகி, வாக்கியங்கள் பத்திகளாகி, பின் பக்கங்களாய் விரிந்து முடிந்திருந்தது. கண்ணை மூடி நிதானமாக சுவாசித்தார். உண்மைதான், வெறும் கற்பனையல்ல. இதோ கண்முன் சரஸ்வதி கணினி வடிவில் ஒளிர்கிறாள். கைகூப்பி வணங்கினார். நிதானமாகப் படிக்கலானார்.

படிக்கப் படிக்க பதற்றம் கூடியது. கைகள் நடுங்கின. உத்தேசித்த பதிலுக்கு மாறாக வாக்கியங்கள் பல சாதி அபிமானத்தை தூக்கிப் பிடித்தன. ‘என்னதான் மனிதன் தனித்த ஒருவன் என்றாலும் வேர் உண்டல்லவா? ஆலும் வேலும் ஒன்றாகிவிடுமா? வேம்பின் கனி கசப்புடன்தான் இருக்கும். இதை பேதம் என்றும் வர்க்கம் என்றும் ஏன் வகுக்கவேண்டும். அது அதன் இயல்பு. ஒரு எழுத்தாளனின்

படைப்பில் சுயசாதி சார்ந்த சார்பென்பது இயற்கையானது. இதில் விமர்சிக்க ஒன்றும் இல்லை' என்று தர்க்கங்கள் நீண்டன.

தான் எழுத நினைக்காத வரிகள். அப்படியே இதைப் பதிவேற்றினால் அவ்வளவுதான், வாசலில் பெரிய தட்டி வைத்துவிடுவார்கள். சாதிச் சங்கத்தினர் ஏற்கெனவே நேரம் பார்த்துக்கொண்டிருக்கிறார்கள். வெளியில் தலைகாட்ட முடியாது.

எழுந்து அரை டிராயரை மேலே இழுத்துவிட்டபடி வேகமாக நடந்தார். எப்படி நடந்தது? நடுக்கத்துடன் சுருட்டைப் பற்றவைத்து வேகமாய் உறிஞ்சினார். நடக்க நடக்க விளக்கொளியில் அவரது நிழல் நீண்டும் சுருங்கியும் வித்தை காட்டியது. ஒருகணம் நின்றார். அப்படியே திரும்பி கணினியைப் பார்த்தார்.

நாற்காலியில் அமர்ந்து தண்ணீரைக் குடித்தபோது தெளிந்தது போலிருந்தது. இவை என் எண்ணங்கள். உண்மையில் நான் நம்புபவை. அவைதான் இங்கே பதிலாக பதிவாகியுள்ளன.

அவசரமாய் எல்லாவற்றையும் அழித்தார். கண்களை மூடி எழுத வேண்டிய பதிலை ஒருமுறை தனக்குள் சொல்லிக்கொண்டார். புதிதாகப் பக்கத்தைத் திறந்து முதல் சொல்லை அடித்துவிட்டு காத்திருந்தார். மனம் மறுபடி மறுபடி எழுதவேண்டிய பதிலை மட்டுமே திரும்பத் திரும்ப சொல்லிக்கொண்டிருந்தது.

எழுதி முடிக்கப்பட்ட பதிலைப் படித்தார். வேர்த்தது. முதல்முறை எழுதிய அதே வரிகள். அதே சொற்கள். எழுத நினைத்த தர்க்கங்கள் ஒன்றுமே இடம்பெறவில்லை. திரையை உற்றுப் பார்த்தார். சதுரங்கப் பலகையின் மறுபக்கம் கண்ணுற்றுப் பார்க்கும் போட்டியாளனாய் அது வீற்றிருந்தது.

மீண்டும் அழித்தார். இந்த பதிலை இப்போது எழுதுவது ஆபத்தானது. ஒட்டுமொத்தமாய் தன்னை முடக்கிப்போடும் அபாயம். தானே உருவாக்கிய கேள்விதானே, கிடக்கட்டும்.

அந்த எண்ணம் வந்ததும் ஆசுவாசமாய் உணர்ந்தார். மூச்சு சீரடைந்தது. வேர்வை அடங்க கண்டசாலாவின் பழைய

பாடலென்றை முணுமுணுத்தபடியே எழுதி முடிக்காமல் விடப்பட்ட கதைகளும் கட்டுரைகளும் அடங்கிய கோப்பைத் திறந்தார். ஊர்மிளையை மையப் பாத்திரமாக வைத்து எழுதிய நெடுங்கதை ஒன்று முடிக்கப்படாமல் கிடந்தது. பதினான்கு பக்கங்கள். நிதானமாய் வாசித்தார்.

சரியான ஒரு இடத்தில் கதை நின்றிருந்தது. லட்சுமணன் தன்னைப் பற்றி யோசிக்காமல் ராமனின் பின்னால் சென்றதைக் குறித்துப் புலம்புகிறாள், அழுகிறாள். அண்ணனுக்காக உடன் செல்வது கடமையென்றால் கொண்டவளின் கண்ணீருக்கு பதில் சொல்வதும் அவனது பொறுப்புதானே? இதன் பிறகு எப்படி கதையை முடிப்பது என்று தெரியாமல் அப்படியே விட்டிருந்தார். சந்திராவிடம் இதைப் பற்றி விவாதித்தது நினைவுக்கு வந்தது.

விட்ட இடத்திலிருந்து தொடர எண்ணி எழுத்துகளைத் தொட்டார். நினைத்ததுபோலவே வாக்கியங்கள் சரஞ் சரமாய் நீண்டன. பார்த்துக்கொண்டே இருந்தார். இந்த வேகத்தில் போனால் மகா காவியம் ஒன்றை எழுதிவிடலாம். இந்த உலகத்தில் பிறகெவனும் என்னை நிமிர்ந்து பார்க்கவும் யோசிக்கவேண்டும். நான் எழுதியதையெல்லாம் அடுக்கி வைக்க அண்ணா நூற்றாண்டு நூலகத்தில் தனியாக ஒரு கட்டடமே ஒதுக்கவேண்டும்.

முப்பத்தி ஐந்து பக்கங்கள் நீண்டு நெடுங்கதை முடிந்தது. நிதானமாகத் தண்ணீரை பருகியபடியே படிக்கலானார். குறிப்பிட்ட ஒரு வரியைப் படித்ததும் புரையேறியது. இருமினார். கண்ணில் நீர் கோர்த்தது. தலையைத் தட்டினார். மூச்சைச் சீராக்கியபடி வாயைத் துடைத்தார். மறுபடியும் அந்த வரியைப் படித்தார்.

'அண்ணன்மேல் பாசம் என்பதெல்லாம் ஒரு காரணம் மட்டுமே. சீதையின்மேல் ஒரு ஆசை அவனுக்கு. அதனால்தான் அவள் பின்னால் நடந்தான். எல்லோரும் அறிந்ததுதான். ஆனால் யாருக்கும் வெளியில் உரக்கச் சொல்ல அச்சம். அவ்வளவுதான்.'

இதைப் பற்றி விவாதிக்கும்போது சந்திராவிடம் சொன்ன தல்லவா இது? இதை இப்படியேவா எழுத முடியும்?

எம். கோபாலகிருஷ்ணன்

வரப்பை உடைத்துக்கொண்டு திசைமாறிப் பாய்கிறதே தண்ணீர். முதலுக்கே மோசம். அதன் பிறகு வந்த வரிகள் இதைவிட ஆபாசமான வாதங்களுடன் தொடர்ந்ததைக் கண்டதும் தலைசுற்றியது. ஐயோ, அத்தனையும் சந்திராவிடம் சொன்னவைதான்.

ஒருவேளை சந்திராவுக்கும் இந்தக் கணினிக்கும் ஏதும் ஒப்பந்தம் உள்ளதா? சொன்னதையெல்லாம் இதனிடம் அவள் ஒப்பிக்கிறாளா? செய்தாலும் ஆச்சரியப்படுவதற்கில்லை. எப்படியிருந்தாலும் ஒருவகையில் சகக் கிளத்திதானே!

எழுதிய பக்கங்களை அழித்துவிட்டு கணினியை அச்சத்துடன் அணைத்தார். விசைப்பலகையை எச்சரிக்கை யுடன் விலக்கி வைத்தார். மனத்துள் குழப்பம். இவன் நல்லவனா, கெட்டவனா? எதுவானாலும் காலையில் பார்த்துக்கொள்ளலாம் என்ற தீர்மானத்துடன் படிகளில் இறங்கினார்.

மறுநாள் இன்னும் பயங்கரமாய் அமைந்தது. மறுநாள் மட்டுமல்ல, அதைத் தொடர்ந்த நாட்கள் எல்லாமே அதிபயங்கரம். அவர் எழுத நினைத்த வரிகளை விடுத்துவிட்டு அதற்கு நேர் எதிரான வாக்கியங்களை எழுதிக் காட்டியது. எல்லாமே விவகாரமான வரிகள். அச்சில் வந்தால் அத்தோடு அவரது இலக்கிய பீடம் சரிந்துவிடும்.

விறுவிறுவென ஏரிக் கரைக்கு வந்தார். கேபோ உற்சாகத்துடன் கரையோரத்தை மோப்பம் பிடித்து நகர்ந்தது. தொலைவில் அசைந்தன மீன்பிடி படகுகள். தூண்டிலைப் பிடித்தபடி கரையில் அமர்ந்திருந்தவன் தலையில் வட்டத் தொப்பி. புஜத்தில் டிராகன்போன்ற உருவம் வெயிலில் மின்னியது. நீரின் சலனத்தையும் சிற்றலைகள் வெயிலின் ஒளியைக் கலைத்தபடி நகர்வதையும் இலக்கற்றுப் பார்த்தபடி நின்றார் பைரவ். அவரது மனம் எதிலும் ஒன்றவில்லை. எப்படி இது நடக்கிறது? நான் உத்தேசிக்காததை எப்படி இது தடம் பிடிக்கிறது? எழுதிக் காட்டும் வரிகள் அவருக்கு புதிதல்ல. அடிக்கடி நண்பர்களிடமும் சந்திராவிடமும் விவாதிப்பதுதான். அவரது தரப்பும்கூட. ஆனால் அது அவருக்கானது. பொதுவானதல்ல. அந்தத் தெளிவுடன்தான்

எப்போதும் எழுதுவார். ஒருபோதும் இரண்டையும் குழப்பிக்கொள்ளமாட்டார். ஆனால், கணினி அவரது ஆழ்மனத்தை மட்டுமே அடியொற்றி எழுதுகிறது.

கதையானாலும் கவிதையானாலும் கட்டுரையானாலும் அவர் நினைத்ததுபோல அல்லாமல் முழு முற்றாக வேறொன்றாகவே திரண்டது. அவருக்கானது அல்ல. அவருடைய எழுத்தும் கிடையாது. ஒருபோதும் அவற்றை அப்படியே வெளியில் தர முடியாது. உள்ளுக்குள் ஊறிக்கிடக்கும் கயமைகளை அவை மேலிழுத்து வருபவை. கட்டுப்பெட்டித்தனங்களைச் சுட்டிக் காட்டுபவை. ஒரு எழுத்தாளனுக்கேயுரிய போலித்தனங்களைத் தோலுரித்துக் காட்டுபவை.

இரண்டு நாட்களாய் கூகிளில் நிறைய தேடிப் படித்திருந்தார். கம்ப்யூட்டர் ஸயன்டிஸ்டான மைத்துனி மணி மேகலையிடமும் தகவல்களைக் கேட்டு அறிந்திருந்தார். "என்ன பைரவ், ஸைஃபி எதும் எழுதப் போறீங்களா?" என்று கேட்டபோது அவளது உதட்டோரத்தில் துளிர்த்த சிரிப்புக்கு என்ன பொருள் என்று புரியவில்லை. மைண்ட் மேப்பிங், ஏஐ என்று நிறையத் தொழில்நுட்ப வியப்புகள். ஒரு மனிதனின் இச்சைகளை அறிந்து அதற்கேற்ப அவன் பயன்படுத்தும் செல்பேசியிலும் கணினியிலும் வலைவீசும் சூட்சுமம். விரும்பும் குணங்களும் தோற்றமும் கொண்ட ஒரு பெண்ணையே சந்திப்பதும்கூட சாத்தியம்தான். எனவே, என் கணினி என் மூளையைப் படித்துவிடுகிறது. மனத்தை அறிந்துவிடுகிறது. அதை மட்டுமே எழுதிக் காட்டுகிறது என்று முடிவுக்கு வந்திருந்தார். இருட்டியதும் மேய்ச்சல் மாடுகள் வீடு திரும்பிவிடும்போது, தொலைதூரத்தில் விட்டுவந்தாலும் பூனை அதே வீட்டுக்கு வந்துசேர்வதும் இயற்கை என்றால் என் எண்ணங்களுடன் இத்தனை நாள் பழகியிருக்கும் இந்தக் கணினியும் தானாக எழுதுவதும் சாத்தியந்தான் என்று நம்பத் தொடங்கியிருந்தார்.

'என்னுடைய மூளையை, அகத்தை என் கணினி ஒற்றறிகிறது. ஆழ்மனத்தைப் படித்து அதைத்தான் எழுத்தாக வெளிப்படுத்துகிறது. ஒவ்வொரு சொல்லும் அப்படித்தான் அமைகிறது. முடுக்கப்பட்டவுடனே கணினி

என் அகத்துடன் இணைந்துவிடுகிறது. அதன்பின் என்னை அது தன் கட்டுப்பாட்டில் எடுத்துக்கொள்கிறது' சொற்கள் உதடுகளில் தெறிக்க ஒரு கல்லையெடுத்து ஆவேசத்துடன் நீருள் எறிந்தார். கேபோ சீற்றத்துடன் குரைத்தது.

தூண்டிலிட்டுக் காத்திருந்தவன் திடுக்கிட்டான். தன்னிச்சையாய் உரக்கப் பேசும் அவரைத் திரும்பிப் பார்த்தான். எதையும் கவனிக்காமல் கேபோவை இழுத்துக்கொண்டு நடந்தார் பைரவ்.

கொடியில் துணிகளை உலர்த்திக்கொண்டிருந்தாள் சந்திரா "ரொம்ப நேரமாயிடுச்சு. ரெண்டு கால் வந்துச்சு. டீ போடவா?"

பதிலேதும் சொல்லாமல் மேலே ஏறினார். கேபோ படியருகே சுருண்டு படுத்தது. நாற்காலியில் கால்களை மடித்து அமர்ந்தவர் நகங்களைக் கடித்தபடியே யோசிக்கலானார். மறுபடி செல்போன் ஒலித்தது.

'இப்படியே இதை எழுதவிட்டால் இதுவரை என் படைப்புகளின் வழியாக நான் கட்டியெழுப்பியிருக்கும் பிம்பத்தை நொறுக்கிவிடும். என்னை சாதியத்துக்கு ஆதரவானவனாய், பெண்ணியத்துக்கும் சமூக நீதிக்கும் மானுட விடுதலைக்கும் எதிரானவனாய் நிறுத்திவிடும். புதிய தலைமுறை எழுத்தாளர்களைப் பற்றிய என் ஆழ்மன எண்ணங்களை விமர்சனங்களை பொறாமைகளை அப்படியே வெளிக்காட்டிவிடும். குறிப்பாகப் பெண் எழுத்தாளர்களைக் குறித்து நான் கொண்டிருக்கும் மட்டமான கருத்துகளை அம்பலப்படுத்திவிடும். எனக்குள் பதுங்கியிருக்கும் அபாயகரமான சங்கியின் முகத்தைத் தோலுரித்துக் காட்டிவிடும். அவ்வளவுதான். பக்கம்பக்கமாக எழுதி நிறுவியிருக்கும் என் ஆளுமை சுக்குநூறாகிவிடும். பாடுபட்டு சலிக்காமல் நாவல்களையும் கட்டுரைகளையும் எழுதி காவடி எடுத்து ஒரு விருது வாங்கியாகிவிட்டது. இன்னும் பல விருதுகள் வருமென்று குருடிமலை ஜோசியர் சொல்லியிருக்கிறார். ஒவ்வொரு ஆண்டும் விருதுத் தொகைகளும் கூடுகின்றன. எப்படியாவது சிலதையேனும் கைப்பற்றவேண்டும். வாய்ப்புகள் எதையும் கெடுத்துக்கொள்ளக்கூடாது.' நிலைகொள்ளாமல் கழுத்தில் புரண்ட நீண்ட தலைமுடியைக் கோதினார்.

‘என்ன கெட்டுப்போகிறது. தாளில் எழுதினால் வேண்டா மென்றா சொல்கிறார்கள். கருவியை நம்பினால் கைலாசம் தான். இனி இந்தக் கணினியை நான் ஒருபோதும் பயன்படுத்தப் போவதில்லை’ உரக்கச் சொன்னபோது அவரையும் அறியாமல் உதட்டோரத்தில் எள்ளலுடன் புன்னகை விரிந்தது.

சுமக்க முடியாமல் அட்டைப் பெட்டியை எடுத்துக்கொண்டு மாடிப்படிகளில் கீழே இறங்கியவரை கேள்வியுடன் பார்த்தாள் சந்திரா.

‘ஒனக்கு கம்ப்யூட்டர் கத்துக்கணும்னு சொன்னியல்ல. நீயே வெச்சுக்க’ கூடத்தின் ஓரத்தில் பெட்டியை வைத்தார்.

‘நீங்க எதுல எழுதுவீகளாம்?’

பெருமையுடன் வலதுகையை உயர்த்தினார் “கடவுள் தந்த கை இருக்க கணினி எதற்கடி குதம்பாய்?”

கையிலிருந்த விளக்குமாறை உள்ளங்கையில் தட்டினாள் சந்திரா “அது செரி. ரெண்டு நாளா போக்கு சரியில்லை. மந்திரிச்சாதான் கொஞ்சம் சரி வரும்.”

“போடீ...” உற்சாகத்துடன் பாரம் குறைந்தவராய் மேலே விரைந்தார்.

கத்தைத் தாள்களை எடுத்து மேசையில் வைத்து பேனாவைத் திறந்தார். புதிய வேகத்துடன் உச்சியில் பிள்ளையார் சுழியை இட்டார். தலையை உயர்த்தி கூரையில் அசைந்த ஒட்டடையைப் பார்த்து யோசித்தார்.

‘வலது கால் கட்டை விரலருகே பனித்துளி போல் மினுங்கிய கொப்புளத்தை லேசாகத் தொட்டார். வலித்தது’ எழுதியதும் பேனாவை விலக்கிவிட்டு ஒருமுறை கையெழுத்தை சரிபார்த்தார். மோசமில்லை.

அடுத்த சொல்லை எழுதுவதற்காகத் தாளில் வைத்தவுடனே பேனா அதுவாகவே எழுதத் தொடங்கிற்று.

ஆவநாழி, அக்டோபர் 2023

ஒரு சந்திப்பும் இன்னொரு சந்திப்பும்

ரவீந்திரனின் மாமரத்துத் தோட்டம் களை கட்டியிருந்தது. அலுமினியத் தகடுகள் வேய்ந்த கூரையும் சாணமிட்டு வழிக்கப்பட்ட தரையும் கொண்ட விசாலமான வாசலில் பிரம்பு நாற்காலிகள். வெள்ளைக் கதர் சட்டை, கரை வேட்டியுடன் ரவீந்திரன். அவரையடுத்து பவர்லூம் கணபதி. மிலிட்டரி கட்டிங்கில் நரை மினுங்க வெள்ளை அரைக்கைச் சட்டையுடன் நெல்லுக்கடை மணி. மூவரின் எதிரில் நாஞ்சில் உரத்த குரலில் கம்பனின் சொல்நயத்தை விதந்தோதிக்கொண்டிருந்தார். நால்வருக்குமான கோப்பைகள் தயாராயிருந்தன. பீங்கான் தட்டுகளில் தொடுகறிகள், பழத்துண்டுகள். வேகவைத்த நிலக்கடலையில் ஆவிபறந்தது. இரும்புத்தூணில் சாய்ந்து சுற்றுத்திண்ணையில் கால்நீட்டி அமர்ந்திருந்த கவிஞர் சண்முகநாதன் ஏற்கெனவே தலைசாய்ந்திருந்தார். அருகிலிருந்த சுப்ரமணி பீர் பாட்டிலின் மூடியைப் பல்லால் கடித்து மோகனிடம் தந்தான். கிணற்று மேட்டிலிருந்து தலைதுவட்டியபடியே வந்த சிவாவும் ராஜனும் நாஞ்சிலின் அருகிலிருந்த நாற்காலிகளில் அமர்ந்தனர்.

சிறிய மேசையிலிருந்த 'ரெமி மார்டின்' புட்டியை எடுத்து கோப்பையில் அளவாக ஊற்றி பணிவுடன் நீட்டிய ரத்தினத்தை

பார்த்துச் சிரித்தான் சிவா. கோப்பையில் தளும்பிய திரவத்தின் பொன்னிறத்தைக் கண்டு கண்கள் ஒளிர்ந்தன. புன்னகையுடன் தண்ணீரை மிக மெல்லக் கலந்தான்.

நாஞ்சில் கம்பனின் சொற்சரங்களைத் தொடுத்து முடித்த கணத்தில் நெல்லுக்கடை மணி சிவாவிடம் கேட்டார் "நீங்க நம்மூரு எழுத்தாளர். உங்ககிட்ட ஒரு விஷயம் கேக்கணும். நமக்குப் புடிச்ச எழுத்தாளர் ஒருத்தர் இருக்கறாரு. அவர் எழுதுனது எல்லாத்தையும் படிக்கறோம். அப்பிடி நமக்குப் புடிச்ச அந்த எழுத்தாளரை நாம நேர்ல போயி பாக்கலாமா? கூடாதா? நீங்க என்ன நெனக்கறீங்க."

சிவா கோப்பையை எடுத்துப் பருகினான். மிளகு மணத்துடனான சிக்கன் துண்டொன்றைக் குச்சியால் குத்தி எடுத்து வாயில் போட்டான்.

"இதுல எனக்கும் கணவதிக்கும் ஒரு ஆர்கியுமென்ட். நான் அதெல்லாம் தேவையில்லை. எழுதறதைப் படிச்சா போதும்ங்கற கட்சி. அப்பிடியெல்லாம் இல்லை, நேர்ல பாக்கறதுனால ஒண்ணுமில்லைங்கறது கணவதியோட கட்சி. நீங்க என்ன சொல்றீங்க?" நெல்லுக்கடை மணி இன்னும் விளக்கினார். சிவா வெறுமனே தலையை ஆட்டியபடி இன்னொரு சிக்கன் துண்டைப் பொறுக்கியெடுத்தான்.

ராஜன் கோப்பையை கீழே வைத்துவிட்டு உரக்கச் சிரித்தான் "இதுல நம்ம மாப்ளைக்கே நல்ல அனுபவம் இருக்குது. அவன் சொல்றது சரியாத்தான் இருக்கும். டேய் நீ சொல்றியா நான் சொல்லுட்டுமா?"

சிவா சிரித்தபடியே ராஜனின் கண்களைப் பார்த்தான். இருவரும் திடீரெனச் சிரித்தார்கள். "அவனையும் இங்க வரச்சொல்லு. அப்பத்தான் நல்லாருக்கும்" சிவா சுப்ரமணியை கைகாட்டி அழைத்தான்.

எல்லோரும் சூழ்ந்தவுடன் ராஜன் எழுந்து நின்றான்.

ரவியின் வண்டி ஆழ்வார்பேட்டை மேம்பாலத்தில் ஏறி மறைந்தது. சுட்டெரிக்கும் வெயில். சிவா மெல்ல மேற்கு நோக்கி நகர்ந்தான். காலை நேரத்துப் போக்குவரத்து நெரிசல் குறைந்திருந்தது. பாலம் வளைந்தேறும் முனையருகே

எம். கோபாலகிருஷ்ணன் 103

இடதுவசமாய் ஒதுங்கியிருந்த பெட்டிக்கடையருகே நின்றான். சட்டைப் பையைத் துழாவி சில்லரையைக் கடலை மிட்டாய் ஜாடியின் மேல் வைத்தான். சிகரெட்டைப் பற்றவைத்த நொடியில்தான் வளைந்த சுற்றுச்சுவரின் முனையில் மஞ்சள் பட்டையில் கருப்பு எழுத்தில் இருந்த தெருவின் பெயரை வாசித்தான். 'ஆழ்வார் தெரு'. தலைக்குள் மின்னல் அடித்தது. வாத்தியார் வசிக்கும் தெரு. அதுவரைக்கும் ஏதுமற்று வெற்றிடமாய்க் கிடந்த அன்றைய நாளின் நிகழ்ச்சி நிரல் சட்டென பரபரத்தது.

இத்தனை நாள் சென்னையில் இருந்தும் வாத்தியாரைப் பார்க்க வாய்க்கவில்லை. நல்வேளை இன்று தானாய் வாய்த்திருக்கிறது. அந்த முகூர்த்தம்தான் இந்தப் பாலத்தருகே இறக்கி இந்தக் கடையை நோக்கி நகர்த்தியிருக்கிறது. சிகரெட்டை சுண்டி எறிந்துவிட்டு மரங்களடர்ந்த தெருவில் மெல்ல நடந்தான். கதவு எண்ணையும் அடுக்ககத்தின் பெயரையும் நினைவுபடுத்திக் கொண்டதும் உற்சாகம் இருமடங்கானது. அடிமரம் பெருத்த புங்க மரத்துக்குக் கீழே சலவைப் பெட்டியை உலுக்கிச் சாம்பலை உதிர்த்துக் கொண்டிருந்தவரிடம் முகவரியை விசாரித்தான்.

ஓங்கி வளர்ந்த நுணா மரங்களிடையே மூன்று தளங்களுடனான அடுக்ககத்தின் வாசலில் மீசைக்கு மட்டும் மைபூசி நின்றார் வாயிற்காவலர். நறுவிசாக நறுக்கப்பட்ட நரைத்த தலைமயிர் வெயிலில் மினுமினுத்தது. பதிவேட்டில் பெயரையும் அலைபேசி எண்ணையும் எழுதச் சொன்ன வரிடம் நல்லெண்ணெய் மணம். நிறுத்தப்பட்ட கார்களுக்கிடையே நடந்து படிகளை அடையும்போதே மனம் அவரிடம் என்ன பேசவேண்டுமென்று யோசித்தது. உள்ளங்கை வியர்வையைக் கண்டு சிரித்தான். என்ன இருந்தாலும் வாத்தியார் இல்லையா, கொஞ்சம் பயம் இருப்பது நல்லதுதான் என்ற சமாதானமும் முளைத்தது.

முதல் தளத்தில் லிப்டின் அருகே வலதுபக்கமாய் வீட்டுக் கதவு. காய்ந்த மாவிலைகள். யானைகளும் குதிரைகளும் மணிகளுக்கிடையில் அசைந்த தோரணச் சரம். பித்தளைக் கதவு எண் பளிச்சென மின்னியது. முகத்தைத் துடைத்துக் கொண்டு ஒருகணம் நின்றான். மூச்சை இழுத்து நிறுத்திச் சீராக்கினான். அழைப்பு மணியை ஒருமுறை அழுத்தினான்.

யுகமெனக் கடந்தன சில நிமிடங்கள். பதிலில்லை. வாசலில் செருப்புகள் எதுவுமில்லை. யாருமில்லையா?

இன்னொரு முறை மணியை ஒலிக்கச் செய்தான்.

'போய் விடலாமா, இன்னொரு முறை பார்த்துக் கொள்ளலாம்' என்று மனம் படபடத்தது.

கழுத்து வேர்வை முதுகில் வழிவதை உணர்ந்த கணத்தில் கதவு திறந்தது. முழுக்கத் திறக்கவில்லை. பாதியளவே திறந்த கதவின் வழியாக ஒரு முகம் எட்டிப் பார்த்தது.

ஆம். அதே முகம்தான். ஏதேதோ பத்திரிக்கைகளில் எப்படியெல்லாமோ பார்த்த முகம். வாத்தியாரின் முகம். அவரேதான்.

"சொல்லுங்க." எந்த முகமனுமற்ற படபடப்பான குரல்.

வாத்தியார்தான் கேட்கிறார். வியப்பிலிருந்து மீளாத சிவாவுக்கு பதில் சொல்லத் தெரியவில்லை.

"என்ன வேணும். சொல்லுங்க." அவர் இன்னும் கதவை முழுக்கத் திறக்கவில்லை. அவரது பதற்றமான முகத்தில் சிறிதும் இணக்கமில்லை.

வழக்கமாக முகத்தில் விரியும் சிரிப்பு அப்போதைக்கு சிவாவை கைவிட்டிருந்தது. தடுமாற்றத்துடன் சொற்கள் உதிர்ந்தன.

"சார். நான் சிவா. உங்களைத்தான் பாக்கணும்னு..."

உடனடியாக அதை உள்வாங்கிக்கொண்டவர்போல ஒருமுறை தலையாட்டியவர் அதே அழுத்தமான குரலில் கேட்டார் "என்ன விஷயம்?"

சிவா இந்த கேள்வியையும் யோசிக்கவில்லை. எனவே இதற்கான பதிலும் அவனுக்குத் தெரிந்திருக்கவில்லை.

தேவையில்லாத இந்த இடத்தில் அவனது சிரிப்பு எட்டிப் பார்த்தது.

"சும்மா பாத்துட்டுப் போலாம்னு சார்."

என்னமாதிரி அதைச் சொன்னான் என்று அவனுக்கே தெரியவில்லை. கதவைத் திறந்து உள்ளே அழைப்பார் என்ற

எதிர்பார்ப்புடன் நின்றவனை ஏற இறங்கப் பார்த்தவர் உரத்த குரலில் சொன்னார் "எனக்கு நெறைய வேலை இருக்கு. போய்ட்டு வாங்க." பட்டென்ற ஓசையுடன் கதவு சாத்திக்கொண்டது.

பிறகும் அவன் அங்கேயே நின்றிருந்தான். பளீரென்ற காவி ஓடுகள் தரையில் பதிக்கப்பட்ட நீண்ட கூடத்தில் காற்று சுழன்றடித்தது. கதவு எண்ணை மீண்டும் ஒருமுறை உற்றுப் பார்த்துவிட்டு படிகளில் இறங்கினான்.

சிலநொடிகள் மட்டுமேயான அத்தருணத்தை மறுபடி மறுபடி யோசித்துப் பார்த்தான். கதவைத் திறந்தார். கேட்டார். இவன் பதில் சொன்னான். என்ன பதில் சொன்னான்? பட்டென்று கதவைச் சாத்திவிட்டார். தனக்குள் பேசியபடியே சோர்வுடன் வெளியேறியவனை மீசைக்கு மட்டும் மை பூசி நின்ற காவலர் விநோதமாகப் பார்ப்பதைப் பொருட்படுத்தாமல் சாலையில் நடந்தான்.

பாலத்தருகே இருந்த கடையில் சிகரெட்டை வாங்கிப் பற்றவைத்தான்.

விடுதி அறை எண் 302க்குள் சோர்வுடன் நுழைந்தான் சிவா. காலை சிற்றுண்டிக்குப் பின்னான சிறு தூக்கமும் மயக்கமுமாக படுக்கையில் கிடந்த ராஜனையும் சுப்ரமணி யையும் உலுக்கி எழுப்பினான்.

"மனுஷன் நொந்துபோயி வந்திருக்கேன். உங்களுக்கென்னடா தூக்கம்."

தோளில் தொங்கிய பையைப் படுக்கையில் எறிந்துவிட்டு பிரம்பு நாற்காலியில் சாய்ந்தமர்ந்தவனின் பார்வை பரபரவென அறையில் சுழன்றது. வியர்வை மினுங்கிய நெற்றி. கலைந்த தலைமுடி. கட்டமிட்ட அடர்நீலச் சட்டை. களைத்திருந்தான். அடுத்தவர்களை நொடியில் எரிச்சலூட்டும் அலட்சியமான உடல்மொழி. முகத்தில் அவனுக்கான முத்திரைச் சிரிப்பு.

சோம்பலுடன் எழுந்து தலையணையில் சாய்ந்து அமர்ந்த சுப்ரமணியனை பார்த்துச் சிரித்தான் "உலக சினிமா ரசிகன். ம்... ரொம்ப நாளா உங்கிட்ட ஒண்ணு கேக்கணும்னு.

யாருமே கேள்விப்படாத படத்தை பத்தியே எழுதறியே. அந்தப் படமெல்லாம் உண்மையிலயே இருக்காடா."

"அதிருக்கட்டும். மனசு நோகற அளவுக்கு உனக்கென்னடா பிரச்சினை" சுப்ரமணி மேசையிலிருந்து கிங்ஸ் பெட்டியை எடுத்து சிவாவிடம் நீட்டினான்.

"ஒண்ணுதான்டா இருக்கு." நிதானமாக தீக்குச்சியைக் கிழித்து நெருப்பை பொருத்தினான்.

"வாங்கிக்கலான்டா." ராஜன் அழைப்பு மணியை அழுத்தினேன்.

சிகரெட் புகையை உள்ளிழுத்தவன் தலை குனிந்தான் "நம்ம வாத்தியாரைப் போய் பாத்தேன்டா."

"வாத்தியாரை போய் பாத்தியா. எப்படா?" ராஜன் படுக்கையிலிருந்து துள்ளி எழுந்தான். மூவருக்குமே வாத்தியார்தான். அவருடைய எழுத்தைப் படிக்காமல் ஒரு நாளும் கடந்ததில்லை. சென்னைக்கு வந்த பிறகு அவரைச் சந்திக்கவேண்டும் என்று பலமுறையும் திட்டமிட்டதுண்டு. ஆனால் வாய்க்கவில்லை.

"நேத்திக்கு காலையில. ஆனா ஏன்டா போனோம்னு பண்ணிட்டாருடா." வருத்தத்துடன் சிகரெட்டை சாம்பல் கிண்ணத்தில் அழுத்தினான்.

கதவைத் தட்டும் ஓசை. சில நொடிகளுக்கு பின் வெளிர் நீலச் சீருடையுடன் உள்ளே வந்தான் பரிசாரகன். நெடிய உருவம். எண்ணெயிட்டுப் படிய வாரிய தலை. நெற்றியில் சந்தனக் கீற்று.

"கண்ணா உம் பேரு என்னப்பா?" தங்கும் அறையாகட்டும் உணவகமாகட்டும் பரிசாகரின் பெயரைக் கேட்பது சுப்ரமணியின் வழக்கம்.

"அரசு அண்ணே." உற்சாகத்துடன் சொல்லிவிட்டு கட்டிலின் மேல் சிவா போட்டிருந்த புத்தகங்களை ஆர்வத்துடன் பார்த்தான்.

"மூணு டீ கொண்டு வந்துரு. சிகரெட் வேணும்பா. கிங்ஸ் ரெண்டு பாக்கெட்." ரூபாய் தாளை சுப்ரமணி நீட்டினான்.

"வாங்கிட்டு வரேண்ணே" வெளியேறும்போதும் அவனது கண்கள் புத்தகத்தை நோட்டமிட்டன.

கதவு சாத்தப்பட்டதும் "நீ சொல்லுடா" என்றான் ராஜன்.

"வாத்தியார் இப்பிடிப் பண்ணுவாருன்னு நெனக்கலடா மாப்ளே. இவரை வாத்தியாருன்னு சொன்னதுக்காக எத்தனை பேர் நக்கலடிச்சுருக்காங்க. திட்டிருக்காங்க. அதையெல்லாம் பெரிசா எடுத்துக்காம அவங்க கிட்ட இவருக்காகச் சண்டை போட்டிருக்கேன். சட்டையைக் கிழிச்சிருக்கேன். இவரு ஒரே வார்த்தையில வெளிய போன்னு சொல்லிட்டாருடா மாப்ளே. அதான் தாங்கலை."

சாத்தப்பட்ட கதவின் எதிரில் முகம் கறுத்து நின்ற கோலத்தை நினைத்து தலையிலடித்துக் கொண்டான்.

"தாங்கவே முடியலடா. நேத்தெல்லாம் இதையேதான் நெனச்சிட்டிருந்தேன். அப்பிடி என்ன தப்பு பண்ணினோம். எதுக்கு அந்தாளு என்னை அப்படி அவமானப்படுத்தணும். முடியலடா மாப்ளே."

அவனைப் பார்க்க பரிதாபமாகவும் சிரிப்பாகவுமிருந்தது. "நீ போன நேரம் அப்பிடியா இருக்கும். அத வெச்சு முடிவு பண்ணக்கூடாது." அவனை சமாதானப்படுத்துவதைவிட இன்னும் புலம்ப வைக்கவேண்டும் என்ற எண்ணமே மிகுந்திருந்தது.

அரசு கதவைத் தட்டிக்கொண்டு தேநீர் கோப்பைகளுடன் உள்ளே வந்தான். இப்போதும் அவன் கண்கள் புத்தகங்களை நோட்டமிட்டன. சிகரெட் பெட்டியையும் சில்லறையையும் சுப்ரமணியிடம் நீட்டினான். "வேற எதுன்னா கூப்பிடுங்கண்ணே."

கதவைச் சாத்திக்கொண்டு அவன் சென்றதும் சுப்ரமணி கோப்பையை எடுத்துக் கொண்டான்.

"அவரு என்னடா உன்னை அவமானப்படுத்திட்டாரு. நீ 'சும்மாதான் பாக்கணும்' சொன்னதும் கடுப்பாயிருப்பார். அதனால அப்பிடிச் சொல்லிருப்பார்." சுப்ரமணி தீவிர யோசனையுடன் சொல்லிவிட்டுத் தேநீரை உறிஞ்சினான்.

"உண்மையிலேயே அப்ப என்ன பதில் சொல்லணும்னு எனக்குத் தெரியலை. மொதல்ல வீட்டுக்கு வந்தவங்களை

வாசல்லேயே நிக்க வெச்சி என்ன வேணும்னு கேப்போமா. புரியலை.”

“அப்ப உள்ள கூப்பிட்டு வெச்சு அப்பறமா வெளிய போங்கன்னு சொல்லிருந்தா உனக்கு பரவாயில்லையா மாப்ளே.” சிரிக்காமல்தான் கேட்டான் ராஜன். ஆனாலும் துணுக்குற்று முறைத்தான் சிவா.

“அவரளவுக்கு எழுதலைன்னாலும் நானும் ஒரு எழுத்தாளன்தானே. அந்தளவுக்காச்சும் மரியாதை குடுத்துருக்கலாம்டா. இவரைப் போய் வாத்தியார்னு சொன்னமேன்னு மனசு அடிச்சுக்குது.”

“நீ எழுத்தாளர்னு உன் மூஞ்சில எழுதியாடா ஒட்டிருக்கு. அவருக்கு ஏதோ வேலை. சொல்லிட்டாரு. அதையவே பொலம்பிட்டிருக்கே.”

“இத அவரு முன்னாடியே எழுதிருக்காருடா மாப்ளே. ‘எழுதறதைப் படிச்சாப் போதும். எழுத்தாளனைப் பாக்கப் போறது அவசியம் இல்லே’ன்னு.” சுப்ரமணி தயக்கத்துடன்தான் சொன்னான்.

சிவா இன்னும் தீவிரத்துடன் புகையை உள்ளிழுத்தான். இருமல் முட்டியது. கண்ணில் தெறித்த நீருடன் எழுந்து அங்குமிங்குமாய் நடந்தான். ஆறிப் போன தேநீரை எடுத்துக் குடித்தான். மறுபடி நாற்காலியில் அமர்ந்து சுப்ரமணியின் முகத்துக்கு நேராக பார்த்தான் “எனக்கும் தெரியும்டா. நம்ம வாத்தியாராச்சேன்னு ஆசைப்பட்டேன். இப்ப அனுபவிக்கிறேன்.”

உதடுகள் துடிக்க இன்னும் ஏதோ சொல்ல விரும்பினான். ஆனால் சட்டென்று பின்னகர்ந்து சாய்ந்துகொண்டான். இன்னொரு சிகரெட்டைப் பற்ற வைத்தான்.

இரண்டுமுறை புகையை ஊதி முடித்த பின் உரத்த குரலில் சொன்னான் “நானும் அதை மறக்கணும்னுதான் நெனக்கறேன் மாப்ளே. நான் வாசல்ல நிக்கும்போதே மொகத்துக்கு நேரா கதவை சாத்தினதுதான் தாங்கலை. கன்னத்துல அறைஞ்சா மாதிரியிருக்கு. அவரைத் திட்டிடக்கூடாதுன்னு ரொம்ப கண்ட்ரோலா இருக்கேன்.”

ராஜன் இப்போது அதை அத்துடன் நிறுத்த விரும்பினான். இப்படியே நீண்டால் ராத்திரிக்கு திட்டமிட்டிருக்கும் சரக்கை இப்போதே இவனுக்கு வார்க்க வேண்டி வரும். "திட்டறதுன்னாலும் பரவால்லே. நம்ம வாத்தியார்தானே. என்னவோ நடந்துருச்சு. விடு பாவம். வேற எதாச்சும் பேசுவோம்."

தேநீர் கோப்பைகளை எடுக்க வந்த அரசு கதவருகே தயங்கி நின்றான்.

"சார் ஒண்ணு கேக்கலாமா?"

சுப்ரமணி கண்ணாடியைத் துடைத்தான் "சொல்லு அரசு."

"நீங்க எழுத்தாளரா?"

கால்களை வேகமாக அசைத்தபடி கண்களை மூடி யோசனையிலிருந்த சிவா சட்டென்று நிமிர்ந்து பார்த்தான். அதற்குள்ளாக சுப்ரமணி அவசரமாய் கையாட்டி மறுத்தான் "நா எழுத்தாளர் இல்லப்பா. இவங்க ரெண்டு பேருந்தான். என்ன விஷயம்?"

பலநாள் தவம் பலித்ததுபோல் பரவசமானான் அரசு. ஆயிரங்கண்கொண்டு ஆழப் பருகுபவன்போல் இருவரையும் மாறி மாறிப் பார்த்தான். தேநீர் கோப்பைகளை கீழே வைத்தவன் அருகில் வந்தான்.

"காலையிலேயே நெனச்சேன் சார். கேக்கறதுக்கு யோசனையா இருந்துச்சு. ரொம்ப சந்தோஷமா இருக்கு சார்." கையை நீட்டினான். ராஜனிடம் கைகுலுக்கி முடித்ததும் சிவாவிடம் சென்றான்.

"சாரை பாத்ததுமே தோணிச்சு சார். இவர் வித்தியாசமா இருக்காரேன்னு. சரியாப் போச்சு. நீங்கல்லாம் வேற மாதிரி சார். உங்கள மாதிரி ஆளுங்களுக்கு சர்வீஸ் பண்றதுதான் உண்மையிலேயே சந்தோஷம். வருஷமெல்லாம் குடிகாரங்களுக்கும் பொம்பளப் பொறுக்கிகளுக்கும் சர்வீஸ் செஞ்சு சேக்கற பாவத்தை உங்களை மாதிரி ஆளுகளுக்கு ஒருநா சர்வீஸ் பண்ணி கழிச்சர முடியும் சார்."

சிவா தலையை உலுக்கியபடி எழுந்தான். கண்ணாடி எதிரில் நின்று முகம் பார்த்தான். 'சரியாத்தானே இருக்கேன்' என்பதுபோல அரசுவைப் பார்த்தான்.

அவனது பரவசத்தை எல்லைக்குள் இருத்தும் நோக்கத்துடன் கேட்டான் ராஜன் "எந்த ஊருப்பா நீ?"

ஊரின் பெயரைச் சொன்னவுடன் சுப்ரமணி உடனடியாகக் கேட்டான் "அதுனாலதான் உன் பேரு அரசுன்னு வெச்சிருக்கா?"

பெருமையுடன் சிரித்தான் "எங்க ஊர்ல என் வயசு பசங்க பாதிப்பேருக்கு அரசுன்னுதான் பேர் இருக்கும் சார். வித்தியாசம் தெரியணுமேன்னு முன்ன பின்ன எதாச்சும் சேத்திருப்பாங்க."

"என்ன படிச்சிருக்கே?"

"ப்ளஸ் டூ சார். மேல படிக்க வசதியில்லை. அதான் வேலைக்கு வந்துட்டேன்."

"எல்லாரும் உங்க அய்யா பேரை இத்தனை அன்பா வெச்சிருக்கீங்க. அவரு ஒண்ணும் பண்ணலையா?" சிவா தலையைக் கோதியபடி இன்னும் கண்ணாடி முன்னால் நின்றிருந்தான்.

"அய்யா சொல்லித்தானே இங்க வந்தேன். இந்த ரூம் பாய் வேலையெல்லாம் கொஞ்ச நாளைக்குத்தான். அப்பறம் சினிமாவுல பாட்டெழுதப் போயிருவேன்ல." உத்தரவாதத்துடன் அவன் சொன்னதும் வியப்புடன் அருகில் வந்தான் சிவா.

"எங்க போவேன்னு சொன்னே?"

"பாட்டெழுத அண்ணே. அய்யா சொல்லிருக்காரு. கதையெல்லாம் கூட எனக்குத் தெரியும். அஞ்சு பாட்டு. அதுல மூணு டூயட். ஒரு சோகப்பாட்டு. இன்னொன்னு ஹீரோயின் இன்ட்ரோ. வெவ்வேற டியூனுக்கு எழுதி வெச்சிருக்கேன்." அவனது கண்கள் ஒளியுடன் மின்னின. கஞ்சி போடாத உடுப்பிலேயே அவன் உடல் நிமிர்ந்து விழிகள் சிவந்து கவிதை பொழியும் சன்னதத்துடன் நின்றான்.

அவனது பரவசமான முகத்தைப் பார்க்கும்போதே ராஜனுக்கு பயமாக இருந்தது. சுப்ரமணியை முறைத்தான்.

"சரிப்பா. இருக்கட்டும். இப்ப நாங்கல்லாம் வேற வேலையா இருக்கோம். அப்பறமா பாக்கலாம்" சிவா அவன் கையை மறுபடியும் குலுக்கினான்.

அதே நேரத்தில் வராந்தாவில் மணியொலிக்கும் சத்தம் கேட்டதும் எட்டிப் பார்த்தான். "யாரோ கூப்பிடறாங் கண்ணே. போயிட்டு அப்பறமா வர்றேன்." ஓடினான். நொடியில் திரும்பி கதவைத் திறந்து எட்டிப் பார்த்தான்.

"அண்ணே. தப்பா நெனக்காதீங்க. நீங்க பெர்மிசன் கொடுத்தீங்கன்னா என்னோட கவிதையெல்லாம் கொண்டு வந்து குடுக்கட்டுமா?"

சிவாவும் ராஜனும் பதில்சொல்வதற்கு முன்பாகவே சுப்ரமணி உற்சாகத்துடன் தலையாட்டினான். "எடுத்துட்டு வா. இவங்க ரெண்டு பேரும் படிச்சு சொல்லுவாங்க."

வராந்தாவில் அவன் விரைந்தோடும் சத்தம் கேட்டது. சுப்ரமணியின் தலையைப் பிடித்து உலுக்கிக் கீழே தள்ளினான் சிவா.

குபீரென்று கதவைத் திறந்துகொண்டு அரசு உள்ளே வந்தான். கையில் தடித்த மூன்று குறிப்பேடுகள். அறிமுகமற்றவர்களிடம் தன் கவிதைகளைக் காட்டிடும் கவிஞனின் பரவசமும் பதற்றமும் அவனிடம். மிகுந்த மரியாதையுடன் ராஜனின் எதிரில் வைத்தான். முகத்தைத் துடைத்தபடியே சற்றே முதுகு வளைத்து பணிவுடன் நின்றான். முதல் ஏட்டைப் பிரித்து வைத்தான்.

முதல் பக்கத்தைக் கண்டதும் சிவாவின் முகம் வேப் பெண்ணை தடவிய கட்டை விரலை வாய்க்குள் திணித்த குழந்தையைப் போலானது. அய்யாவின் படம் ஒட்டப்பட்டு அதனடியில் 'உடல் உயிர் மூச்சு அனைத்தும் அய்யாவுக்கே' சமர்ப்பணம் என எழுதப்பட்டிருந்தது.

"அய்யா இல்லாட்டி நான் இல்லை. எனக்கு அவர்தான் எல்லாமே" என்றவன் அவர் படத்தைத் தொட்டு வணங் கினான்.

சிவாவின் முகம் இன்னும் சீரடைந்திருக்கவில்லை. வேப்பெண்ணை கசப்புடன் உதடு சுளித்திருந்தது.

பக்கத்தைத் திருப்பினான் அரசு. சற்றே சாய்ந்தவாக்கில் குண்டு குண்டான கையெழுத்து. தலைப்பை உற்சாகத்துடன் வாசித்தான் அரசு. "சூரிய பௌர்ணமி".

மீண்டும் வராந்தாவில் மணியொலித்தது. "அண்ணே. நீங்க படிச்சிட்டிருங்க. வந்தர்றேன்" அவன் எழுந்தோடினான்.

"தம்பி இத எடுத்துட்டு போப்பா. நாங்க அப்பறமா வாங்கிக்கறோம்." சிவா நிதானமாகச் சொன்னது அவன் காதில் விழவில்லை.

சுப்ரமணி குறிப்பேட்டை எடுக்கக் குனிந்தான். சிவா முறைக்கவும் கையை மடக்கிக்கொண்டான். குறிப்பேடுகளை எடுத்து ஓரமாக வைத்தபடியே சொன்னான் "சே. மூடையே கெடுத்துட்டான். இந்த உலக சினிமா ரசிகன் வேற அவன்கூட ஒத்து ஊதிக்கிட்டு."

சுப்ரமணி தலையைக் கோதியபடி அருகில் வந்தான் "மாப்ளே நீ அப்செட்டா இருந்தியா. கொஞ்ச நேரம் ஜாலியா இருக்கலாமேன்னுதான் அப்பிடி சொன்னேன். சீரியஸா எடுத்திட்டியா?"

"வெங்காயம். சூரிய பவுர்ணமின்னு அவன் எழுதி வெச்சிருக்கான். அத படிக்கவாடா இங்க வந்தீங்க. என்னடா நீ உலகப் படமெல்லாம் பாத்து கிழிச்சே. இருடா. பத்துத் தடவை உன்னை மிருதங்க சக்ரவர்த்தியை பாக்க வெக்கறேன்."

"அவ்ளோ பெரிய தண்டனையெல்லாம் வேண்டான்டா. விடுறா" ராஜன் எழுந்து கதவை மூடினான். இனியொரு முறை அவன் உள்ளே வந்தால் பிரச்சினை முற்றிப் போக வாய்ப்புண்டு.

மின்விசிறியின் சரசரப்பான ஓசை. சிவா இன்னும் தீவிரமாகப் புகைத்தபடி கண்களை மூடியிருந்தான். ஒவ்வொரு முறை சாம்பலை உதிர்க்கும்போதும் கையில் நடுக்கம். இதற்கு மேலும் அவன் பொறுமையாக இருக்க வாய்ப்பில்லை. ராஜன் எழுந்து சென்று அலமாரியைத் திறந்து பாட்டிலை எடுத்து மேசையின் நடுவில் வைத்தான். மூன்று கண்ணாடி தம்ளர்களையும் கழுவி எடுத்து வைத்தபோது சிவா கண்களைத் திறந்தான்.

மேசையின் மீதிருந்த மார்ஃபெஸ் பாட்டிலைக் கண்டதும் முகம் கனிந்தது. உதடுகளில் நாணத்துடனான புன்னகை. கண்களைச் சிமிட்டியபடி ஆவலுடன் எடுத்தான். இரு கைகளாலும் ஏந்தியபடி ஆழ மூச்சிழுத்தான். நிதானமாக மூடியைத் திறந்தான். நாசியருகில் வைத்து முகர்ந்தான். தலையை உலுக்கியபடி சுப்ரமணியைப் பார்த்துச் சிரித்தான்.

ராஜன் அதை வாங்கி கோப்பையில் நிதானமாக வார்த் தான். புட்டியிலிருந்து நழுவி தம்ளரில் விழும் பொன்னிறத் திரவத்தை ஆர்வத்துடன் பார்த்திருந்தவன் மீண்டும் ஒருமுறை சிரித்தான். தண்ணீரைக் கலந்தான். ஒரு துளியை விரல்நுனியால் தொட்டு ஆகாயத்தை நோக்கிச் சுண்டினான். குடிப்பதற்கு முன்பான அவன் வழக்கம். மூவரும் கோப்பையை ஏந்தி மெல்ல முட்டினார்கள்.

கோப்பையை உதட்டின் அருகில் நிறுத்தியவன் மெதுவாகச் சொன்னான் "வாத்தியாருக்காக...".

போதை கூடுந்தோறும் சிவாவிடம் கனிவு கூடிவிடும். அதிகம் பேசமாட்டான். ஆனால் சிரித்துக்கொண்டேயிருப்பான்.

இரண்டாவது சுற்று முடியும் சமயத்தில் கதவைத் தட்டும் ஓசை கேட்டது.

ராஜன் சிவாவின் முகத்தைப் பார்த்தான். அவன் திறக்கும்படி கையசைத்தான்.

"அரசுவா இருக்கும்..." சுப்ரமணி தயங்கினான்.

"பரவால்லே... வரட்டும்" சிவா ஒரு மிடறு பருகினான்.

அவனேதான். சிரித்தபடியே நின்றான். சீருடையை மாற்றி நீலக் கட்டம்போட்ட சட்டையை அணிந்திருந்தான். சந்தனக் கீற்று புதிதாய் மிளிர்ந்தது. அறையின் வாசனை மாறியிருந்ததை உணர்ந்த நொடியில் பின்னகர்ந்தான்.

"சாரிண்ணா. டிஸ்டர்ப் பண்றேன்னு நெனக்கறேன்."

"அதெல்லாம் இல்லை. உள்ள வா" என்றான் சிவா.

"இல்லண்ணே. உங்களுக்குத் தொந்தரவா இருக்கும். நா அப்பறமா வரேன்." அவன் உள்ளே வரத் தயங்கி நின்றான்.

"நீ இப்ப உள்ள வர்றே..." சிவா அழுத்தமாகச் சொன்னான்.

உள்ளே வந்தவன் சுவரோரமாய் ஒதுங்கி நின்றான் "இப்பதான் வேலை முடிஞ்சுது. நீங்க கௌம்பறதுக்குள்ள ஒருதரம் பாத்துட்டுப் போலாம்னு வந்தேன். வேற ஒண்ணும் முக்கியமா இல்லை. நான் அப்பறமா வர்றேன்."

"எதுக்கு இப்ப ஓடறே. வந்துட்டேல்ல. இரு. அவர் என்ன சொல்றார்னு கேளு" ராஜன் கோப்பையை நிதானமாக நிரப்பினான்.

அவன் கண்கள் ஓரமாய் கிடந்த ஏடுகளைக் கண்டன. மெல்ல நகர்ந்து அவற்றை கையில் எடுத்துக்கொண்டான்.

"இதென்ன கையில இவ்வளவு பெரிய மோதிரம்?" சுப்ரமணி அந்த மோதிரத்தை உற்றுப் பார்த்தான்.

அரசு வலதுகையை நீட்டினான். அகலமான பெரிய மோதிரத்தில் கட்சிக்கொடியின் பின்னணியில் அய்யாவின் படம்.

"இதென்ன அரசு அரசியல்வாதிக போடறமாதிரி இவ்வளவு பெரிய மோதிரம்?"

அரசு கையை மடக்கி மோதிரத்தைப் பெருமிதத்துடன் பார்த்தான் "அய்யா குடுத்த பரிசுண்ணே."

கடைசி மிடறைப் பருகிவிட்டு கோப்பையை வைத்தான் சிவா. சிகரெட்டைப் பற்றவைத்தான். நிதானமாக அரசுவின் கைவிரலையே பார்த்திருந்தவன் மெதுவாகச் சொன்னான் "உங்க அய்யாவைப் பத்தி யாராச்சும் தப்பா சொன்னா அடிச்சிருவே போலிருக்கே?"

அரசு யோசிக்கவேயில்லை "அடிக்கமாட்டேன் சார். கொன்னுருவேன்."

கோப்பையை எடுக்கக் குனிந்த சுப்ரமணி திடுக்கிட்டுத் திரும்பினான். சிவா இன்னும் அவனை நிதானமாகப் பார்த்துக்கொண்டிருந்தான்.

"உன் கையில இருக்கற மோதிரத்தைப் பாத்தாவே தெரியுது" கோப்பையில் வார்த்த மதுவின் வனப்பை நீரைக்கொண்டு மெருகூட்டினான்.

"நெசமாத்தான் சொல்றேன் சார். எங்க அய்யாவுக்கு ஒண்ணுன்னா நான் மட்டுமில்ல, இந்த ஊர்ல இருக்கற

அம்பது நூறு பசங்க எல்லாருமே முன்னாடி வந்து நிப்போம். உசுரையே குடுப்போம்." அவன் முகத்தில் தீவிரம் கூடியிருந்தது.

ராஜன் அவன் கண்களையே கவனமாகப் பார்த்துக் கொண்டிருந்தான் அரசுவின் முகத்திலிருந்த தீவிரம் அச்சம் தந்தது. ஆனாலும் சிரித்தபடியே சொன்னான் "அதிருக்கட்டும். ஒரு கவிதையைப் படிச்சுக் காட்டு."

அரசு முகத்தில் பரவசம். உற்சாகத்துடன் ஏட்டைப் பிரித்தான். ராஜன் சிவாவைப் பார்த்துக் கண்ணடித்தான்.

"எனக்குப் புடிச்ச ஒரு கவிதை படிச்சு காட்டவா அண்ணா." குறிப்பேட்டின் பக்கங்களைப் புரட்டினான். அவன் நினைத்த கவிதையை கண்டுபிடித்திருக்கவேண்டும். அப்படியே தரையில் அமர்ந்தான். வாசிக்கலானான்.

"அந்தரத்தில் காணாத காலடிகளை, தேடி நடந்த திசையில், பாதையும் இல்லை, பயணமும் இல்லை..."

சுப்ரமணி படுக்கையில் சம்மணமிட்டு அமர்ந்தபடி அவன் வாசிப்பதை ஆர்வத்துடன் கேட்டுக்கொண்டிருக்க சிவா கண்களை மூடி இருக்கையில் சாய்ந்திருந்தான். அவனைச் சுற்றி அலைந்த புகை காற்றில் கலைந்து நழுவியது.

முதல் கவிதையை முடித்ததும் நிறைவுடன் தலைநிமிர்த்திய அரசுவைப் பார்த்துக் கைதட்டினான் ராஜன். சுப்ரமணி வேகமாகத் தலையை ஆட்டினான்.

"இன்னொன்னு படிக்கறேண்ணே..."

இப்போது அவன் யாருடைய அனுமதிக்காகவும் காத்திருக்க வில்லை. தொண்டையைச் சீராக்கிக்கொண்டு உரக்கப் படிக்கத் தொடங்கினான்.

"ஆகாய நீலத்தை பூக்களுக்குக் கொடுத்தாய், ஆழத்துப் பச்சையை இலைகளுக்குக் கொடுத்தாய், நெருப்பின் தழல் மஞ்சளை பட்டாம்பூச்சிக்குக் கொடுத்தாய்..."

மதுவின் வாசனையுடன் சிகரெட் புகையின் நெடி அறையில் சுழன்றிருக்க சிவா கால்களை ஆட்டியபடியே கண்மூடியிருந்தான். ராஜனின் கவனம் முழுக்க அவன்

முகத்திலேயே குவிந்திருந்தது. அவன் நினைத்ததுபோல அரசு ஐந்தாவது கவிதையைப் படிக்கத் தொடங்கியபோது சிவா கைகளை உயர்த்தி அசைத்தான்.

சிவாவின் கையசைப்பை கவனிக்கவில்லை அரசு. ராஜன் அவன் தோளில் கைவைத்தான். வாசிப்பதை நிறுத்திவிட்டு தலைதூக்கிப் பார்த்தான்.

"நல்லா எழுதிருக்கே அரசு. நிதானமாப் படிக்கணும். இப்ப நேரமாடுச்சு. இப்ப எங்களுக்கும் கொஞ்ச வேலை இருக்கு. அப்பறம் பாக்கலாமா."

"இந்த ஒண்ண மட்டும் முடிச்சிர்றேன் அண்ணே..." தயக்கத்துடன் கேட்டான்.

சிவாவிடமிருந்து அசைவேதுமில்லை. ராஜன் ஒன்றும் சொல்லாததும் அரசு ஏமாற்றத்துடன் எழுந்தான். குறிப்பேட்டை படுக்கையில் வைத்தான்.

"சாரிண்ணா. உங்கள மாதிரி யாராச்சும் படிச்சு சொன்னா கொஞ்சம் சந்தோஷமா இருக்குமேன்னு பாத்தேன் அண்ணா. உங்க வேல முடிஞ்சா கூப்பிடுங்க அண்ணா."

அவன் கதவருகில் சென்றபோது சிவா கண்களைத் திறந்தான். ஒரு மிடறு மதுவைப் பருகிவிட்டு அரசுவைப் பார்த்துக் கேட்டான் "உங்க அய்யாவைப் பத்தி யாராச்சும் தப்பா பேசினா நெசமாவே அடிச்சிருவியா?"

சிவாவின் முகத்தை அரசு கூர்ந்து பார்த்தான். உதட்டில் புன்னகை. கண்களில் தீவிரம். மெல்லத் தலையாட்டினான் "செய்யமாட்டேன் நெனக்கறீங்களா?"

ராஜன் பதற்றத்துடன் எழுந்தான் "அப்பிடிச் சொல்லலை..."

அரசு மோதிரத்தை உற்றுப் பார்த்தபடியே சொன்னான் "ஆறு மாசத்துக்கு முன்னாடி நான் ரஞ்சித் ஓட்டல்லதான் இருந்தேன். அங்க ஒரு கெஸ்ட் எங்க அய்யாவைப் பத்தி தப்பா பேசினாரு. நானும் பொறுமையா சொன்னேன். அவர் கேக்காம கிண்டல் பண்ணிட்டே சிரிச்சாரு. மூஞ்சில குத்திட்டேன். உதடு கிழிஞ்சி மூக்கு ஒடைஞ்சு ஒரே ரத்தம். போலீஸ் கேஸ் ஆயிடுச்சு. அப்பறம் அய்யா சொல்லி வெளிய விட்டாங்க. அப்பறந்தான் இங்க வந்தேன்."

சிவா எழுந்து சிகரெட்டின் மிச்சத்தைத் தரையில் போட்டு அழுத்தினான். புகையை ஊதியபடியே அரசுவின் அருகில் சென்று அவன் கையைப் பற்றி மோதிரத்தைப் பார்த்தான் "அப்பறம் எப்பிடி கண்ணு உனக்குக் கவிதை வரும்?"

அவன் என்ன சொல்கிறான் என்பது தெரியாமல் அரசு திகைத்தான். மோதிரத்தையும் சிவாவையும் மாறி மாறிப் பார்த்தான்.

சிவா சிரித்தபடியே அவன் தோளில் தட்டினான் "கவிதை எழுதும் போதாவது இந்த மோதிரத்தைக் கழட்டி வெச்சிரு கண்ணு."

ராஜன் அவனைப் பார்த்து போகும்படி தலையாட்டினான்.

"அண்ணன் என்ன சொல்றாருன்னு புரியலை..." அவன் தயங்கி நின்றான்.

"நீ காலையில வா பேசிக்கலாம். இப்ப கௌம்பு" என்று அவன் தோளில் தட்டினான்.

சிவா பெட்டியிலிருந்து இன்னொரு சிகரெட்டை எடுத்துப் பற்றவைத்தான். அரசு வெளியில் சென்றதும் ராஜன் கதவைச் சாத்தினான்.

மூவரின் கோப்பையும் காலியாக இருந்தது.

ஜன்னலருகே நின்றான் சிவா. சாலையில் மின்னி மறைந்தன வாகனங்களின் விளக்கொளிகள்.. சிவப்பும் மஞ்சளுமான ஒளிப்பெருக்கு.

"மறுபடியும் அவன் வருவான் பாரேன்."

கழிவறையிலிருந்து வெளியே வந்த சுப்ரமணி கருந்திராட் சையைக் கிள்ளி வாயில் போட்டான் "அவனோட மோதிரக் கையால நீ அடிவாங்கப் போறே..."

"சாப்பிட வெளிய போலாமா? வாங்கிட்டு வரச் சொல்ல லாமா?" ராஜன் கேட்டபோது கதவைத் தட்டும் சத்தம்.

"அவனே வந்துட்டான் பாரு" சிவா திரும்பிப் பார்த்துச் சிரித்தான்.

சுப்ரமணி கதவைத் திறந்தபோது அரசுதான் நின்றான் "சாப்பிட என்ன வேணும்னு கேக்காமயே போயிட்டேன் சார்."

"உனக்கு டூட்டி முடிஞ்சுதில்லே. வேற யாராச்சையும் அனுப்பி வாங்கிக்கலாம். நீ கௌம்பு அரசு."

"பரவால்லே அண்ணே. இங்க பக்கத்துல வண்டிக் கடையில இட்லி, புரோட்டா சூப்பரா இருக்கும். வாங்கிட்டு வரவா?"

சிவா அவனைப் பார்த்துச் சிரித்தபடியே புகையை ஊதிக் கொண்டிருந்தான். ராஜனுக்கு அவனைப் பார்க்க சற்று பயமாகவே இருந்தது. இன்னொரு முறை ஏதாவது சொல்லி சந்தர்ப்பம் தலைகீழாகிவிடும் வாய்ப்புகள் பிரகாசமான இருப்பதாக அஞ்சினான்.

"சரிப்பா. ஆளுக்கு ரெண்டு இட்லி, ஒரு புரோட்டா வாங்கிக்க. நீயும் சாப்பிட்டுக்க" என்று ஐநூறு ரூபாய் தாளை நீட்டினான் சுப்ரமணி.

"அது போதுமாண்ணே... இதோ வந்தர்றேன்" ஆவலுடன் அவன் போவதைப் பார்த்துச் சிரித்தான் சிவா.

"இன்னிக்கு இந்த நோட்டுல இருக்கறதை படிச்சு காட்டாம அவன் போகமாட்டான் மிஸ்டர் உலகசினிமா."

"அதோட விடவேண்டிதுதானே சிவா. நீ எதுக்கு அடிப் பியான்னு கேக்கறே?" சுப்ரமணி தலையணை முதுகுக்குக் கொடுத்து சாய்ந்தான்.

ராஜன் கோப்பைகளை ஓரமாக வைத்துவிட்டு மேசையில் கிடந்த சிகரெட் துண்டுகளையும் பழத்தோலையும் எடுத்து குப்பைக்கூடையில் போட்டான். பாட்டிலை எடுத்துப் பார்த்தான். பாதியளவு திரவம் மினுமினுத்தது.

"இத பாரு சிவா. இப்ப அவன் டிபன் கொண்டுவருவான். அதோட அவனை அனுப்பிருவோம். வேற பேச்சே வேண்டாம். சரியா?" ராஜன் எச்சரிப்பதுபோலச் சொன்னான்.

"பாட்டிலை எதுக்குடா எடுக்கறே?"

"போதுண்டா. நாளைக்குப் பாத்துக்கலாம்."

"சிகரெட் தீந்துருச்சு. அவங்கிட்ட சொன்னியா?"

"இருக்கறது போதும். காலையில வாங்கிக்கலாம்."

கதவைத் தட்டிக்கொண்டு உள்ளே வந்தான் அரசு. பொட்டலங்களை மேசைமேல் வைத்தான். தண்ணீர் புட்டிகளை அருகில் வைத்தான்.

"சூடா இருக்கு அண்ணே. சாப்பிட்டுருங்க. பழமும் வாங்கிருக்கேன்" பையிலிருந்து சில்லறையை எடுத்து சுப்ரமணியிடம் நீட்டினான். இருபது ரூபாய் தாளை எடுத்து அவனிடம் கொடுத்தபோது மறுத்தான்.

"வெச்சிக்க. வேற ஏதாவது நீ வாங்கிருந்தா சொல்லி காசை வாங்கிக்க. சரியா?"

"நீ சாப்பிட்டியா?" ராஜன் கேட்டபோது அவன் தலை யாட்டினான். சிவா அவன் முகத்தையே உற்றுப் பார்த்தபடி காத்திருந்தான்.

ராஜன் உள்ளே சென்று கைகளைக் கழுவிக்கொண்டு வந்தபோதும் அரசு அங்கேயே நின்றிருந்தான்.

"நீ கௌம்பு அரசு. லேட்டாயிருச்சு. நாளைக்குப் பாக்கலாம்."

"சரிண்ணே. காலையில எத்தனை மணிக்கு ஃப்ரீயா இருப்பீங்க?"

ராஜன் சிவாவின் முகத்தைப் பார்த்தான். அவனது சிரிப்பு கூடியிருந்தது.

"பதினோரு மணிக்கு மேல வா அரசு. பாக்கலாம்" அப்போதைக்கு அவனை அனுப்பவேண்டியிருந்தது.

"சரிண்ணே. பதினோரு மணிக்கு வரேன். வேற ஏதாவது வேணும்னா கூப்பிடுங்க அண்ணே..."

"நீ வீட்டுக்கு கௌம்பு கண்ணு. நாங்க பாத்துக்கறோம்."

அவன் தயங்கினான் "இல்லண்ணே. இன்னிக்கு நான் வீட்டுக்கு போகலை. பசங்ககிட்ட கூப்பிட்டு சொல்லிட்டேன். இங்கயே தங்கிடுவேன்."

சிவா சத்தமாகச் சிரித்தான். கண்ணில் நீர் முட்டியது.

சுப்ரமணி அவசரமாக எழுந்து அரசுவின் அருகில் வந்தான் "சரி அரசு. நீ கௌம்பு. எதுன்னாலும் கூப்பிடறேன்."

அவன் வெளியே நகர்ந்ததுமே கதவைச் சாத்தித் தாளிட்டான். சிவாவின் சிரிப்பு இப்போதும் ஓய்ந்திருக்கவில்லை.

மா மரத்துத் தோட்டத்தை போதை சூழ்ந்திருந்தது. ராஜன் கதையைச் சொல்லிக்கொண்டிருந்தபோது சிவா கனிந்த சிரிப்புடன் தலையாட்டியபடியே அமர்ந்திருந்தான்.

கணபதி சிகரெட் பெட்டியிலிருந்து ஒன்றை உருவிக்கொண்டு அவனிடம் நீட்டினார். ஒன்றை உருவி முகர்ந்தான்.

"மறுநா காலையில வந்துட்டானா அவன்?" ரவீந்திரன் அண்ணாவின் கண்கள் சிவந்திருந்தன.

"கண்டிப்பா அவன் வந்திருப்பான். ஆனா.." ராஜன் சொல்லி முடிப்பதற்கு முன்பாகவே சிரிப்பு வெடித்தது.

"நீங்க ரூமை காலி பண்ணிருப்பீங்க..." மோகன் தோள்களைக் குலுக்கியபடி சிரித்தார்.

ராஜன் ஒற்றை விரலை உயர்த்தி அசைத்து அதை ஆமோதித்தான். இன்னொரு மடக்கு பீரை அருந்தியபின் சிக்கன் துண்டை எடுத்து வாயிலிட்டுச் சுவைத்தான். "அன்னிக்கு ராத்திரி டிபனெல்லாம் சாப்பிட்டு முடிச்சப்பறமா பால்கனில வந்து நின்னோம். பதினோரு மணி இருக்கும். நல்ல இருட்டு. வானத்துல நட்சத்திரம் கொட்டிக் கெடந்துது. ரோட்ல ஆள் நடமாட்டம் கொறைஞ்சிருந்துச்சு. குல்பி வண்டியோட மணிச் சத்தம். சிவா நல்லா கனிஞ்சு நின்னான். பேச்சு கொறைஞ்சிருந்துச்சு. இதுமாதிரி சமயத்துல வழக்கமா சுப்ரமணி வாயைப் புடுங்கி எதையாச்சும் கேட்டு ஓட்டுவோம். இன்னிக்கு அப்பிடிச் செய்யலை. அப்பத்தான் கடைசி சிகரெட்டையும் ஊதிட்டு சிவா சொன்னான். அதான் ஹைலைட்டு... இல்ல மாப்ளே?"

அனைவரும் ஆவலுடன் ராஜனின் முகத்தைப் பார்த்தனர். சிவாவின் கண்களின் குறும்பு கொப்புளித்தது. சிகரெட்டை உறிஞ்சி புகையை நிதானமாக ஊதினான்.

"என்ன சொன்னார் தலைவரு?" நெல்லுக்கடை மணி கணபதியிடம் சிகரெட்டை வாங்கி ஒருமுறை உள்ளிழுத்தார்.

யாரும் பேசவில்லை. காற்றில் அசையும் தென்னை ஓலைகளின் சலசலப்பு. சுவர்க்கோழியின் சத்தம்.

ராஜன் சிவாவைப் பார்த்துச் சொன்னான் "நீயே சொல்லு மாப்ளே. அப்பத்தான் நல்லா இருக்கும்."

அந்த வாக்கியத்தை ஒருமுறை சொல்லி ஞாபகப்படுத்திக் கொள்வதுபோல சிவா கண்களை மூடி யோசித்தான். பிறகு நிதானமாகச் சொன்னான் "நேத்திக்கு வாத்தியார் வீட்டுக்குப் போனபோது அவரு ஏன் அப்பிடி மூஞ்சில அடிச்சமாதிரி கதவைச் சாத்தினார்னு இப்பப் புரியுது."

திரும்புதலற்ற பாதை

காளைப் பாண்டியன் நைட் ஷிப்டுக்கு புறப்படுவதற்காக வண்டியைக் கிளப்பிய அதே நேரத்தில்தான் ஹாஸ்டலுக்குப் போகும் பாதையில் காதில் ஹெட்போனுடன் வந்துகொண்டிருந்த காசிநாத்தை ஆத்திரத்துடன் வழிமறித்தான் அமித். கௌசியிடம் முகம் பார்த்துச் சொல்லிக் கொள்ளாமல் கிளம்பியது காளைப்பாண்டியனுக்கு லேசான சங்கடத்தைக் கொடுத்திருந்தது என்றாலும் இனி ஒருபோதும் திரும்ப முடியாத அந்தப் பாதையில் சோர்வுடன் விரைந்தான்.

1

நம்பியூரிலிருந்து மில்லுக்குப் போக அதிக பட்சம் பதினைந்து நிமிடங்கள்தான். ஆனால், காளை அரைமணி நேரத்துக்கு முன்பாகவே கிளம்புவதுதான் வழக்கம். பிரமாண்டமான கதவுகளைக் கொண்ட மில் வாசலில் கூர்க்காக்களின் பரிசோதனைக்குப் பின் கைவிரல் ரேகை வைத்து வருகையைப் பதிவுசெய்துவிட்டு இருபுறமும் தென்னைமரங்கள் அணிவகுத்திருக்கும் தார் சாலையின் நடை பாதையில் ஒரு கிலோமீட்டர் விரைந்து நடந்த பிறகுதான் சலவைப் பிரிவுக்கான வாசலை அடையமுடியும். அடையாள அட்டையிலும்

சம்பளப் பட்டியலிலும் செக்சன் இன்சார்ஜ் என்பதைப் பார்க்கும்போது கெத்தாகத்தான் இருக்கும். ஆனால், இன்னதுதான் வேலை என்று வரையறை இல்லாமல் எல்லா வேலைகளையும் பார்க்கவேண்டும் என்பதைத்தான் 'இன்சார்ஜ்' என்று வகுக்கிறார்கள் என்பது புரியும்போது அந்த தலைநிமிர்வு சரிந்துவிடும்.

வண்டியை நிறுத்திப் பூட்டிவிட்டு கண்ணாடியில் முகம் பார்க்கும்போது செல்போன் ஒலித்தது. கௌசிதான். "கௌம்பிட்டியா? அந்தக் கடங்காரன் தெனமும் தெரிஞ்சே தான் செய்யறான். அவன்கிட்ட மல்லுக்கட்ட முடியல. டீ சாப்டியா மாமா?"

"பரவால்லே. நீ வீட்டுக்கு வந்துட்டியா?"

"இதோ. இன்னோம் கதவக்கூட நீக்கல. சீக்கிரமா ஷிப்ட மாத்திட்டா பரவால்லே மாமா. நாள் நெருங்குதுல்ல."

"இனி ரெண்டுநாள்தான் கௌசி. மாசம் முடியுது. அடுத்த மாசம் பத்தாம் தேதிதானே சொல்லிருக்காங்க. கொழந்த பொறந்ததுக்கு அப்பறமா ராத்திரிலே வீட்ல இருக்கணும்னுதானே இந்த மாசம் நைட் ஷிப்டுக்கு ஒத்துக்கிட்டேன்."

இடையில் வேறொரு அழைப்பு வரும் சமிக்ஞை தெரிந்தது. நாடிமுத்து அழைக்கிறான். பகல் ஷிப்ட் இன்சார்ஜ். அதற்குள் என்ன அவசரம்?

"பத்தாம் தேதி வரைக்கும் தாங்காதுன்னு தோணுது. நானுமே மாசம் முடியட்டுமேன்னுதான் பல்லக் கடிச்சுட்டு வேலைக்குப் போறேன். கூட செக்கிங் டேபிள்ல வேலை செய்யறவங்கல்லாம் திட்றாங்க. வீட்டுக்காரம்மாவும் இன்னிக்குக் காலையில சொன்னாங்க."

"நானுமே அதத்தான் சொல்றேன். நீ கேக்க மாட்டேங்கறே. செரி பரவால்லே. முடியலேன்னா போ வேணாம். இன்னிக்கு ஒரு தடவை உங்கம்மாகிட்ட பேசிப் பாரேன்."

"ம்" உற்சாகமற்ற குரலைக் கேட்டதும் அதைச் சொல்லி யிருக்க வேண்டாமென நினைத்தான் காளை. போன முறை மருத்துவரிடம் காட்டிவிட்டு வந்த நாளன்று

தயக்கத்துடன்தான் தன் அம்மாவை அழைத்தாள் கௌசி. கைபேசியை ஸ்பீக்கரில்தான் போட்டிருந்தாள். "யார்கிட்டயும் சொல்லாமத் தாலி கட்டத் தெரிஞ்சவளுக்கு புள்ளப் பெத்துக்க மட்டும் அம்மா கேக்குதா?"

அப்போதே இனி யாரையும் அழைத்து மனம் புண்பட வேண்டாமென தீர்மானித்திருந்தனர்.

"எங்க அத்தை ஒருத்தங்க திருப்பூர்ல இருக்காங்கல்ல. அவங்க கிட்டயும் பேசிப் பாக்கறேன். துணியெல்லாம் தொவச்சு மடிச்சு வெச்சுட்டேன். சோறாக்கியாச்சு. சாப்பிட்டுட்டு ரெஸ்ட் எடு. போனை நோண்டிட்டு உக்காந்திருக்காதே."

"செரி மாமா. பத்து மணிக்கு மேல கூப்படவா?"

"நானே கூப்பிடறேன். எனக்கு போன் வந்துட்டே இருக்கு. என்னன்னு பாக்கறேன். வெக்கவா?"

2

உலையில் வாட்டிய சோளக் கதிரை ஊதினான் அமித். புகை வாடையுடன் வீசிய காற்றில் கொடியில் உலர்த்தியிருந்த பழுப்பு படிந்த வேட்டி அசைந்தது. பாசுதேவ் சுருட்டைப் பற்றவைத்தார் "காலையில எட்டு மணிக்கெல்லாம் ருதான்பூர்ல இருக்கணும். ஆதார் அட்டை கண்டிப்பா வேணும். போட்டுக்க துணிமணி மட்டும் போதும். வேற எதுவும் எடுத்துக்க வேண்டான்னுட்டான். ரெண்டு வாரத்துக்கு டாக்கூரோட பொறுப்பு. தங்க வெச்சு சோறு போட்டுருவான். அதுக்குள்ள ஏதாவது ஒரு மில்லுல சேத்தி விட்டுருவான். அதுக்கப்பறம் நம்ம சாமர்த்தியந்தான். சம்ஜா?"

கதவோரத்தில் பாயில் கிடந்த சோனா தலையைச் சொறிந்தபடியே அனத்தினாள் "பையா, முஜே பீ லே லோ."

"வயசு பத்தாகுது கழுதை. இன்னும் ஒழுங்கா படுக்கத் தெரியலை" அவள் பாவாடையை இழுத்துக் கால்களை மூடினாள் சம்பா. "நான் அமித்தை விட ரெண்டு வயசுதானே சின்னவ. நானும் போனா பரவால்லதானே? இஸ்மே கட்பட் க்யா? சித்பூர் மாமாவோட பொண்ணுக ரெண்டு பேரு

திருப்பூர்லதானே இருக்காங்க. மூணு வருஷமாச்சு. நெறைய பேர்த்தை கூட்டிட்டு போயிருக்காங்களே."

"அவங்க போனா நீயும் போயிடணுமா? எல்லாத்துக்கும் பறக்காதே. பொறு. தேக் லேங்கே. இவன் போகட்டும். நல்லபடியா அமைஞ்சுதுன்னா இந்த டாக்கூரை வெச்சே போலாம்" கல்லிருந்த ரொட்டியைப் புரட்டித் திருப்பினாள் கங்காதேவி. மங்கிய வெளிச்சம் வாசலில் நீண்டிருந்தது. தொட்டாற்போல அருகருகே இருந்த வீடுகளின் வாசலிலும் துண்டுதுண்டாய் வெளிச்சம். சூடான கல்லில் வேகும் ரொட்டியின் மணம். புழுதியுடன் சுழன்று வீசியது காற்று.

அமித் தன் பெயரை மண்ணில் கிறுக்கினான். எண்ணெய் காணாத அவன் தலையைத் தடவினார் பாசுதேவ் "இங்க இருக்கற விவசாய வேலைக்குப் போயெல்லாம் ஒண்ணும் பண்ணமுடியாது. எத்தனை வருஷமானாலும் நாமெல்லாம் இப்பிடியேதான் இருக்கணும். நிமிர வுடமாட்டாங்க. இரும்பாலைக்கு போறதுக்கும் சிபாரிசு, பணம்னு நெறைய பிரச்சினை. வேற வழியில்லை. டாக்கூர் சொல்ற எடத்துக்கு போறதுதான் நல்லது. அவன் கொஞ்ச காசு எடுத்துக்குவான். தொலையட்டும். ஆறு மாசம் ஆகட்டும். எல்லாம் நல்ல படியா அமைஞ்சா நாங்களும் வந்துருவோம்."

அந்த கிராமத்தில் தான் இருக்கப்போகும் அந்தக் கடைசி இரவில் அமித் தூங்காமல் கண்விழித்திருந்தான்.

3

அதற்குள் நாடிமுத்துவிடமிருந்து நான்கு முறை அழைப்பு வந்திருந்தது.

"கேட் பக்கத்துல வந்துட்டேன் நாடி. எதாச்சும் அவசரமா?"

"செக்சன் வாசலுக்கு வந்துட்டிங்களா காளை?" என்று கேட்டபடியே வெளியே வந்தான் நாடிமுத்து. முகத்தில் கலவரம். காளை உள்ளே எட்டிப் பார்த்தான். வழக்கத்துக்கு மாறாக எதுவும் தென்படவில்லை. வெம்மையும் நெடியும் சூழ்ந்த இரைச்சலுடன் இயங்கிய எந்திரங்களுக்கு நடுவே அடர்நீலச் சீருடையில் ஆட்கள்.

"செக்சன்ல பிரச்சினை ஒண்ணுமில்லை. நீங்க உடனே ஹாஸ்டலுக்குப் போகணும். ரெண்டு பசங்களுக்குள்ள சண்டையாம். அதான் அவசரமா கூப்பிட்டேன்."

நாடிமுத்துவின் கண்களில் பயம். வேலையில் எந்தப் பிரச்சினை என்றாலும் சமாளித்துவிடுவார். ஆனால், வேலை யாட்களை மேய்ப்பதுதான் அவருக்கு சிக்கல். ஹிந்தியும் தெரியாது.

"சஞ்சீவ் இல்லியா நாடி?"

"வார்டன்னு பேருதான். ஆளைக் காணோம். எங்க போனான்னு தெரியல. பசங்க கூப்பிட்டுச் சொன்னாங்க. நீங்க போயி பாத்துட்டு வாங்களேன்."

"எதுக்கு இப்பிடி பதறுறீங்க? இவனுங்க அடிச்சுக்கறது என்ன புதுசா. பாத்துக்கலாம் வாங்க."

சஞ்சீவை அழைக்க முயன்றபடியே ஹாஸ்டலுக்குப் போகும் பாதையில் விரைந்தான் காளை. எதிரில் நிற்பவர்களை சற்றே யோசிக்கவைக்கும் திடமான உடல். கூரிய பார்வை. இரண்டு வருடங்கள் நொய்டாவில் வேலை பார்த்த அனுபவம், வடக்கத்தித் தொழிலாளர்களை சமாளிக்க உதவுவதால் இதுபோன்ற சிக்கல்களின்போது காளையைத்தான் அழைப்பார்கள்.

மில்லை அடுத்திருந்த கோசாலையைக் கடந்து வேகமாக நடந்தார்கள் இருவரும். சாண மணத்துடன் சாம்பிராணி வாசனை. பசுக்களின் கழுத்து மணியோசை. தேங்காய் நெற்றுகளை எண்ணி அகலமான அலுமினிய வாளியில் தூக்கி எறியும் சத்தம். மண்பாதையின் ஓரத்தில் தண்ணீர் தேங்கியிருந்தது. விளக்கு வெளிச்சத்தை மரங்களின் நிழல் மட்டுப்படுத்தியிருக்க தொலைவில் கம்பித் தடுப்புக்கு அப்பால் ஹாஸ்டல் வாசலில் ஆட்கள் கூடியிருப்பதைப் பார்க்க முடிந்தது. தெளிவற்ற இரைச்சல்.

நாடிமுத்துவின் கையிலிருந்த டார்ச் லைட்டை வாங்கி, கூட்டத்தை நோக்கி வெளிச்சத்தைப் பாய்ச்சினான் காளை.

4

அன்று காலையில் அமித் ருதான்பூருக்கு வந்தபோது டாக்கூருடன் இருந்தவர்கள் இரண்டு பேர். ஒருவன் காசிநாத் சிங். இன்னொருவன் சுஷில் போலா. அமித்தின் கிராமத்தின் பெயரைக் கேட்டதுமே காசிநாத் முகம் சுழித்தான். டாக்கூரின் காதுகளில் கிசுகிசுத்தான். "சுப் சாப் ஆ ஜானா. சம்ஜே" டாக்கூர் கண்கள் சிவக்க அவனை முறைத்ததும் அடங்கினான்.

ரயில் நிலையத்தில் இன்னும் பத்துப்பேர் காத்திருந்தனர். வெவ்வேறு கிராமத்திலிருந்து அழைத்து வரப்பட்டவர்கள். டாக்கூர் எல்லோருடைய ஆதார் கார்டுகளையும் பரிசோதித்தான். அவர்களை அழைத்து வந்தவர்களுக்கு பணம் கொடுத்தான்.

ரயிலில் ஏறிக்கொண்டதும் ஒவ்வொருவருக்குமான இருக்கை எண்ணை சரிபார்த்து அமரச் செய்தான் டாக்கூர். காசிநாத்துக்கும் அமித்துக்குத் எதிரெதிர் இருக்கை. ஆனால் அவன் எதிரில் வந்து உட்காரவேயில்லை. ஜன்னலோரமாய் சுஷில் போலா அருகிலேயே உட்கார்ந்திருந்தான். பாலிதீன் தாளில் சுற்றப்பட்ட ரொட்டிகளைக் கொடுத்தான் டாக்கூர். பிளாஸ்டிக் தூக்கு வாளியிலிருந்து சப்ஜியை ஊற்றினான். "யாரும் ரயில்ல இருந்து எறங்கக் கூடாது. நாளன்னிக்கு காலையில ஏழரை மணிக்கு எறங்குவோம்."

ஜன்னல் வழியாகச் சில்லென்ற காற்று வீசவும் இருக்கையில் தலைசாய்த்தான் அமித். ஒவ்வொரு கிராமத்திலிருந்தும் ஒவ்வொரு நாளும் இப்படிப் பலரும் புறப்பட்டுச் செல்கிறார்கள். எல்லோரும் சொல்லும் ஒரே பெயர் 'திருப்பூர்'. இத்தனை பேருக்கும் அந்த ஊரில் இடமிருக்கிறதா? அத்தனை பெரிய ஊரா அது? இதுவரையிலும் போனவர்கள் யாரும் திரும்பவில்லை. சில மாதங்களிலேயே சொந்தங்களை அழைத்துக் கொள்கிறார்கள். பெண் பார்த்து மணம் முடித்து அழைத்துப் போகிறார்கள். இத்தனைக்கும் யாருக்கும் எந்த வேலையும் தெரியாது. விவசாயக் கூலி வேலையைத் தவிர வேறென்ன தெரியும்? அத்தனை சுலபமாகச் சில நாட்களில் கற்றுக்கொள்ளும்படியான வேலைக்கா அத்தனை கூலி தருகிறார்கள். ஒன்றும் விளங்கவில்லை. ஆனால்,

பிழைக்க அதுதான் வழி என்பது மட்டும் எந்தக் குழப்பமும் இல்லாமல் புரிந்தது.

“எந்த ஊரு” எதிரில் இருந்தவன் தயக்கத்துடன் கேட்டான்.

ஊர்ப் பெயரைச் சொன்னதும் அவன் கைநீட்டினான் “எம் பேரு உதய். சின்ஜாவனுக்குப் பக்கத்துல ராதேநகர் கிராமம்.”

“அமித்.”

“என்ன படிச்சிருக்கே?”

“நாலாவது வரைக்கும். அதுக்கப்பறம் கிராமத்துக்கு வந்திட்டிருந்த வாத்தியார் வர்லை.”

“பரவால்லே. நீ நாலாவது வரைக்கும் வந்துட்டே. நான் மூணாவதுதான். ஆனா எழுதப் படிக்கத் தெரியும். திர்ப்பூர்ல எல்லாப் பக்கமும் இந்தில எழுதிருப்பாங்களாம். சொன்னாங்க.”

“ம். நானும் படிப்பேன். ஆனா எதுக்கும் அவசியம் இல்லைன்னு டாக்கூர் சொன்னாரு.”

“அவர் அப்பிடித்தான் சொல்வாரு. அப்பிடி இருந்தாத்தானே அவருக்கு வசதி. ஒவ்வொரு தலைக்கும் ஒரு அமவுண்ட் கெடைக்கும் அவருக்கு. அதுபோக மாசா மாசம் வர்ற சம்பளத்துலயும் பத்து பர்சென்ட்.”

சற்றே அச்சத்துடன் தலையைத் திருப்பி டாக்கூரைப் பார்த்தான். சற்று தள்ளி ஜன்னலோரமாய் தலைசாய்த்து பாக்கை மென்றுகொண்டிருந்தார். “இதெல்லாம் எப்பிடித் தெரியும்?”

“ஏற்கெனவே எங்க ஊர்லேர்ந்து ரெண்டு அண்ணா போயிருக்காங்க. அவங்க சொன்னாங்க.”

“கூலியெல்லாம் நமக்குத்தானே தருவாங்க?”

“உங்கிட்ட சொல்லலியா? போனதுமே பேங்க்ல அக்கவுண்ட் ஓபன் பண்ணிருவாங்க. மாசா மாசம் டாக்கூருக்கான பத்து பர்சென்டை கழிச்சுட்டுத்தான் போடுவாங்க. சோறு போடுவாங்கல்ல, அதுக்கும் ஒரு அமவுண்ட் புடிச்சுக்குவாங்க.”

இந்த விபரத்தை டாக்கூர் அப்பாவிடம் சொல்லியிருக்கக் கூடும்.

“ரெண்டு வாரத்துக்குள்ள எங்கயாச்சும் வேலைக்கு சேத்துவிட்டிருவான். கூலி வேலை மாதிரி. கொஞ்சமா கூலி கெடைக்கும். அத வெச்சு சமாளிக்க வேண்டிதுதான்.”

“அப்பிடி என்ன வேலை? யாருக்கும் எதுவுமே தெரியாமத் தானே போறோம்?”

“ஆரம்பத்துல மூட்டையத் தூக்கற மாதிரிதான் இருக்குமாம். அப்பறமா சின்னச் சின்னதா சொல்லித் தருவாங்களாம். ஆனா வயித்துக்கும் தங்கறதுக்கும் பிரச்சினை இருக்காது.”

அதுபோதும் என்றிருந்தது அமித்துக்கு. உதய் பக்கத்தில் வந்து உட்கார்ந்துகொண்டான். வெளியிலிருந்த இருட்டைப் பார்க்க இப்போது அத்தனை பயமாக இருக்கவில்லை.

5

தரையில் கட்டி உருளும் இருவரைப் பிரிக்கும் முயற்சியில் இருந்தவர்களும் வேடிக்கை பார்த்தவர்களும் வெளிச்சம் விழுந்தவுடன் திரும்பிப் பார்த்தனர். கூச்சலும் சத்தமும் சட்டென அடங்கி எல்லோரும் அவசரமாய் விலகுவது தெரிந்தது.

செக்யூரிட்டி கூண்டை ஒட்டியிருக்கும் சிறிய கதவைத் திறந்து கொண்டு காளையும் நாடிமுத்துவும் உள்ளே விரைந்தபோது தொப்பியைச் சரிசெய்தபடி காவலாளி ஓடிவந்தார். கையில் நீண்ட கம்பு. முறுக்கிய நரை மீசை மேலுதட்டை மூடியிருந்தது.

“சொன்னா கேக்கவே மாட்டேங்கறாங்க சாரே. வாங்க சாரே. இவனுங்க ரெண்டு பேருதான்.”

அமித்குமாரும் காசிநாத் சிங்கும் எதிரெதிரே முறைத்தபடி நின்றனர். இன்னும் தணியாத ஆவேசத்துடன் மூச்சிரைத்தது. உடலெங்கும் புழுதி. கலைந்த தலைமயிர்.

இருவரின் முகத்தையும் உற்றுப் பார்த்தான் காளை. தீராப் பகையின் சினம் கண்களில் தளும்பியது. யாரும்

தடுக்காவிட்டால் இக்கணமே ஒருவர் பலியாவது நிச்சயம் என்பதுபோல கொலைவெறி.

சுற்றியிருந்தவர்களில் இருவரை மட்டும் தேர்ந்தெடுத்தான் காளை "இஸ்கே அலாவா சப் அந்தர் ஜாவ். கொயி பாகர் நயி ஆனா. சம்ஜே. ஜாவ்." கனத்த குரல் அதிர்ந்தது. நால்வர் மட்டுமே அந்த இடத்தில் எஞ்சி நின்றனர். டீ சர்ட்டும் அரை டிராயருமாய் உள்ளே விரைந்தவர்களில் பலரும் இளைஞர்கள். எல்லோருக்கும் ஒரே உடல் ஒரே முகம் ஒரே உடல்மொழிபோலத் தெரிந்தது.

6

எதிர்பார்த்ததையும்விட திருப்பூர் ரயில்நிலையம் மிகச் சிறிதாக இருந்ததைக் கண்டதும் சற்று ஏமாற்றமாக இருந்தது அமித்துக்கு. டாக்கூர் தப்பான இடத்துக்கு அழைத்தச் செல்கிறானோ என்ற சந்தேகம் எழுந்தது. ஆனால், ரயில் நிலையத்திலிருந்த பெயரைக் கண்டு உதய் உறுதி செய்ததும் நம்பிக்கை வந்தது. ரயிலின் ஒவ்வொரு பெட்டியிலிருந்தும் அவனைப் போலவே நிறையப் பேர் இறங்கினார்கள். எல்லோர் முதுகிலும் ஒரு பை. ஒன்றுபோலவே உடையும் உடலும். செம்மறி ஆடுகள் போல வரிசையில் நடந்தார்கள்.

ரயில்நிலைய வாசலின் ஒருபக்கமாய் கைகாட்டி அமித்தைப் பார்த்து காசிநாத் ஏதோ சொல்ல சுஷில் போலா வாய்விட்டுச் சிரித்தான். அமித் அந்தத் திசையில் திரும்பிப் பார்த்தான். கட்டணக் கழிவறை. அவன் என்ன சொல்லியிருக்கக் கூடுமென்பதை ஊகித்ததும் ஆத்திரத்துடன் தலைகவிழ்ந்தான். அவனைப் பார்க்கக்கூடாது என்ற உறுதியுடன் மறுபக்கமாய் சென்றான். ஆனால், காசிநாத்தின் சிரிப்பொலி காதில் விழுந்து அவனை உசுப்பேற்றியது.

"ஆவ்... ஜல்தி ஆவ்" டாக்கூரின் குரல் கேட்டதும் அனைவரும் கும்பலாக அவனை நோக்கி ஓடினர். அனைவரையும் வரிசையில் நிற்க வைத்தான். டாக்கூரைப் போலவே இன்னும் இரு ஏஜெண்டுகள். இரு சக்கர வாகன நிறுத்தத்தில் நெரிசலாய் நூற்றுக் கணக்கான வாகனங்கள். ருதான்பூரில்தான் சில வாகனங்களைப் பார்த்திருக்கிறான் அமித். அவை அனைத்தும் பழைய வண்டிகள்.

மொத்தமாய் நாற்பத்தி இரண்டு பேர். டாக்கூருக்கும் மற்ற இரு ஏஜெண்டுகளும் தனியாக நின்று பேசினார்கள். அமித் உட்பட இருபது பேரைத் தனக்கெனத் தேர்ந்தெடுத்த டாக்கூர் அனைவரையும் அருகிலிருந்த பேருந்து நிலையத்துக்கு அழைத்துச் சென்றான். நகரப் பேருந்தில் ஏற்றினான். சொகுசான புதிய பேருந்துக்குள் பாட்டு ஒலித்தது. உட்கார இடம் கிடைக்கவில்லை. நெரிசலில் பையைச் சுமந்தபடி இடித்துக்கொண்டு நின்றபோதும் அமித்துக்கு சிரமம் தெரியவில்லை.

"தெனந்தெனம் இத்தனை பேரைக் கொண்டு வந்து எறக்கறாங்க. நாத்தம் புடிச்சவனுக. குளிக்கவே மாட்டானுக போல. டேய், தள்ளி நில்றா" உட்கார்ந்திருந்தவன் உதய்யின் தோளைத் தொட்டுத் தள்ளினான்.

"இன்னும் அஞ்சு வருஷத்துல இவனுக ஓட்டுப் போடறவனுக தான் நமக்கு எம் எல் ஏ வா வருவானுக. இப்பவே எங்க பாத்தாலும் இந்தில எழுதிருக்காங்க. டாஸ்மாக்குலகூட இந்தி பேசறானுங்கன்னா பாரு."

உதய் வெளியில் கைகாட்டினான். பெரிய பாலத்தின் மேல் பேருந்து ஏறிச் சென்றது. கீழே ரயில் பாதை. அதற்கப்பால் உயரமான கட்டடங்கள். அணிவகுத்துச் சென்றன கார்களும் இரு சக்கர வாகனங்களும். செழிப்பான டீக் கடைகள், பேக்கரிகள், பழக்கடைகள். பளபளவென்ற தார் சாலைகள். ஏழ்மையே சிறிதும் தலைகாட்டாத சொர்க்கபுரிதான் இது. இங்கே எல்லோருக்கும் வேலை கிடைக்கும் என்ற நம்பிக்கை ஏற்பட்டது அமித்துக்கு.

<h1 style="text-align:center">7</h1>

செக்யூரிட்டி கூண்டருகே விளக்கொளியில் இருவரும் நிற்க வைக்கப்பட்டனர். அமித்தை இளைஞன் என்று சொல்ல முடியாது, சிறுவனைப் போலத்தான் தெரிந்தான். இடுங்கிய கண்களும் அரும்பு மீசையுமாய் ஒல்லியாக நின்றான். நீண்டிருந்த கழுத்தில் வெள்ளையாய் ஒரு சங்கிலி மின்னியது. வலதுகையில் தடிமனான காப்பு. முறுக்கிய மீசையுடன் நின்ற காசிநாத்துக்கு முன்னால் அமித்தை பொடியன் என்றுதான் சொல்லவேண்டும். முரட்டு ஜீன்ஸ் பேண்டும்

முழங்கை வரையிலும் சுருட்டிய சட்டையுமாய் நின்ற காசிநாத்தின் முகத்தில் அலட்சியம். எதையோ மென்று கொண்டிருந்தான்.

காளையின் முன்னால் நின்றார் நரைமீசைக் காவலாளி "இவனுங்களோட ஒரே சல்லியம் சாரே. பத்துப் பதினைஞ்சு நாளாவே ரெண்டு பேர்த்துக்குள்ள சின்னச் சின்னதா சண்டை. என்ன பிரச்சினைன்னு மனசிலாகலே. வார்டன் கிட்டயும் பறஞ்சது. ஆயாள் ஒண்ணுஞ் செய்தில்ல."

கைகளைப் பின்னால் கட்டிக்கொண்டு அலட்சியமாய் நின்ற காசிநாத்தையே கவனித்துக்கொண்டிருந்த காளை எதிர்பாராத நொடியில் பளாரென்று அறைந்தான். பொறி கலங்கிட தலையை உலுக்கினான். உடல் விதிர்த்தது.

"தும் பதாவ். க்யா ஹூவா?" தனித்து நின்ற இருவரில் ஒருவனைக் கேட்டான்.

அவன் சற்று முன்னால் நகர்ந்து அமித்தின் முகத்தைப் பார்த்தான் "தஸ் பந்த்ரா தின் பஹலே காசிநாத் இஸ்கோ காலி தியா, இஸ்கா காவ், மா பாப் அவ்ர் சப் குச் கே பாரே மே. தப் சே ஜகடா சுரு கியா."

"யே சோட்டா தோ அச்சா லடுகா சாப். கொயி கட்பட் நஹி. யே காசிநாத் ஹி ஹமேசா உசே ... கர்தா ரஹா" இன்னொருவன் காசிநாத்தின் கண்களைப் பார்த்தபடியே தயக்கத்துடன் சொன்னான்.

காசிநாத்தின் கன்னத்தில் இன்னொரு முறை அறைந்த காளை அமித்தின் தாடையைப் பற்றி நிமிர்த்தினான் "அவ்ளோ தூரத்துலேர்ந்து அப்பா அம்மாவ விட்டுட்டு இங்க எதுக்குடா வந்தே? இப்பிடிச் சண்டை போட்டுட்டு அடிச்சிக்கவா? அவந்தான் வம்புக்கு இழுக்கறான்னா நீ ஒதுங்கிப் போ மாட்டியா?"

அமித்தின் கண்களில் சிறிதும் பயமில்லை "நா எதுக்கு சாப் ஒதுங்கிப் போணும். எம் மேல என்ன தப்பு? அவன் என்னைப் பத்தி எங்க குடும்பத்தப் பத்தி தப்பா பேசினான். ஏன்னு கேட்டேன். அது தப்பா? அப்பிடியெல்லாம் என்னால ஒதுங்கிப் போ முடியாது."

காசிநாத் மஞ்சள் பற்கள் தெரியச் சிரித்தான் "இவனுகளை யெல்லாம் எங்களோட சேத்து ஒண்ணா வெக்கறதே தப்பு. எங்க ஊர்லயெல்லாம் தெருப் பக்கமே தலைகாட்ட வுடமாட்டோம். நேருக்கு நேர் நின்னு மூஞ்சியப் பாத்து பேசறான். சாலா."

காளை மீண்டும் கையை ஓங்கவும் நாடிமுத்து தடுத்தார் "எதுக்கு சார் இவனுங்ககிட்ட வம்பு. நாம ஹெச் ஆர்ல சொல்லி ஹாஸ்டலை மாத்த சொல்லுவோம் சார். இந்தப் பிரச்னை எங்க போனாலும் மனுசனைப் பொழக்க வுடாதுபோல."

நாடிமுத்து தடுத்தது காசிநாத்துக்கு சாதகமானதுபோலச் சிரித்தான் "இங்க இருக்கறதுல எங்க ஆளுங்கதான் அதிகம். இவனுகள வெளிய அனுப்புங்க. இல்லேன்னா அவ்ளோதான்."

அமித் சீறினான் "இப்ப நீ தப்பிச்சிட்டே. இன்னொரு தடவை மாட்டுனே அவ்ளோதான். ஊருக்கு பொணந்தான் போவும்."

காளை அமித்தின் கைகளைப் பிடித்து முறுக்கினான் "பேசிட்டிருக்கும்போதே உனக்கென்னடா அத்தனை கோவம்? சும்மா இருக்கமாட்டே?"

"இவனுக ரெண்டு பேரும் ஒரே ஊரா?"

"பக்கத்து ஊருபோல சார்."

"ஏஜெண்ட் யார்றா?"

"டாக்கூர் சார்."

"காலையில அவனை வரச் சொல்லு. ரெண்டு பேர்த்தையும் கூட்டிட்டுப் போட்டும்." காளை திரும்பிப் பார்த்தான். ஜன்னலிலும் வாசலிலும் நின்றவர்களைப் பார்த்து வரச் சொல்லி கை அசைத்தான். எல்லோரும் திரண்டு நின்றனர்.

"எல்லாரும் கேட்டுக்குங்க. அவனவன் வேலையப் பாத்துட்டு சாப்பிட்டமா, தூங்குனமா, சம்பளத்தை வாங்கினமான்னு இருக்கணும். உங்க ஊர் சண்டையெல்லாம் இங்க வெச்சுக்கறதுன்னா வெளியில போயிருங்க. உங்களுக்கே

தெரியும். ஒரு நாளைக்கு எத்தனை பேர் ரயில்ல வந்து எறங்கறாங்கன்னு. கொரானா சமயத்துல வேற வழியில்லாம என்ன பிரச்சினைன்னாலும் கண்டுக்காம உங்களையெல்லாம் வெச்சிருந்தோம். இனி அப்பிடியெல்லாம் அவசியமில்லை. முடியாதவங்க வெளியில போயிர்லாம். நாளைக்கே ஒருத்தர்க்கு ரெண்டு பேர் வந்துருவாங்க. அதுனால ஒழுங்கு மரியாதையா இருக்கற வழியப் பாருங்க."

யாரும் பதில் பேசாமல் தலையாட்டினார்கள்.

"இவனுகள இன்னிக்கு இங்க ஒண்ணா விட்டா சரிப்படாது நாடி. ரெண்டு பேர்த்தையும் அழைச்சிட்டு போயி தனித்தனியா உக்கார வெச்சர்லாம். சஞ்சீவ் வந்தப்பறமா அவர்கிட்ட ஒப்படைச்சர்லாம். தும் தோனோ அமாரே சாத் சலோ."

ஒருமுறை அனைவரையும் பார்த்துவிட்டு காளை நகர்ந்தான். நரைமீசைக் காவலாளி எல்லோரையும் உள்ளே விரட்டினார். அமித்தும் காசிநாத்தும் தயங்கி நகரவும் அவர்களின் பின்னால் நடந்தார் நாடிமுத்து.

8

"உடோ. உதர்னா இதர். உடோ உடோ" டாக்கூரின் குரல் எழுப்பியது. பரபரவென்று கண் திறந்தான். ஜன்னலுக்கு வெளியே பசேலென்ற வயல்வெளி. நிறையத் தென்னைமரங்கள். பேருந்து நின்றதும் குதித்து இறங்கினார்கள். டாக்கூர் அனைவரையும் எண்ணிச் சரிபார்த்தான்.

தலையில் யாரோ ஓங்கி அடித்தவுடன் திரும்பிப் பார்த்தான். அருகில் நின்றவன் பைக்குள் எதையோ தேடிக்கொண்டிருந்தான். யார் அடித்தது? சிரிப்பொலி கேட்டு மறுபக்கமாய் பார்த்தான். காசிநாத்தும் போலாவும் எங்கோ பார்ப்பதுபோல சிரித்துக் கொண்டு நின்றனர்.

பிரமாண்டமான கதவு. கருப்புத் தொப்பியும் சீருடையும் அணிந்த காவலர்கள் ஒவ்வொருவரையும் ஆதார் அட்டை யுடன் ஒப்பிட்டு ச்சரிபார்த்தனர். கைரேகையை பதிப்பிக்கச் செய்தனர். பெரிய கதவருகிலிருந்த இன்னொரு சிறிய

கதவின் வழியாக ஒவ்வொருவராக உள்ளே நுழைந்தனர். அகலமான தார்ச் சாலையின் இரண்டு பக்கங்களிலும் மரங்களுக்கு அப்பால் பெரிய கட்டடங்கள். பத்துக்கும் மேற்பட்ட பேருந்துகள் நின்றிருந்தன. சரக்கு வாகனங்களும் லாரியும் குறுக்கு நெடுக்குமாக ஊர்ந்திருந்தன. தனியாக ஒரு கட்டடத்தில் தீயணைப்பு லாரி நின்றது.

ஆஸ்பெஸ்டாஸ் வேய்ந்த கூடமொன்றில் வரிசையில் நின்றதும் மீண்டும் பரிசோதனை. டாக்கூரிடம் ஆவணங் களைச் சரிபார்த்து வாங்கிக் கொண்டபின் அவன் வெளியில் சென்றான். நேற்றே வங்கிக் கணக்கு தொடங்கப்பட்டுவிட்டது. பாஸ்புக்கை டாக்கூர் வாங்கிக் கொள்வான் என்று உதய் சொல்லியிருந்தான்.

“இதர் தேகோ. ஆஜ் சே தும் சப் லோக் இதர் ஹி காம் கரேகா. ஒரு வாரந்தான் டைம். அதுக்குள்ள வேலையைக் கத்துக்கணும். ஏமாத்திட்டு இருக்கலாம்னு நெனச்சா வெளியில அனுப்பிருவோம். உங்க ஆளுங்கதான் டிரெய்னிங் தருவாங்க. என்ன சந்தேகம்னாலும் கேளுங்க.” நீலச் சட்டையும் கருப்புக் கால்சட்டையும் அணிந்திருந்தவர் கண்டிப்புடன் சிலரை அறிமுகப்படுத்தினார். ஒவ்வொரு பிரிவிலும் பயிற்சியளிக்க இருப்பவர்கள் தங்கள் அணிகளை அழைத்துச் சென்றனர். அமித்தும் உதய்யும் வெவ்வேறு அணிகளில். காசிநாத் அமித்தை முறைத்தபடியே இன்னொரு அணியுடன் சென்றான்.

நூல் அரவைப் பிரிவின் பயிற்சியாளர் கரீம் பாயை அமித்துக்கு பிடித்துப் போனது. வேலைகளைத் திருத்த மாகவும் பொறுமையாகவும் சொல்லிக் கொடுக்க அமித் பத்தாவது நாளில் நூல் திரட்டும் கோன்களின் உள்ளே ஒட்டப் பட்டிருக்கும் லேபிள்களைக் கொண்டு அவற்றைப் பிரித்து அடுக்கக் கற்றுக்கொண்டான்.

கழுத்தில் தொங்கிய அடையாள அட்டை, ஆலையில் நுழையும்போது வாயிலில் தினமும் பதிக்கும் கைரேகை, வேளாவேளைக்கு தேநீரும் உணவும் என எல்லாமே அமித்துக்குப் பிடித்துப்போனது. விலகி விலகிப் போனபோதும் அவனது ஒரே பிரச்சினையாக எஞ்சியிருந்தது காசிநாத் மட்டும்தான்.

சில மாதங்களில் சம்பாவை அழைத்து வந்துவிட்டால் இங்கேயுள்ள பெண்களுக்கான ஹாஸ்டலில் பாதுகாப்பாகத் தங்கிக் கொள்ள முடியும். ஓய்வு நேரத்தில் டெய்லரிங் கற்றுக் கொடுக்கிறார்கள். இருவரும் சேர்ந்து உழைத்தால் நிமிர்ந்துவிட முடியும்.

9

கோபி நம்பியூர் சாலையோரப் பள்ளத்தில் அடர்ந்த வேப்பமரத்து நிழலில் வலது கரத்தில் ஓங்கிய வாளுடன் வீற்றிருந்த கருப்பராயன் எதிரே கைகூப்பி நின்றிருந்தாள் கௌசி. கண்கள் கசிந்தன. முகத்தில் கல்யாணக் களையை மீறிய கலக்கம். அவளைத் தொந்தரவு செய்யாமல் சற்றே விலகி நின்ற காளைப் பாண்டியன் மண்ணில் உறைந்த ரத்தத் திட்டின்மீது ஊர்ந்த எறும்புகளை உற்றுப் பார்த்துக் கொண்டிருந்தான்.

குனிந்து பீடத்தைத் தொட்டு வணங்கியவள் கன்னத்தில் போட்டபடி நிமிர்ந்தாள் “நீ கும்பிடலையா மாமா?” உதடுகள் துடித்தன.

“ம். ஆச்சு. எதுக்கு இப்ப நீ அழறே?”

“ஒண்ணுமில்ல. என்னவோ நெனப்பு.”

“புரியுது. ரெண்டு பேரும் வேலைக்குப் போயி ஒரு வாரம் ஆச்சு. கையில இருக்கற காசெல்லாம் தீந்துருச்சு கௌசி. நாளைக்கிருந்து ஷிப்டுக்குப் போகணும். நீ தைரியமா இருந்தாத்தானே பரவால்லே” அணைத்தபடியே ஆவரம் புதருகே இருந்த நீண்ட கல்லில் உட்காரச் செய்தான்.

கண்களைத் துடைத்தபடியே தலையாட்டினாள். தொங்கட்டான் அசைந்தது “நானும் போறேன் மாமா. வீட்ல உக்காந்துட்டு என்ன பண்ணப் போறேன்?”

“இல்லப்பா. நீ இப்ப போ வேணாம். கொஞ்ச நாள் போட்டும்.” பச்சைக் கிளிகள் தாவிப் பறந்தன. சாலையில் விரைந்த காரிலிருந்து எறியப்பட்ட தண்ணீர் புட்டி ஓசையுடன் உருண்டது.

“உங்க வீட்லயாச்சும் ஒத்துக்குவாங்கன்னு நம்புனேன். இப்பிடி யாருக்குமே புடிக்காம எல்லாத்தையும் மீறிக்

கல்யாணம் கட்டிக்கிட்டது என்னவோ பயமா இருக்கு மாமா."

"அதெல்லாம் ஒண்ணில்லப்பா. மனசைப் போட்டுக் கொழப் பிக்காதே. கொஞ்ச நாள் போனா செரியாப்போயிடும்."

வண்டியை உதைத்துக் கிளப்பியபோது அவனுக்குள்ளும் அப்படியொரு அச்சம் தலையெடுத்தது.

10

ஹாஸ்டலுக்கு வந்த முதல் நாளே வார்டனிடம் காசிநாத் குரல் உயர்த்திக் கத்திக் கொண்டிருந்தான்.

"அவன வேற எடத்துக்கு அனுப்புங்க. அவன் இருக்கற எடத்துல நான் இருக்க முடியாது."

வார்டனுக்குப் புரியவில்லை "அவன் இங்க இருந்தா உனக்கு என்னப்பா பிரச்சினை?"

எதையும் கண்டுகொள்ளாமல் அமித் செல்போனில் படம் பார்த்துக் கொண்டிருந்தான்.

"இங்க வேற ஹாஸ்டல் இருக்கில்ல. நான் அங்க போறேன்" பையை எடுத்துக் கொண்டான்.

வார்டன் அவனைப் பிடித்து நிறுத்தினார் "அப்பிடியெல்லாம் போக முடியாது. போ உள்ளே. என்ன பிரச்சினைன்னு கேக்கறேன். நீ பாட்டுக்கு பையத் தூக்கிட்டுப் போறே?"

தோளிலிருந்து அவர் கையைத் தட்டிவிட்டான் காசிநாத். அமித்தை எரிச்சலுடன் முறைத்தபடியே பையைக் கீழே போட்டான் "ஊர்ல வாசல் பக்கமே இவனுகள எட்டிப் பாக்க விட மாட்டோம். இப்ப இவனும் நானும் ஒரே எடத்துல படுக்கணுமா?"

வார்டன் அவன் தோளைப் பற்றினார் "அதான் விஷயமா? அதெல்லாம் உங்க ஊர்ல போய் வெச்சுக்க. இங்க எல்லார்த் துக்கும் இதுதான் எடம். போய் பேசாம படு." தொப்பியைத் தலையில் இறுக்கிக் கொண்டு வெளியில் வந்தார்.

காவல் கூண்டில் நின்றவர் நரை மீசையைத் தடவினார். சுற்றிலும் ஒருமுறை பார்த்துவிட்டு கேமராவுக்கு மறுபுறமாய்

நகர்ந்து பீடியைப் பற்ற வைத்தார் "வந்துட்டானுங்க நம்ம உசுர வாங்க. இவனுகளுக்கெல்லாம் பஞ்சாயத்துப் பண்றமாதிரி ஆயிருச்சே நம்ம பொழப்பு. மாசம் பூரா கண் முழிச்சு கால் கடுக்க நின்னா எட்டாயிரம் ரூவா. அதுக்குத்தான் வூட்ல மரியாதை. இல்லேன்னு சொன்னா அவளும் என்னை வாசல்லதான் படுக்க வெப்பா."

நரைமீசைக் காவலாளி நமுட்டலாகச் சிரித்தார் "வீட்டுக்கு வீடு வாசப்படி. அது கெடக்கட்டும். பொகையப் பாத்து ஊதுங்க, கேமராவுல மாட்டப் போவுது. அப்பறம் அதுக்கும் பதில் சொல்லோணும்."

11

புவனேஸ்வரி படத்துக்கு முன்னால் விளக்கேற்றி வணங்கிவிட்டு திண்ணையில் வந்து அமர்ந்தாள் கௌசிகா. பூத்தொடுத்துக் கொண்டிருந்த சின்னி தலைநிமிர்ந்து பார்த்தாள் "என்னக்கா, மாமா ஆக்கி வெச்ச சோறு செம ருசிபோல." ஜாதிமல்லியின் வாசனை கமழ்ந்தது.

"புதுசா என்னத்த செய்யப் போறாரு உங்கண்ணன்? அதே காய் சாதம்தான்."

சரஸ்வதியம்மா சுக்குட்டி கீரையுடன் வந்து உட்கார்ந்தாள் "நாள் நெருங்கிடுச்சு. அவன் இன்னிக்கும் நைட் ஷிப்டுக்குத் தான் போயிருக்கானா?"

"ரெண்டு நாள்தானேம்மா. அப்பறமா கூடத்தான் இருப்பாரு."

"அப்பிடி என்ன கோவம் உங்காத்தாவுக்கு. பொண்ணுக்கு தலப் பிரசவம். அட, சீமந்தம் பண்ணி வீட்டுக்கு அழைச் சிட்டுப் போயி வாய்க்குப் புடிச்சதை ஆக்கிப் போட்டு சந்தோஷமா வெச்சிக்கத்தான் முடியலை. ஆசைப்பட்டவனை சொல்லாம கல்யாணம் பண்ணிட்டான்னு ஒரு வருத்தம். இப்ப அது பழைய கதை இல்ல. இங்க வந்து இருந்து நல்லது கெட்டதைப் பாக்க வேணாம். நல்ல ரோஷக்காரிதான் போ."

சங்கடத்தை வெளிக்காட்டிக்கொள்ளாமல் கௌசி புன்னகைத்தாள்.

"அது செரிக்கா. அந்தண்ணன் வீட்டுலேர்ந்தும் ஒருத்தரும் ஏன்னு கேக்கலைங்கறதுதான் எனக்கு வெசனமா இருக்கு" மொக்குகளைப் பொறுக்கி நூலில் கோர்த்தாள் சின்னி.

"தானிக்கு தீனி செரியாத்தான் இருக்கு புள்ள. இதுதான் பாவம் ஒத்தையில கெடந்து தவிக்குது" கீரையைக் கிள்ளி முறத்தில் போட்டாள்.

"ஆசைப்பட்டுக் கல்யாணம் பண்றது என்ன உலகத்துல நடக்காமயா இருக்கு. நடந்தது நடந்துபோச்சு, இனி நல்லபடியா இருக்கட்டும்னு வந்து கலந்துக்கிட்டாதானே பெரிய மனுஷங்களுக்கு அழகு" சின்னி சில்வர் போசியிலிருந்து மொக்குகளை அள்ளிப் போட்டாள்.

"செரிம்மா. நேரமாயிடுச்சு. நீ படுத்துக்க. இந்தக் கீரையை ஆஞ்சு வெச்சுட்டு வரேன்." பத்து நாளாக சரஸ்வதியம்மா இரவில் வந்து துணைக்குப் படுத்துக் கொள்கிறாள்.

"மாமா போன் பண்றேன்னு சொன்னாங்க. அதான் பாத்துட்டிருக்கேன்" செல்போனை எடுத்துப் பார்த்தாள்.

"மில்லுக்குள்ள பூந்துட்டா வீட்டு நெனப்பெல்லாம் வராது உம் மாமனுக்கு. என்னவோ இவன்தான் எல்லாத்தையும் எடுத்துக் கட்டறதுமாதிரி. நீயே கூப்பிட்டு பாரு."

ஏற்கெனவே இரண்டு முறை அழைத்திருந்தாள். பதில் இல்லை. இப்போதும் முயன்றாள். அழைப்பொலி முழுக்க ஒலித்து அடங்கிற்று. சோர்வுடன் உள்ளே எழுந்து போனாள். சின்னிக்கு அவளைப் பார்க்க பாவமாக இருந்தது.

12

ஞாயிற்றுக் கிழமை சாயங்காலத்தில் நொய்யலாற்றுப் பாலத்தின் இறக்கிவிடும்போதே காசிநாத் அமித்தை குறி வைத்திருந்தான். டவுன் ஹால் முனையிலிருந்து தொடங்கி குமரன் சாலையின் இருபுறமும் சிறிதும் பெரிதுமான கடைகள். சட்டை, பேண்ட், டிராக் பேண்ட், ஜெர்கின், சுடிதார், டீ சர்ட், போர்வை, தலையணை, செருப்பு, ஜிமிக்கி, கம்மல், வளையல், பெல்ட், பிளாஸ்டிக் வாளிகள் என்று எல்லாமே வடக்கத்தித் தொழிலாளர்களுக்காகவே கடை

விரிக்கப்பட்டிருந்தன. காலை பதினோரு மணியிலிருந்தே வெவ்வேறு ஆலைகளிலிருந்தும் கம்பெனிகளிலிருந்தும் வடக்கத்தி ஆட்களைக் கொண்டு வந்து இறக்கி விடுவார்கள். அரை நாள் முழுக்கச் சுற்றித் திரிந்து வேண்டியதை வாங்கிக் கொண்டு வேனுக்குத் திரும்புவார்கள். செலவைப் பொருட்படுத்தாமல் சிலர் பிரியாணி வாங்குவதுண்டு. இளைஞர்களில் சிலர் ரகசியமாய் டாஸ்மாக்கில் பீர் வாங்கி பார்க்கில் மறைந்து குடிப்பதும் உண்டு.

அமித்துக்கு எதுவும் வாங்கவேண்டாம். உதய் அழைத்தான் என்பதாலும் அடைந்து கிடக்காமல் வெளியில் போய் வரும் ஆசுவாசத்துக்காகவும் வந்திருந்தான். வெறுமனே வேடிக்கை பார்த்தபடி நடந்தபோது எதிரில் வந்த காசிநாத் மோதுவது போல நின்றான். அவனை ஏறிட்டுப் பார்த்துவிட்டு விலகி நகர முயல அவனும் நகர்ந்து நின்று முறைத்தான்.

“சொன்னா கேக்க மாட்டியா? ஒழுங்கு மரியாதையா ஊருக்குப் போயிரு. இல்லையா வேற மில்லுக்கு ஓடிரு. இங்க இருக்கக்கூடாது. புரியுதா?”

அமித் குபீரெனச் சிரித்தான் “உன்னைப் பாக்க வேடிக்கையா இருக்கு. போ, போய் வேற யார்கிட்டயாச்சும் உன் வித்தையைக் காட்டு.”

காசிநாத்தின் அருகில் நின்றவர்களும் வாய்விட்டு சிரிக்கவும் அவனுக்கு சினம் தலைக்கேறியது. கையை ஓங்கினான். அமித் சிறிதும் விலகாமல் முறைத்துக்கொண்டு நின்றான்.

“என்னடா முட்டிக்கிட்டு நிக்கறீங்க. ஒழுங்கா நடங்க. டேய், அமித் நீ போ” சூப்பர்வைசரின் குரல் முடுக்கியது.

உதய் அமித்தை இழுத்துக்கொண்டு சாலையைக் கடந்து எதிர்வரிசைக் கடைகளை நோக்கிப் போனான்.

இருட்டிய பிறகே வேனுக்குத் திரும்பியபோது இன்னும் சிலர் வந்து சேரவில்லை என்பதால் பானி பூரிக் கடையருகே நின்றிருந்தனர் உதய்யும் அமித்தும். திடீரென்று பின்னாலிருந்து அமித்தின் இடுப்பில் உதைத்தான் காசிநாத். எதிர்பாராத அடியில் குப்புற விழுந்தவன் மீது பாய்ந்தான் காசிநாத். அவனைப் பிடித்து விலக்குவதற்குள் கன்னத்திலும்

மூக்கிலும் பலமாய் குத்தினான். அமித் சுதாரிக்கவே நேரமிருக்கவில்லை.

சூப்பர்வைசரும் இன்னும் சிலரும் காசிநாத்தைப் பிடித்துத் தூக்கி அப்பால் இழுத்துச் சென்ற பிறகுதான் அமித் எழுந்தான். உதட்டில் ரத்தம் கசிந்தது. சட்டையிலும் தலையிலும் அப்பியிருந்த மண்ணைத் தட்டிவிட்டான். உதய் தண்ணீர் பாட்டிலைக் கொடுத்ததும் முகத்தைக் கழுவினான்.

சூப்பர்வைசர் முகத்தை நிமிர்த்திப் பார்த்தார் "உங்க ரெண்டு பேர்த்துக்கும் அப்பிடி என்னடா பிரச்சினை? எப்பப் பாத்தாலும் வம்பு பண்ணிட்டே இருக்கான் அவன்."

அமித் நிமிர்ந்து பார்த்தான் "அவன்கிட்ட போயி கேளுங்க சார். அடி வாங்கிட்டு நிக்கறேன், எங்கிட்ட வந்து கேக்கறீங்க?"

"அவன் என்னமோ சாதி அது இதுன்னு ஒளறுறான். எனக்கு ஒண்ணும் புரியலை. காலையில மொத வேலையா ரெண்டு பேர்த்துல யாராவது ஒருத்தரை வெளிய அனுப்பறதுக்கு ஏற்பாடு பண்ணணும்" தலையை உலுக்கியபடியே வேனில் இருந்தவர்களை எண்ணிப் பார்த்தார்.

எல்லோரும் ஏறிய பிறகும் காசிநாத் வரவில்லை.

13

வாசல் தெளிக்கும் சத்தம் கேட்டு எழுந்து வெளியே வந்தாள் கௌசி. வாசல் படியில் படுத்திருந்த பூனை விருட்டென எழுந்து திண்ணைக்குத் தாவியது. ஒருகணம் திடுக்கிட்டவள் தலையை முடிந்தபடியே ஓரமாய் உட்கார்ந்தாள்.

"குட்மார்னிங்க்கா" கோலமிட்டுக் கொண்டிருந்த சின்னி நிமிர்ந்து சிரித்தாள்.

"குட்மார்னிங். நல்லாத் தூங்கிட்டேன்போல" என்று சொன்னபோதுதான் நேற்றிரவு காளையிடமிருந்து அழைப்பே வரவில்லை என்பது நினைவுக்கு வந்தது.

அதே கணம் செல்போன் ஒலிக்கும் சத்தம் கேட்டதும் கௌசி எழ முற்பட்டாள் "சார்ஜ் போட்டிருந்தேன். எடுக்க மறந்துட்டேன்."

"நீ இருக்கா. எடுத்துத் தரேன்" சின்னி துப்பட்டாவை சரி செய்தபடியே உள்ளே போனாள் "உங்க ஆசை மாமாதான்."

ஒருகணம் கன்னத்தில் வெட்கத்தின் ஒளி பரவ செல்போனை காதில் வைத்தாள் "சொல்லு மாமா."

மறுகணம் முகத்தில் அந்த வெளிச்சம் மறைந்தது "நீங்க யாரு பேசறது? அவருக்கு என்னாச்சு?"

மறுமுனையில் யார் என்ன பேசினார்கள் என்பது தெரியாமல் சின்னி அருகில் நெருங்கி நின்று தோளைத் தொட்டாள்.

"அவருக்கு என்னாச்சுன்னு சொல்லுங்க... ப்ளீஸ்..." கதறினாள். சத்தம் கேட்டு சரஸ்வதியம்மாவும் கோடிவீட்டு குழந்தையப்பனும் ஓடி வந்தார்கள்.

செல்போனை அவள் கையிலிருந்து வாங்கினாள் சின்னி. பொறுமையாகக் கேட்டாள். "அண்ணனுக்கு ஏதோ சின்ன ஆக்ஸிடென்ட்னு சொல்றாங்க. மில்லுக்குள்ளாறதானாம். பயப்படறதுக்கு ஒண்ணுமில்லை. அவநாசி ஆஸ்பத்திரில சேத்துருக்காங்களாம்."

"ஆத்தா கருவலூர் மாரியம்மா, எம் புள்ளைக்கு ஒண்ணும் ஆவக்கூடாது தாயே" தென்திசை நோக்கிக் கும்பிட்டவள் கௌசியை அணைத்துக்கொண்டாள் "ஒண்ணும் இருக்காது கௌசி. நீ இந்த நேரத்துல பயப்படக்கூடாது. தைரியந்தான் முக்கியம்."

இதற்குள் சின்னியின் கணவன் ஆக்டிவாவை முடுக்கினான் "நீங்க ரெடியா இருங்க. நான் போயி கார் எடுத்துட்டு வரேன்."

கண்ணீருடன் கௌசி மறுபடியும் காளையின் எண்ணை ஒற்றினாள்.

14

பைக்குள் இருந்தவற்றை வெளியில் எடுத்துப்போட்டு தேடிக் கொண்டிருந்தான் அமித். ஆஸ்பெஸ்டாஸ் கூரையிலிருந்து இறங்கிய அனல் தகித்தது. நீண்ட கூடத்தின் மின்விசிறிகள்

இரவில் மட்டுமே இயங்கும். முகத்தில் வழிந்த வேர்வையைத் துடைத்தபடியே தலையை நிமிர்த்தி சுவரைப் பார்த்தான்.

“நல்லா ஞாபகமிருக்கு. காலையில ஷிப்டுக்குப் போறதுக்கு முன்னாடி பாத்தேனே” உறுதியாகச் சொன்னதும் உதய் மடித்து வைத்திருந்த உடைகளைப் புரட்டிப் பார்த்தான். சிலரது பாய்கள் சுருட்டி சுவரோரமாய் கிடக்க இன்னும் சிலருடைய படுக்கைகள் மடிக்கப்படாத போர்வைகளுடன் தாறுமாறாய் கிடந்தன. திறந்திருந்த ஜன்னல் கம்பிகளில் உள்ளாடைகள்.

“இங்கதான் இருக்கும். பொறுமையாப் பாக்கலாம்” சொல்லும் போதே சாயங்காலம் உள்ளே வரும்போது வாசலில் நின்று கெக்கலித்துச் சிரித்த காசிநாத்தின் முகம் நினைவுக்கு வந்தது. நிச்சயமாய் அவன்தான் எடுத்திருப்பான். பகல் முழுக்க அவன் இங்கேதான் இருந்தான்.

“அவன் வேலைதான் இது” சினத்துடன் துணிகளைப் பையில் திணித்தான் அமித். அழுகையும் ஆத்திரமும் உதடுகளைத் துடிக்கச் செய்தன. எழுந்து வேகமாய் நடந்தான். பையை எடுத்து ஓரமாய் போட்டுவிட்டுப் பின்னாலேயே ஓடினான்.

பூட்டிய கதவுக்கு இடப்புறமாய் தண்ணீர்த் தொட்டியருகே இரைச்சலும் சிரிப்புமாய் கூடியிருந்த கும்பலுக்கு நடுவே காசிநாத். இரவுக் காவலாளியும் முதுகில் கைகளைக் கட்டியபடி எட்டிப் பார்த்துக் கொண்டிருந்தார்.

“போட்டோ எங்க?” உரத்த குரலில் அமித் கேட்டதும் அனைவரும் திரும்பிப் பார்த்தனர். போலா சட்டென்று கைகளைப் பின்னால் மறைத்தான்.

காசிநாத் உதடுகளைச் சுழித்தான்.

“யார்கிட்ட கேக்கறே நீ?” காவலாளி புரியாதவராய் வினவினார்.

“உங்கிட்டதான் இருக்குன்னு எனக்குத் தெரியும். மரியாதையாக் குடுத்துரு” காசியை முறைத்தான் அமித்.

“எந்த போட்டோ? எங்கிட்ட எதுக்குக் கேக்கறே நீ?” முகவாயை மேலுயர்த்தி எச்சிலை நிறுத்தினான்.

“எதுன்னு உனக்குத் தெரியும். குடுத்துரு ப்ளீஸ். வம்பு பண்ணாதே” அமித் இப்போது சீற்றத்தைக் குறைத்துக் கொண்டு கெஞ்சினான்.

“பாவம்டா அவன். அவங்க அக்காவும் தங்கையும் இருக்கற படம். நீதான் எடுத்துருப்பே. குடுத்துரு காசி” உதய் முன்னால் நகர்ந்து அவன் கைககைளப் பற்றினான்.

“நான் எடுத்ததை நீ பாத்தியா? எங்கிட்ட வந்து கேக்கறே?” சட்டென்று அவன் கையைப் பற்றி முறுக்கினான்.

“டேய் வேணாம்டா. இருடா. இந்தப் படமா பாரு” அமித்தின் கண்ணீரைக் கண்டதும் போலா படத்தை நீட்டினான். மடியில் குழந்தையை வைத்துக்கொண்டு சம்பா உட்கார்ந்திருக்கும் சிறிய படம்.

படத்தைக் கண்டதும் ஆவலுடன் அமித் கை நீட்டி வாங்க முயல அதே நொடியில் காசி வெடுக்கென்று பறித்தான். போலாவின் கையில் ஒரு துண்டும் காசியின் கையில் மறுதுண்டுமாய் படம் கிழிந்தது. ஒருகணம் புரியாமல் திகைத்தான் அமித்.

“இதப் பாரு. நா எதுவும் பண்ணலை. அவன்தான்...” காசியால் சிரிப்பை மறைக்க முடியவில்லை. போலா பதறினான்.

ஆவேசத்துடன் காசியின்மேல் பாய்ந்தான் அமித். அவன் முகத்தில் ஓங்கிக் குத்தினான். எச்சில் தெறிக்கத் தடுமாறியவன் சுதாரித்துக்கொண்டு கைகளால் தடுப்பதற்கு முன்பே நெஞ்சில் கைவைத்து கீழே தள்ளினான். மேலே பாய்ந்து அவன் தலைமுடியைப் பற்றி வெறிகொண்டவனாய் உலுக்கினான்.

உதய்யும் போலாவும் இருவரையும் பற்றி மேலேயிழுக்க முயல காவலாளி விசிலை ஊதியபடி கம்பைச் சுழற்றினார்.

கோசாலையிலிருந்து இன்னும் இரண்டு காவலர்கள் ஓடிவந்து இருவரையும் பிரித்து நிறுத்தியபோது காசியின் உதடுகள் கிழிந்து ரத்தம் வழிந்தது.

கிழிபட்ட படத்துண்டுகளைக் கையில் ஏந்தி அழுதபடியே அமித் தரையில் அமர்ந்தான்.

15

தென்னங்கீற்றுகள் நிலவின் ஒளியுடன் காற்றில் ஆட மண்ணில் அசைந்தன நிழல்கள். நீண்ட பாதையின் ஒருபக்கத்தில் மின் விளக்குகள் ஒளிர்ந்தன. இயந்திரங்களின் இரைச்சலுடன் நூற்பாலை இருட்டில் பிரமாண்டமாய் நின்றது.

காசிநாத் உடன் வர காளை செல்போனைப் பார்த்தபடியே முன்னால் நடந்துகொண்டிருந்தான். சற்று பிந்தி அமித் நிதானமாக வந்தான். அவனுக்கு இணையாக, வீட்டுக்குச் செல்லத் தாமதமான வருத்தத்துடன் நாடிமுத்து தளர்ந்து நடந்தார். கோசாலையருகே திரும்பும்போது செல்போன் ஒலிக்கவும் தடுமாற்றத்துடன் பையிலிருந்து எடுத்தார் நாடிமுத்து. ஒரு நொடி நின்று திரையைப் பார்த்தார். வீட்டிலிருந்துதான். காதில் வைத்தபடியே ஓரமாய் நின்று பேசலானார். அவரையே கவனித்தபடி வந்த அமித்தின் கண்கள் பாதைக்கு அப்பால் புன்னை மரங்களுக்கு நடுவே கிடந்த இரும்புக் குழாய்களை நோட்டமிட்டன. வெவ்வேறு இடங்களிலிருந்து அகற்றப்பட்ட துருப்பிடித்த குழாய் துண்டுகள். எடுக்கவேண்டிய ஒரு குழாயை அவன் கண்கள் கண்டன. தலையைத் திருப்பாமலே ஓரக்கண்ணால் நாடிமுத்துவை பார்த்தான். அவர் தலையைக் குனிந்து செல்போனில் பதில் சொல்லிக்கொண்டிருந்தார். நொடியில் குனிந்து விறுவிறுவென ஓசையெழாமல் நகர்ந்து குழாயை எடுத்தான். கனமான குழாய். முன்னால் நடந்துகொண்டிருந்த காசிநாத்தை ஒருகணம் உற்றுப் பார்த்துவிட்டு அவனை நோக்கி காலடியோசை எழாமல் திடமாக நடந்தான். இருவருக்குமிடையே இருபது அல்லது முப்பது அடிகள்தான் தொலைவு. செல்போனை அணைத்துவிட்டு நாடிமுத்து நிமிர்ந்தபோது அவர்களை நெருங்கியிருந்தான் அமித். "ஏய், என்னடா பண்றே?" என்று நாடிமுத்துவின் வாயிலிருந்து சத்தம் எழும்போது கையிலிருந்த குழாயை விசைகொண்ட மட்டும் காற்றில் வீசியிருந்தான். காசிநாத் சட்டென்று விலகித் திரும்பினான். அதே நொடியில் அமித்தின் கையிலிருந்த குழாய் காளையின் பின்மண்டையை தாக்கியது.

16

நம்பியூர் அரசு மருத்துவமனைக்கு அருகில் செல்லும்போதே அவநாசிக்குத்தான் கொண்டு போயிருக்கிறார்கள் என்று செய்தி வந்ததும் அவசரமாக கார் திரும்பியது.

"நெசத்தை சொல்லுங்களேன். மாமாவுக்கு என்னாச்சு? ஏன் யாரும் எதுவுமே சொல்லமாட்டேங்கறீங்க?" கௌசியின் தொண்டை வறண்டு கண்கள் வீங்கியிருந்தன.

அவள் கண்களைப் பார்க்க தைரியமில்லாதவளாய் முந்தானையை எடுத்து முகத்தைத் துடைத்தாள் சின்னி.

"ஒண்ணுமில்லக்கா. இங்க ஃபர்ஸ் எய்ட் பண்ணிட்டு அவநாசில பிரைவேட் ஆஸ்பத்திரிக்கு கொண்டு போயிருக்காங்க. நீங்க பயப்படாதீங்க." முன் இருக்கையில் அமர்ந்திருந்தவன் திரும்பிப் பார்க்காமலே சொன்னான்.

செய்தி வந்ததிலிருந்து என்ன விபத்து என்பதைப் பற்றி தெளிவாக யாரும் சொல்லவில்லை. சின்னிக்கு மேலும் அதைக் கேட்கும் தைரியம் இருக்கவில்லை.

முன் இருக்கையில் இருந்தவன் தொடர்ந்து செல்போனில் கிசுகிசுப்பாய்ப் பேசிக்கொண்டே வந்தவனின் முகத்தை சரஸ்வதியம்மா உற்றுப் பார்த்தாள். அப்படியெல்லாம் எதுவும் நடந்திருக்காது என்று அவளும் நம்பவே விரும்பினாள். விரைந்த காருக்கு வெளியே நொடிப்பொழுது கண்ணில் பட்டு மறைந்த கருப்பராயனை வேண்டிக்கொண்டாள்.

அவநாசி அரசு மருத்துவமனைக்குள் கார் நுழைந்ததுமே ஆட்கள் சூழ்ந்தனர். ஏதோவொரு பெண் முகத்தை மூடிக்கொண்டு கதறவும் அவளை அவசரமாகப் பின்னால் இழுத்தனர். கௌசிக்குத் தெரிந்துவிட்டது. தலை கவிழ்ந்து அமைதியாக உட்கார்ந்தாள். மேடிட்ட வயிற்றை கை அனிச்சையாய் தடவியது. ஓரமாய் உட்கார்ந்திருந்த சின்னி அழுகையைக் கட்டுப்படுத்த முடியாமல் கீழே இறங்கி ஓடினாள்.

சிறிது நேரத்துக்குப் பின் கௌசி தலை நிமிர்ந்தபோது காரில் யாரும் இருக்கவில்லை. வெளியே அதிகாரிகள் போலிருந்த நால்வர் தணிந்த குரலில் பேசிக்கொண்டிருக்க

எம். கோபாலகிருஷ்ணன்

சரஸ்வதியம்மாவும் சின்னியும் கவனமாகக் கேட்டுக் கொண்டிருந்தனர். திரும்பி பார்த்த வீட்டுக்காரம்மா கௌசியை நோக்கி வந்தாள்.

“கௌசி...” அடுத்து என்ன சொல்வது என்று தெரியாமல் திணறினாள்.

அவள் என்ன சொல்ல வருகிறாள் என்பதை ஊகித்தவள் போல கௌசி கீழே இறங்கினாள். “வாங்கக்கா போய் பாக்கலாம்” கையைப் பற்றியதும் நால்வரில் இருவர் வழி காட்டுவதுபோல முன்னால் நடந்தனர். மரத்தடியில் கூடியிருந்த பெண் தொழிலாளிகளில் சிலரது அழுகுரல் வலுத்தது.

17

சூழ்ந்து நின்ற எவரையும் பார்க்க விரும்பாதவனாய் அமித் காவலர்களுக்கு நடுவே நின்றிருந்தான். அவனுடைய அப்பா பாசுதேவ் எதுவும் புரியாதவராய் தாடையைச் சொரிந்தபடி நின்றார். சைரனுடன் வந்து நின்ற போலீஸ் வாகனத்தை ஆர்வமில்லாமல் ஏறிட்டவர் உள்ளங்கையில் பாக்கைக் கொட்டிக் கட்டைவிரலால் நசுக்கி ஊதிவிட்டு கடைவாயில் அடக்கினார்.

“முன்னா குச் போலோனா? இதர் தேக்கோ. பதாவோனா?” கங்காதேவி தலையில் போட்டிருந்த சீலையை முன்னால் இழுத்துவிட்டாள். செம்பட்டை முடி வெயிலில் மின்னியது. வெடித்த உதடுகள். நீண்ட கழுத்தில் மெல்லிய மணிமாலை. மெருகிழந்த மஞ்சள் புடவையில் பளபளப்பிழந்த சம்கிகள்.

அவனுக்குப் பின்னால் தோள்பற்றி நின்றாள் சம்பா “ச்சோடாம்மா. மை தேக் லூங்கா. தும் உதர் ஜாவ்.” கண்ணீரைத் துடைத்தபடி நின்றாள் சம்பா.

நம்பியூர் காவல் நிலையத்துக்கு கொண்டு வரப்பட்ட அந்த இரவிலிருந்தே அவன் எதுவும் பேசவில்லை. உதய்யும் காவலாளிகளுமே விபரங்களைக் கூறினர். கண்ணில் கண்ட ஒரே சாட்சியான நாடிமுத்து இருட்டில் எதையும் சரியாகப் பார்க்கமுடியவில்லை என்று எழுதிக்கொடுத்திருந்தார். அவருக்குச் சிறு குழப்பம். அடித்தது காசியா அல்லது அமித்தா?

மறுநாள் காலையில் ஆலையின் அதிகாரிகள் வந்து அமித்துக்கும் காளைக்கும் எந்த முன்விரோதம் எதுவுமில்லை, காசிநாத்தைத் தாக்கப்போய் தவறி அது காளையின் தலையில் பட்டுவிட்டது என்று புகாரளித்த பின் முதல் தகவல் அறிக்கை பதிவுசெய்யப்பட்டது. அமித் யாரிடமும் எதையும் சொல்லவோ பேசவோ மறுத்துவிட்டான்.

"ஜாமீன் வாங்கிவிடலாம். அவன் வாயைத் திறந்து நான் சொல்லிக் கொடுப்பதைச் சொன்னால் போதும்" திரும்பத் திரும்ப வக்கீல் ஆலையின் அலுவலர்களிடம் வலியுறுத்திக் கொண்டிருந்தார்.

சஞ்சீவின் முகத்தில் இன்னும் பதற்றம் தணிந்திருக்கவில்லை "அவன்தான் வாயேத் தெறக்க மாட்டேங்கறானே பாவி. எங்கிருந்தோ பொழக்க வந்துட்டு எம் பொழப்புல மண்ணப் போட்டுட்டானே."

"அதெல்லாம் நீ பயப்படாதே. மொதலாளிகிட்ட நான் பேசிட்டேன்."

"இல்லண்ணே. இந்த கேஸ் விவகாரத்துக்காகத்தான் அவர் பொறுத்திட்டு இருக்கார்னு எம்.டி சொன்னாராம். வேற எடத்துலதான் பாக்கணும்." அவன் முகம் இருண்டிருந்தது.

"நீயே இப்பிடி கவலைப்பட்டா நாடிமுத்தண்ணன் நெலமையை யோசிச்சுப் பாரு. அன்னிக்கிருந்தே அவர் பைத்தியம் புடிச்ச மாதிரிதான் உக்காந்திருக்காரு. என்ன நடந்துதேன்னே செரியா சொல்ல முடியலை. ஒவ்வொரு தடவையும் ஒவ்வொரு மாதிரி சொல்றாரு. வக்கீலுக்கும் செம கடுப்பு."

கங்காதேவி குமுறி அழுதபடி விலகி நடக்க பாசுதேவ் பின்னாலேயே விரைந்தார். "அங்க பாரு பாவம். என்னவோ நெனச்சு பையனை இங்க அனுப்பிருக்காங்க. இப்பிடி ஆயிடுச்சுன்னு பொலம்பறாங்க. இதுல சம்பந்தப்பட்டவன் அந்தப் பாவிப்பய காசி. அவன் ஜாலியா இருக்கான். இன்னுமே அவன்கிட்ட அந்தத் தெனாவெட்டு போகலே பாத்தியா?"

சற்று தள்ளி இன்னும் சில ஆலை அலுவலர்களுடன் காசியும் நின்றிருந்தான். வாய் எதையோ மென்று கொண்டிருக்க

அடிக்கடி தலையைக் கோதியபடி அமித் இருக்கும் திசையைப் பார்த்துச் சிரித்தான்.

உரத்த குரலில் இவர்களது வழக்கு எண் அழைக்கப்படவும் அனைவரும் பதற்றத்துடன் உள்ளே நுழைந்தனர். அமித் அதே நிதானத்துடன் உள்ளே வந்து தலை குனிந்து நின்றான்.

18

சின்னியும் சரஸ்வதியம்மாவும் தணிந்த குரலில் சொன்னது எதுவுமே கௌசிக்கு விளங்கவில்லை. தொட்டிலில் கிடந்த குழந்தை இடதுகாலை ஒருமுறை உதைத்துவிட்டு முகத்தைச் சுருக்கிச் சிணுங்கிற்று. கை தானாகத் தொட்டிலை மெல்ல அசைத்தது.

"கூட்டம் போடாதீங்க. பாத்துட்டு சீக்கரமா போணும். டாக்டர் வந்தாத் திட்டுவாங்க" செவிலி கையிலிருந்த அட்டையில் எதையோ உற்றுப் பார்த்தபடியே முகப்பிலிருந்த மேசையை நோக்கி நடந்தாள். இறுகக் கொண்டையிட்ட தலை உச்சியில் வெள்ளை அரை வட்ட அட்டைபோல் ஒன்று. தடித்த கண்ணாடி.

ஏதோவொரு குழந்தை அழும் சத்தம் கூடத்தின் மூலை யிலிருந்து கேட்டது.

"அவங்க எதுக்கும்மா என்னைப் பாக்க வரணும்?" எங்கோ ஆழத்திலிருந்து பலவீனமாக ஒலித்தது கௌசியின் குரல்.

"அந்தம்மாவும் பொண்ணும் வந்துருக்காங்க. என்ன சொல் றாங்கன்னு புரியலை. மில் ஆளுங்க ரெண்டு பேருதான் கூட்டிட்டு வந்துருக்காங்க." பேறுகாலக் களைப்பும் கைம்பெண்ணின் துயரமும் ஒரேயடியாக தலையில் கவிழ்ந்த சுமையைத் தாளமாட்டாமல் சுருண்டிருந்த கௌசியின் தலையை மெல்ல வருடினாள் சின்னி.

சரஸ்வதியம்மா இருவரையும் அழைத்து வந்தாள்.

தயக்கத்துடன் மஞ்சள் முக்காடைச் சரிசெய்தபடியே கங்காதேவி. அவளுடன் இளஞ்சிவப்பு சுடிதாரில் சம்பா. இருவரும் அருகில் வரும்போதே பிரசவ வார்டின் நெடியையும் மீறிய ஒரு காந்தல் வாடை. சம்பாவின் முகத்தை

ஏறிட்டாள். அவள் கண்களைக் கண்டதும் சட்டென துக்கம் பொங்கிக் கண்ணீர் சுரந்தது.

தொட்டிலருகில் நின்று குனிந்து குழந்தையைப் பார்த்தாள் கங்காதேவி. குழந்தைக்கு முன்னால் ஆசிர்வதிப்பதுபோல கைகளை நீட்டி முணுமுணுத்தாள் "ஜீத்தே ரஹோ. கடவுள் உன்னை கைவிடமாட்டார்."

கௌசியின் வலதுகை மணிக்கட்டைப் பற்றி நின்றாள் சம்பா. முகத்தையே பார்த்துக்கொண்டிருந்தாள். பற்றியிருந்த கரத்தின் வெம்மையை உணர்ந்தவளாய் விசும்பினாள் கௌசி.

கௌசியை நெருங்கி வகிட்டைத் தொட்டாள் கங்காதேவி "மேரா பச்சா கோ மாப் கரோ. வோ பகுத் சோட்டா. என்ன ஆச்சுன்னு தெரியலை. நீ உன் புருஷனை இழந்துட்டே. நான் என் புள்ளையை இழந்துட்டேன். இதுமாதிரி மொலைய சப்பிட்டு தொட்டில்ல கையக் கால ஆட்டிட்டு அழுத கொழந்தைதான் அவனும். சபிச்சுராதே."

அவள் சொல்வது புரியாமல் பார்த்துக்கொண்டேயிருந்தாள் கௌசி.

வல்லினம், ஜனவரி 2022

சுழல்

வட்டத் தொப்பியை சரி செய்தபடி கால்களை மடக்கிப் பாதங்களை ஊன்றி உட்கார்ந்தார் சுதீப். சுட்டெரிக்கும் வெயில். கண்ணுயர்த்திப் பார்க்க முடியவில்லை. மட்டையாளர்கள் இருவரும் தலைக்கவசத்தைக் கழற்றிவிட்டு தண்ணீர் பருகிக் கொண்டிருந்தனர். பந்து வீசும் அணியினரும் கூடி நின்று தண்ணீர் குடித்தபடி அடுத்த கட்டத் திட்டத்தைப் பற்றி ஆலோசித்துக் கொண்டிருந்தனர். வழக்கமான உள்ளூர் அணிகளுக்கு இடையேயான போட்டிதான். ஆனால், இன்று வழக்கத்துக்கு மாறாக மாநில அணியின் முக்கிய நிர்வாகிகள் பலரும் கூடியுள்ளனர். தேசிய அணித் தேர்வாளர்களில் தென் மண்டலப் பிரதிநிதியான பவன் குமார் ரெட்டி ஆட்டத்தைக் காண வந்திருக்கிறார். ஐபிஎல் பிரபலமான அவருடைய மகன் லோகேஷ் பவனும் ஒரு அணியில் ஆடுகிறான். பந்து வீசும் முனையில் நின்றிருந்த நடுவர் கிருஷ்ணா ராவ் கடிகாரத்தை காட்டி நேரமாகிறது என்று குறிப்புணர்த்தினார். சுதீப் எழுந்து நின்றார். இடுப்பு வலித்தது. கொஞ்சம் தண்ணீர் குடித்தால் பரவாயில்லைதான். ஆனால், நடக்க வேண்டும். எல்லைக் கோட்டுக்கு அருகில் உள்ள பந்தலில் அவருடைய பையும் அதில் தண்ணீர் குப்பியும் உள்ளது. போய்

குடித்துவிட்டு வந்தால் நேரமாகும். நாக்கைச் சுழற்றி உதட்டை ஈரமாக்கிக்கொண்டார்.

அடுத்த பந்து வீசப்பட்டது. ஓரடி முன்னால் நகர்ந்து மட்டையைச் சுழற்றி அடிக்க, பந்து நேராகப் பந்து வீச்சாளரின் தலைக்குப் பின்னால் பறந்து வெளியில் சென்றது. ஏற்கெனவே வெளியே போன ஒரு பந்தை இன்னும் கண்டுபிடிக்க முடியவில்லை. இப்போது இன்னும் ஒன்று. கிருஷ்ணா ராவ் கைகளை உயர்த்தி 'ஆறு' என்று காட்டினார். சுதீப் மெல்ல நடந்தார். நிழலுக்கு வந்ததும் கண்கள் இருண்டன. குப்பியிலிருந்து தண்ணீரைப் பருகினார். பையைக் கீழே வைத்துவிட்டு தொப்பியை சரிசெய்துகொண்டு மைதானத்துக்குள் நடந்தார்.

அன்று இதே போன்றதொரு ஷாட்டை ஆடி முடித்தபோது தான் முதுகில் அந்த வலி சுண்டியது. இடது கைச் ழி சுழற்பந்து வீச்சாளர் என்றாலும் ஏழாம் மட்டையாளராக இறங்கி கணிசமான ரன்களை விரைவாக அடிக்கக் கூடியவன் என்பதால்தான் மாநில அணியில் இடம்பிடிக்க வாய்ப்பிருந்தது. அதிர்ஷ்டம் இருந்தால் ரஞ்சி அணியிலும்கூட கால்வைக்க முடியும். அப்படித்தான் பயிற்சியாளர் சுதாகர் அடிக்கடி சொல்லுவார். இந்தியா உலகக் கோப்பையை வென்றதை அடுத்து ஏழு வயதில் பிடித்த பைத்தியம். ஸ்டூல் பிளான்ட் பள்ளிக் கூட மைதானத்தில் இருட்டிய பின்னும் பந்தெறிந்து கொண்டிருந்தவனின் சுழல் வித்தையை சுதாகர்தான் கண்டுபிடித்தார். அவர் இல்லையென்றால் எல்லைக் கோட்டில் நின்று பந்தைப் பொறுக்கிப் போடுவதே பாக்கியம் என்று காலம் முடிந்திருக்கும்.

அனக்கப்பள்ளியில் காலை ஐந்தரை மணிக்கு பாசஞ்சர் ரயிலைப் பிடித்தால் இங்கு வர ஆறே கால் ஆகிவிடும். அங்கிருந்து மைதானத்துக்கு நடந்தோட இன்னொரு இருபது நிமிடம். யார் வந்தாலும் வராவிட்டாலும் ஏழு மணிக்கு உடற்பயிற்சியைத் தொடங்கிவிடுவார் சுதாகர். எட்டு மணிக்கு முன்னால் மட்டையையோ பந்தையோ தொடவிட மாட்டார். "பிட்சுல மூணு மணி நேரம் ஆடறது மட்டும் கிரிக்கெட் இல்ல. அதுக்குப் பத்து மணி நேரமாவது

உடம்பைத் தயார் பண்ணணும். எடுத்த உடனே பந்து போட முடியாது. ஓடி வந்து ஒரு பந்தைப் போடணும்னா ஒடம்புல இருக்கற ஒவ்வொரு மஸூலும் கச்சிதமா வேலை செய்யணும். சரியான சமயத்துல எனர்ஜி சரியா சிங் ஆகி கை வழியா ரிலீஸ் ஆகணும். பிராக்டீஸ் பிராக்டீஸ் பிராக்டீஸ்.”

அதற்குள் அவன் களைத்திருப்பான். வயிற்றில் எதுவுமிருக் காது. காலையில் குடித்த பால் இல்லாத தேநீர் எப்போதே வேர்வையாகி வழிந்திருக்கும். பசி வயிற்றைக் கவ்வும். இருக்கும் சிறிதளவு உரத்தையும் வெயில் உறிஞ்சித் தீர்க்கும். பந்து வீச முடியுமா? வலைப் பயிற்சியின்போது எப்போதும் ராஜூவுக்குத்தான் முதலில் பந்துபோடும் வாய்ப்பு கிடைக்கும். அதன் பிறகு சீனிவாஸ். அடுத்து முரளி. கடைசியாகத்தான் இவனை அழைப்பார் சுதாகர்.

அவனை ஏறிட்டும் பார்க்காமல் கடந்து போவார். ஆனால், அருகில் வந்ததும் கையிலிருக்கும் பொட்டலத்தை கொடுப்பார் “சாப்டுட்டு சீக்கிரமா ரெடியாகு.”

பொட்டலத்தின் வெம்மை உள்ளங்கையில் இறங்க, அவன் எதுவும் சொல்வதற்கு முன்பே விசிலை ஊதியபடி நகர்ந்து விடுவார். காலில் அணிந்திருக்கும் ஷூ, வெள்ளைச் சீருடை, தொப்பி எல்லாமே அவர் தந்ததுதான்.

விசில் ஒலிக்கிறது. ராவ் அங்கிருந்து கை அசைத்தார். எழுந்து நின்றார் சுதீப். இன்னும் எட்டு ஓவர் மீதியிருக்கிறது. மதியம் ஒரு மணியாகிவிடும். அதுவரை தாக்குப் பிடிக்க வேண்டும். கண்ணைச் சிமிட்டியபடி கூர்ந்து கவனிக்க முயன்றார். பந்தைத் தட்டிவிட்டு மட்டையாளன் ஓட முயல, தடுப்பாளன் பந்தைத் தாவி எடுத்து வீசினான். மறு முனையில் தயாராக நின்ற விக்கெட் கீப்பர் பந்தை வாங்கி குச்சிகளைத் தட்டி வீழ்த்தவும் அதே நேரத்தில் மட்டையை நீட்டியபடி தாவி விழுந்தான் மட்டையாளன். மட்டை எல்லைக் கோட்டைத் தாண்டியதா? அது கோட்டைத் தாண்டுவதற்கு முன்பு குச்சிகள் தகர்க்கப்பட்டதா? கைகளை உயர்த்தி ஒன்று சேர்ந்து ‘அவுட்’ என்று கத்திக் கொண்டு ஓடி வருகிறார்கள். ராவ் மெல்ல அவரை நோக்கி வருகிறார். சுதீப் ஒரு நிமிடம்

கண்களை மூடி அந்த ஒரு நொடியை யோசித்தார். மட்டை எல்லைக் கோட்டைத் தாண்டியதா? அதற்கு முன்பே குச்சிகள் வீழ்த்தப்பட்டனவா? என்ன நடந்தது? இப்போது சரியாகச் சொல்லவேண்டும். என்னதான் நடுவர் முடிவே இறுதியானது என்று சொன்னாலும் தவறான முடிவை அறிவிக்க முடியாது.

"என்னப்பா, அவுட்தானே?" ராவ் கேட்டபோது உறுதியாக சொல்ல முடியவில்லை. ஆனாலும் தாமதிக்க முடியாது. ஆமாம் என்று தலையாட்டியபடியே விரலை உயர்த்திக் காட்டினார்.

உடனே, மட்டையாளன் வேகமாக அவரை நோக்கி வந்தான். ஒருநொடி முதுகில் விறுவிறுத்தது. அவரை நெருங்கிக் கேட்பதற்கு முன்பே ராவ் மீண்டும் விரலை உயர்த்தி முடிவை உறுதிப்படுத்தினார். "கெழவனுங்கள அம்பயரா நிறுத்தி வெச்ச வேற என்ன பண்ண முடியும்?" ஆத்திரத்துடன் கத்தியபடியே மட்டையை ஓங்கித் தரையில் அடித்தான்.

காதுக்குள் 'உன்ய்ய்ய்' என்றொரு சத்தம். சரியாகப் பார்க்கவில்லையா? வயதாகிவிட்டதா? கிழவனா? கால்கள் கிடுகிடுத்தன. ராவ் தோளைத் தட்டினார் "நீ ரெண்டு ஓவர் நில்லுப்பா."

வெகு நேரமாக அவர்தான் முதன்மை நடுவராக நிற்கிறார். இனியும் இரண்டாம் நடுவராகவே கடத்த முடியாது. இன்னும் கவனமாக நிற்கவேண்டும். நோ பால், எல்.பி.டபிள்யூ எல்லாவற்றையும் சரியாகக் கணிக்கவேண்டும். தவறுக்குச் சிறிதும் இடமே கிடையாது. இளைஞர்கள் பொறுமை காக்க மாட்டார்கள். என்ன சொன்னான் அவன்? கிழவன் என்றல்லவா சொன்னான். கிழவன்தானா?

தொடைச் சதையில் பற்றிக்கொண்ட அந்த வலிதானே அவரை இப்படிக் கிழவனாக நிற்க வைத்துவிட்டது?

பந்து வீசுவதற்கு முன்பு சரியாக ஒன்பது தப்படிகள். நான்காம் தப்படியிலிருந்து சற்றே குதித்து வலது கையை நேராக நீட்டி இடது கையைச் சுழற்றி பந்தை எறிய

எம். கோபாலகிருஷ்ணன்

வேண்டும். சில நாட்களாகவே கால்தசையில் அவ்வப்போது வலிக்கிறதுதான். ஆனால், அவன் பொருட்படுத்தவில்லை. குதிக்கும்போது அந்த வலி சுள்ளென்று தைக்கும். பிறகு சற்றே மட்டுப்படும். மறுபடி அடுத்த பந்து வீசுவதற்கு குதிக்கும்போது மீண்டும் வலிக்கும். ஆனால், இந்த முறை அது குறையவில்லை. தொடர்ந்து நான்காவது ஓவரின் முதல் பந்தின் போது மீண்டும் வலித்தது. பாதத்தைக் கீழே வைக்கவே முடியாதபடி வலி. அதன் பிறகு காலை ஊன்றி நடக்கவே முடியவில்லை. பரிசோதித்தபோது கால் தசையில் கிழிசல் என்று சொல்லப்பட்டது. காலை கீழே வைக்கவே கூடாது, ஓய்வுதான் ஒரே மருந்து என்று அறிவுறுத்தினார்கள்.

சுதாகர்தான் மிகவும் வருத்தப்பட்டார். இன்னும் இரண்டு வாரங்களில் நடக்கவிருக்கும் போட்டியைக் காண மாநிலத் தேர்வுக் குழுவின் தலைவர் வர வாய்ப்பு உள்ளது. இந்த நேரத்தில் இப்படி ஆகிவிட்டதே என்று அவர் புலம்பவில்லை. பதிலுக்கு எப்போது பயிற்சியை ஆரம்பிக்கலாம் என்று மருத்துவரிடம் விசாரித்தார். இன்னும் இரண்டு வாரம் என்று கெடு விடுத்தார். ரெண்டு நாள் குடுத்தா போதும், அவனை நான் தயார் பண்ணிடுவேன் என்று கெஞ்சினார். மருத்துவர் இப்போதைக்கு எதுவும் சொல்ல முடியாது என்றார்.

சுதாகர் நம்பிக்கையுடன் இருந்தார். கைக் காசைச் செலவு செய்தார். சுதீப்பை அவர் தளரவிடவே இல்லை. இப்படிக் கால்தசை கிழிந்தவர்களின் வெற்றிக் கதைகளை எடுத்துச் சொன்னார். எட்டு நாளில் பயிற்சியைத் தொடங்கலாம் என்று திட்டமிட்டார். பிரசன்னா, வெங்கட்ராகவன் மனீந்தர் சிங் என்று சுழல் வீச்சாளர்களின் காணொலிகளைக் காட்டி நுட்பங்களையும் தொடர்ந்து விளக்கினார்.

ஆனால், அவர் நினைத்தபடி சுதீப்பின் உடல் ஒத்துழைக்க வில்லை. ஊன்றுகோல் இல்லாமல் நடக்க முடிந்தது. பயிற்சிகளையும் ஓரளவு வலி இல்லாமல் செய்ய முடிந்தது. ஆனால், பந்து வீச முயன்றபோது கால்கள் நகர மறுத்தன. பந்தை எறிவதற்கு முன்பு குதிக்கவேண்டும். சுதீப்பால் முடியவேயில்லை. நிலத்திலிருந்து கால் எழும்ப மறுத்தது.

"எனக்கு நடந்தது உனக்கு நடக்கக் கூடாதுன்னு நெனக்கறேன். விட்றாதடா, ப்ளீஸ். ஏழுகொண்டலவாடு பாத்துப்பார். மனசை தளர விடாம பிராக்டீஸ் பண்ணு."

ஏழுகொண்டலவாடுதான் இப்போது இப்படி வேகாத வெயிலில் நிறுத்தி வைத்திருக்கிறாரா?

இன்னும் இரண்டு ஓவர்கள்தான் பாக்கி. பிறகு நாற்பது நிமிடங்கள் ஓய்வு கிடைக்கும். நீட்டிய கையை தாழ்த்தினார். இன்னொரு பந்தை வீசுகிறான். கூர்ந்து அவன் கால் பதியும் இடத்தை கவனித்தார். கால் எல்லைக் கோட்டுக்கு உள்ளேதான் பதிகிறது. அதே நொடியில் கண்ணை உயர்த்துகிறார். கால்களை மடக்கி அடிக்கிறான் மட்டையாளன். பந்து மட்டையைக் கடந்து கால்காப்பில் மோதித் தெறிக்கிறது. விக்கெட் கீப்பரும் பந்து வீச்சாளனும் ஒரே குரலில் கத்துகிறார்கள் "ஹவ் ஈஸ் தட்?" பந்து மட்டையில் பட்ட பின்பே கால்காப்பில் பட்டது. சுதீப் கைகளை உரசி 'பேட்'டில் பட்டது என்பதைக் காட்டி உறுதியாக மறுத்தார். அடுத்த பந்தில் அதேபோல கால்களை மடக்கி மட்டையை காற்றில் வீச எல்லைக் கோட்டைத் தாண்டிப் பந்து பறந்தது. ஆட்டம் அத்துடன் முடிந்தது.

கிருஷ்ணா ராவ் கடிகாரத்தைப் பார்த்தபடியே கழிப்பறையை நோக்கி நடந்தார். சுதீப் தொப்பியைக் கழற்றி மேசையின் ஓரத்தில் வைத்துவிட்டு தலையைத் துடைத்தார். தண்ணீரைக் குடித்தார். உணவின் மசாலா வாசனை பசியைத் தூண்டியது. ஆனால் அவருக்கு சாப்பிடப் பிடிக்கவில்லை. பிளாஸ்டிக் தட்டை எடுத்து தயிர் சாதத்தை வாங்கிக் கொண்டார். ஓரமாக சிறிதளவு ஊறுகாய். மெல்ல மரத்தடிக்குச் சென்றார். பிரியாணித் தட்டுடன் அருகில் வந்தார் கிருஷ்ணா ராவ் "அப்பவே கேக்கணும்னு நெனச்சேன். காலையில எல்லார்த்தோடவும் கைகுலுக்கிட்டு வந்தப்ப பவன் குமார் உன்னைய கண்டுக்காமயே போயிட்டாரு. உண்மையிலேயே அவருக்கு உன்னைத் தெரியலையா?"

"அவர் ஞாபகம் வெச்சிக்கிற அளவுக்கு நானென்ன அவ்ளோ பெரிய ஆளா? விடுப்பா."

"ஆனா, நீ இன்னும் மறக்கலதானே?"
சுதீப் பதில் சொல்லவில்லை.

அறுவை சிகிச்சை முடிந்து ஓய்வுக்குப் பின் ஆறு மாதங்கள் கழித்துப் பயிற்சிக்கு வரும்போது சுதீப்புக்கு பெரிய அளவு நம்பிக்கை இருக்கவில்லை. ஆனால், சுதாகர் அவனை விடவில்லை. மெல்ல மெல்ல பயிற்சிகளைத் தீவிரப் படுத்தினார். மைதானத்திலும் ஜிம்மிலுமாக அவனை விரட்டினார். வலைப் பயிற்சியில் மீண்டும் அவர் சுதீப்பிடம் பந்தைத் தந்தபோது பலத்த முணுமுணுப்புகள் எழுந்தன. அவர் கண்டுகொள்ளவில்லை. முதல் இரண்டு நாட்களில் சற்றே தடுமாறினான். எறிவதற்கு முன்பு காற்றில் குதித்து அதே முடுக்கத்துடன் பந்தைச் சுழற்றி வீசுவதுதான் அவனது திறன். குதிப்பதற்கும் பந்து கையிலிருந்து வெளியேறுவதற்குமான லயம் கூடிவரவில்லை. ஒன்று குதிப்பதற்கு முன்பே பந்து கையிலிருந்து நழுவியது. இல்லையா, குதித்து முடித்து தரையில் கால் வைத்த பிறகே பந்தை எறிய முடிந்தது. ஆனால், சுதாகர் விடவில்லை.

மூன்றாவது வாரத்தில் சுதீப் முன்பைவிட நேர்த்தியாகவே வீசினான். தடுமாற்றம் இல்லாமல் ஓடவும் பந்து வீசவும் முடிந்தது. அந்த வார இறுதியில் நடைபெற்ற போட்டி ஒன்றில் அவனைக் களமிறக்கியபோது நேரடியான எதிர்ப்புக் குரல்கள் எழுந்தன. ஆனால், சுதீப்பின் ஆட்டம் அனைவரையும் வாயடைக்கச் செய்தது. அடுத்தடுத்து நடந்த போட்டிகளில் அவன் விளையாடியபோது சிகிச்சையிலிருந்து மீண்டு வந்தவன் என்பதை கிட்டத்தட்ட எல்லோருமே மறந்திருந்தனர். அவனது ஆட்டம் முன்பைவிட மெருகேறி யிருந்தது. எதிர்பார்த்தபடி ஹைதராபாத்தில் நடக்கவிருந்த மாநிலப் போட்டியில் விளையாட இருக்கும் அணியின் பதினைந்து பேர் பட்டியலில் சுதீப் இடம் பெற்றிருந்தான். சுதாகருக்கு மகிழ்ச்சியைக் காட்டிலும் பதற்றமே அதிகம். "எல்லாம் கூடி வந்திருக்கு கண்ணா. ஒரே ஒரு அவகாசம் கிடைச்சாலும் அதுல நீ யாருன்னு காட்டிடணும். இன்னொரு நாள், இன்னொரு அவகாசம் கிடைக்காது. பிராக்டீஸ் பிராக்டீஸ் பிராக்டீஸ்."

முதல் போட்டியில் ஆடும் பதின்மரில் அவன் பெயர் இருக்கவில்லை. உண்மையில் சுதீப்புக்கு சற்று நிம்மதியாகவே இருந்தது. அவனுக்கு பதிலாக பவன் குமார் ரெட்டி இடம்பெற்றிருந்தான். பதினெட்டு வயதுதான். கடந்த மூன்று மாதங்களில் அனைவரின் கவனத்தையும் ஈர்த்தவன். முதல் ஆட்டத்தில் அவன் அத்தனையொன்றும் சோபிக்கவில்லை. ஒரு கேட்ச்சையும் கோட்டை விட்டிருந்ததால், அடுத்த ஆட்டத்தில் சுதீப் தனக்கு வாய்ப்பு இருப்பதாகவே நம்பினான். ஆனால், இரண்டாவது போட்டியிலும் அவனை ஆடவைக்கவில்லை. இம்முறை நிம்மதி தணிந்து ஏமாற்றம் கூடியது. சுதாகர் ஏமாற்றத்தை வெளிக்காட்டாமல் அவனை ஊக்கப்படுத்தினார். ஆனால், அடுத்தடுத்து நடந்த ஐந்து போட்டிகளில் ஒன்றில்கூட சுதீப் சேர்க்கப்படவில்லை.

ஊருக்குத் திரும்பிய பிறகு மறுநாள் காலையில் சுதாகர் மைதானத்துக்கு வரவில்லை. மறுநாளும் பார்க்க முடியாது போகவே அன்று மாலை அவருடைய வீட்டைத் தேடிச் சென்றான். ரயில்வே காலனிக்குப் பின்னாலிருந்த நெரிசலான குடியிருப்பு. பூச்சு மங்கிய குடியிருப்பின் இரண்டாம் தளம். இருண்ட படிகளில் ஏறிச் சென்றான். கதவைத் திறந்தவர் சுதீப்பைக் கண்டு ஆச்சரியப்படவில்லை "நேத்தே வருவேன்னு நெனச்சேன்." இரண்டு அறைகள் உள்ள சிறிய வீடு. வேறு யாரும் இருப்பதுபோலத் தெரியவில்லை. கட்டிலிலும் அருகிலும் நிறைய ஆங்கிலப் புத்தகங்கள். கிரிக்கெட் இதழ்கள். ஒழுங்கில்லாது அடுக்கப்பட்ட நாளிதழ்களின் கட்டுகள். ஒரு சிறிய பிளாஸ்டிக் வாளியில் பழைய பந்துகள். கட்டிலில் கிடந்த அன்றைய ஆங்கில இதழின் ஒரு பக்கத்தில் எதையோ அடிக்கோடிட்டிருந்தார். உற்றுப் பார்த்தான். இரண்டு நாட்களுக்கு முன்பு நடந்த போட்டியைப் பற்றிய கட்டுரை. ஆந்திராவின் புதிய நம்பிக்கை நட்சத்திரம் என்று பவனைக் குறித்து எழுதப்பட்டிருந்தது.

"கோச், எனக்குத் தெரியுது. ஆனாலும் நீங்க சொல்லுங்க. அவன் அவ்வளவு ஒர்த்தா?"

பால் கலக்காத தேநீரை கோப்பையில் நிதானமாக வார்த்தவர் ஒருகணம் பார்வையை உயர்த்திச் சிரித்தார் "இதப் படிச்சியா?"

"ம்."

"அப்பறமென்ன சந்தேகம்?"

"அவன்கிட்ட என்னவோ ஒரு மேஜிக் இருக்கு கோச்."

"மேஜிக். எல்லாரும் இதையேதான் சொல்றீங்க. அதென்ன மேஜிக். நீ டீ கோட் பண்ணிப் பாத்தியா?"

"கவனிச்சேன் கோச். எனக்குத் தெரிஞ்சு அவன் மணிக்கட்டை சுத்துறதுதலதான் அந்த வித்தை இருக்கு."

"கரெக்டா புடிச்சிட்டே. பிரமாதம். ஆனா, அது பவன்கிட்ட மட்டும் இல்லை. உன்கிட்டயும் இருக்கு. சொல்லப்போனா அவனைவிட கொஞ்சம் அதிகமா இருக்கு. அவன் ரைட் ஹேண்டர். நீ லெஃப்ட் ஹேண்டர். அவன் உயரம் அஞ்சு எட்டுதான். நீ ஆறு ரெண்டு. அவனைவிட அட்வான்டேஜ் உனக்குத்தான்."

சுதீப்புக்கு என்ன சொல்வதென்று தெரியவில்லை. நாளிதழில் இருந்த பவனின் படத்தை சற்றே தள்ளி வைத்துப் பார்த்தான்.

"ரெண்டு பேருக்கும் இன்னொரு முக்கியமான வித்தியாசம் இருக்கு." சுதாகர் கால்களை மடக்கித் தரையில் உட்கார்ந்தார். சுதீப்பும் எழுந்து கீழே எதிரில் அமர்ந்தான்.

"சொல்லு. என்ன வித்தியாசம்?"

"என்னைவிட ஆறு வயசு சின்னவன்."

"ம். வேற."

தேநீர் தம்ளர்களை எடுத்துக் கழுவி வைத்துவிட்டு வந்த பின்னும் விடை தெரியவில்லை.

"தெரியல கோச்."

"அவன் ஆடினான். நீ ஆடலை. ஆட வாய்ப்பில்லை. அவனுக்கு காட் ஃபாதர் இருக்காங்க. உனக்கு இல்லை. அவ்வளவுதான்."

சுதீப் கசப்புடன் சிரித்தான்.

"அந்தப் படத்தைப் பாத்தியா?" சுவரைக் காட்டினார். நால்வர் தோளணைத்து நிற்கும் பழைய கருப்பு வெள்ளைப்

படம். எழுந்து உற்றுப் பார்த்தான் "இந்தப் படத்துல நீங்க இல்லியே."

"ம். இந்தியாவின் நான்கு சுழல் மன்னர்கள். பிரசன்னா, ராகவன், சந்திரசேகர், பிஷன் சிங் பேடி. கிரிக்கெட் உலகையே சுழலில் வெற்றி கொண்டவர்கள்."

"ஆமா கோச். கொஞ்சம் அடையாளம் தெரியுது. ஆனா கடைசில யாரோ இருக்காங்க. பாதி உடம்பு மட்டுந்தான் தெரியுது."

சுதாகர் எழுந்து அவன் தோளை அணைத்தார் "தெரியுதா?"

சுதீப் அவர் முகத்தைப் பார்த்தான் "நீங்கதானா கோச்?"

தலையை ஆட்டியபடியே ஜன்னல் திரையை இழுத்து மூடினார் "ஆமா. பிரேமுக்கு வெளிய நிக்கறது நான்தான்."

மீண்டும் படத்தை உற்றுப் பார்த்தான் சுதீப். அபூர்வமான படம். ஒவ்வொருவரும் ஒவ்வொரு ரகம். தனித்தன்மை கொண்ட பந்து வீச்சு.

"இப்ப பிரேமுக்கு வெளியில உன்னைத் தள்ளிருக்காங்க. அன்னிக்கு நான். இன்னிக்கு நீ."

அந்த வாக்கியத்தின் பொருளை உணர்ந்துகொண்ட நொடியில் மீண்டும் படத்தைப் பார்த்தான். இப்போது அதில் வேறொன்றும் தெரிந்தது. அதைக் கண்ட பிறகு அந்தப் படத்தை ரசிக்க முடியாமல் கீழே உட்கார்ந்து தலையைக் குனிந்துகொண்டான்.

அதன் பிறகு சில ஆட்டங்களில் அவன் தேர்வு செய்யப் பட்டான். ஆடவும் செய்தான். ஆனால், பவன் விறுவிறு வென ஏணிகளில் ஏறிப் போனான். சுதீப் தொடர்ந்து உள்ளூர் போட்டிகளில் ஆடினான். நான்கு வருடங்கள் தாக்குப் பிடித்தான். இளைஞர்களின் வரவில் அவன் பெயர் மெல்ல மெல்ல பட்டியலிலிருந்து காணாமல் போனது. அப்பாவின் உதவியால் வாய்த்த ஸ்டீல் பிளான்ட் வேலையில் ஆர்வம் காட்டாமல் மைதானத்திலேயே சுற்றிக் கொண்டிருந்தவனை சுதாகர் ஒருநாள் விரட்டினார் "வயசு ஏறிட்டே போகுது. இங்க இனிமேல் ஒண்ணும் பண்ண முடியாது. ஒழுங்கா வேலைக்குப் போ. உங்கிட்ட திறமை

இருக்குன்னு நாந்தான் இங்க இழுத்துட்டு வந்து இப்பிடி நாசமாக்கிட்டேன். தயவுசெஞ்சு போய் பொழப்ப பாரு."

"எனக்கு வேற எதுவும் தெரியாது கோச். நானும் உங்கள மாதிரியே இருந்தர்றேன் கோச்."

சுதாகர் அவன் தலையில் தட்டினார் "நான் உனக்கு ரோல் மாடலா? பைத்தியம்."

"இல்ல கோச். பேசாம நான் அம்பயராயிடலாம்னு பாக்கறேன்."

"உண்மையிலேயே உனக்கு பைத்தியம்தான். அம்பயராயிட்டு என்னடா பண்ணுவே? அது ஒரு உத்யோகமாடா?"

"உத்தியோகமான்னு கேட்டா எனக்குத் தெரியாது. ஆனா கொஞ்சமாச்சும் காசு கெடைக்கும். அத விட நாள் முழுக்க கிரவுண்ட்ல இருக்கலாமில்ல கோச்."

சுதாகர் அதன் பிறகு ஒன்றும் சொல்லவில்லை.

கைகளைத் தட்டியபடி வீரர்கள் களத்துள் ஓடியபோது சுதீப் தொப்பியை எடுத்துக்கொண்டார். வெயில் சற்றே தணிந்திருந்தது. காற்றில் மரங்கள் அசைந்தன. இரண்டு மட்டையாளர்களும் உள்ளே வந்தனர். மரத்தடியிலும் கூடாரத்திலும் இருந்த சிலர் கரகோஷம் எழுப்பினர். இரு மட்டையாளர்களில் ஒருவன் லோகேஷ் பவன்.

லோகேஷைக் கண்டதும் சுதீப் நேராக பந்து வீசும் முனைக்கு நகர்ந்தார். பெயில்களை நிதானமாக சரிசெய்தார். அருகில் வந்தார் ராவ். மெல்ல காதோரமாய் கிசுகிசுத்தார் "சுதீப், நான் பாத்துக்கறேன். நீ வழக்கம்போல லெக் அம்பயரா நில்லு."

"பரவால்ல. நானே நிக்கறேன்."

"வழக்கமாக இங்க நான்தானே நிப்பேன்."

"இப்ப நான் நிக்கறேனே. என்னாச்சு? எப்பவும் நிக்கறது தானே."

கிருஷ்ணா ராவ் சுதீப்பின் முகத்தை உற்றுப் பார்த்தார். பிறகு எதுவும் சொல்லாமல் கால்பக்கமாய் சென்று தனக்கான இடத்தில் நின்றார்.

லோகேஷ் மிடில் ஸ்டம்ப் கார்டு எடுத்தான். ஒருமுறை வானத்தைப் பார்த்தான். மைதானத்தைச் சுற்றி ஒருமுறை தடுப்பாளர்களை கவனித்தான். தோளைக் குலுக்கியபடி குனிந்து தயாரானான். அவன் உடல்மொழியில் கூடுதலான அலட்சியம்.

முதல் பந்து. ஓவர் த விக்கெட்டிலிருந்து பந்தை எறிகிறான் வைபவ். கால்பக்கமாய் விலகிப் போகிறது. இரண்டு பக்கமும் கைகளை நீட்டினார் சுதீப். வைட் பால். தலையை அசைத்தபடியே வைபவ் நடக்கிறான். அடுத்த பந்து. வைபவ் இம்முறை சரியான இடத்தில் பந்தை இறக்கினான். லோகேஷ் மட்டையை முன்னால் வைத்து கச்சிதமாகத் தடுத்தான். மூன்றாவது பந்து சரியான அளவில் ஆனால் முந்தைய பந்தைவிட வேகத்துடன் விழுந்து மேலெழுந்தது. லோகேஷ் உடலை விலக்கி மட்டையை தாழ்த்தி பந்தைத் தொடாமல் தவிர்த்தான். அந்தப் பந்தின் அளவும் வேகமும் அவன் எதிர்பாராதது. முன்னால் நகர்ந்து ஆடுகளத்தில் ஓரிடத்தில் மட்டையின் விளிம்பால் தட்டினான். வைபவின் முகத்தில் புன்னகை. நான்காவது பந்து. இம்முறை சரியான அளவில் விழுந்து இன்னும் சற்று உள்ளே வந்து சீறியது. லோகேஷ் சுதாரிப்பதற்கு முன்பே அவன் கையுறைக்கு வெகு அருகில் பந்து சீறிக் கடந்தது. விக்கெட் கீப்பர் இடது பக்கமாய் தாவிப் பிடித்து உருண்டான். 'அவுட்' கத்தியபடியே அனைவரும் ஓடினர். லோகேஷ் எதுவுமே நடக்காததுபோல விலகி நின்று பின்னால் பார்த்தான். வைபவ் குனிந்து சுதீப்பை நோக்கி கைகளை உயர்த்திக் கத்தினான் "ஹவ் ஈஸ் தட்?"

ஒரு கணம் நிதானித்தார். விக்கெட் கீப்பரும் இன்னும் சில வீரர்களும் குரலுயர்த்தி முறையிட்டனர்.

நிதானமாக விரலை உயர்த்தினார் சுதீப்.

லோகேஷ் இடுப்பில் கைவைத்தபடியே முறைத்தான். ஆத்திரத்துடன் சுதீப்பை நோக்கி வந்தான்.

"எப்பிடி அவுட்?"

"காட் பிஹைன்ட்."

"பேட்ல படவேயில்லையே?"

“பேட்ல படலை. ஆனா கிளவுஸ்ல பட்டுச்சே.”

ஒருகணம் யோகேஷின் முகத்தில் தடுமாற்றம். உடனே சுதாரித்தான் “இல்லியே. கிளவுஸ்லயும் படலை.”

அவன் அங்கிருந்து நகராமல் வாதிடுவதைக் கண்ட கிருஷ்ணா ராவ் அருகில் வந்தார் “என்னப்பா இது. அவுட்னா போகணும்னு தெரியாதா?”

“பந்து கிளவுஸ்ல படலை. எனக்குத் தெரியாதா?”

“உனக்குத் தெரியறது பிரச்சினை இல்லை. இங்க எங்களுக்குத் தெரியறதை வெச்சுதான் சொல்ல முடியும். கௌம்புப்பா. நேரமாகுது.”

பந்துவீசும் அணியினர் ஆட்சேபணையுடன் அருகில் வருவதைக் கண்டதும் லோகேஷ் மட்டையை ஓங்கி நிலத்தில் அடித்தபடி நடந்தான். மட்டையின் நுனி உடைந்து சிதறியது.

கிருஷ்ணா ராவ் மெதுவாக கேட்டார் “என்னப்பா அவுட்தானே?”

சுதீப் ஆமோதித்து தலையசைத்தார்.

ஆட்டம் முடிந்தது.

தேநீரைக் குடித்துவிட்டு மரத்தடியில் காத்திருந்தபோது ஸ்கோரர் மோகன் ரெட்டி பணத்தை எண்ணித் தந்தார். இரண்டாயிரம் ரூபாய். சுதீப் பணத்தை அப்படியே பையில் திணித்தார். கவனமாக எண்ணி பையில் பணத்தை வைத்த பின் கிருஷ்ணா ராவ் சுற்றுமுற்றும் பார்த்துவிட்டு மெதுவாக கேட்டார் “அவனுக்கு அவுட் குடுத்ததுனால இப்ப உனக்கு என்ன கெடைச்சுது சுதீப்?”

நிமிர்ந்து பார்த்தார் சுதீப். கூடாரத்திலும் வெளியேயும் நின்று கொண்டிருந்த வீரர்களை ஏறிட்டார். “தெரியல. ஆனா, என்னவோ கெடைச்ச மாதிரி இருக்கு.” நிதானமாகச் சொல்லிவிட்டு வண்டிகளின் வரிசையில் பரிதாபமாய் நின்ற தன் பழைய ஸ்கூட்டியை நோக்கிச் சென்றார்.

காலச்சுவடு, நவம்பர் 2024

திரும்புதல்

"அப்பா இன்னும் வீட்டுக்கு வர்லப்பா" என்று சொல்லும்போது சுதாவின் குரல் சாதாரணமாகத்தான் இருந்தது. கணினியின் ஓரத்தில் மணி பார்த்தேன். ஒன்பதைத் தொட்டிருந்தது. வழக்கமாக இந்த நேரத்தில் அவள் அழைப்பதில்லை. கணினியை அணைத்துவிட்டு உடனடியாகப் புறப்பட்டேன். இனந்தெரியாத மூட்டம் மனத்துள் கவிவதை உணர்ந்தேன். சாலையில் நடப்பவர்களை, நிற்பவர்களை உற்றுப் பார்த்தபடியே வாகனத்தை மெதுவாகவே செலுத்தினேன். அப்பாவைக் கண்டுபிடிப்பது சுலபம்தான். நிதானமே அவரைக் காட்டிக்கொடுத்துவிடும். எதற்கும் அவசரப்படமாட்டார். பதற்றம் கொள்ளமாட்டார். கடக்கும் வாகனங்கள் அனைத்தும் போன பின்பு இடமும் வலமுமாய் பார்த்துவிட்டுத்தான் சாலையின் குறுக்கே அடியெடுத்து நடப்பார். கோடு கலையாத வெளிர் நிற அரைக்கைச் சட்டை. சரியான அளவில் தைக்கப்பட்ட பேண்ட். எல்லாமே புத்தம்புதுசாகவே மெருகிழக்காமல் இருக்கும். கடைசியாக எங்கள் கல்யாணத்தின்போதுதான் புதிதாகத் தைத்துக்கொண்டார் என்று நினைவு. வீட்டில் இருக்கும்போது கைவைத்த பனியனும் நீலத்தில் கட்டம்போட்ட குமாரபாளையம்

எம். கோபாலகிருஷ்ணன்

லுங்கியும்தான். நல்ல நாட்களில் சில சமயங்களில் சிறு கரையிட்ட நாலு முழு வேட்டி.

வழக்கமான சாலையில் வாகனம் தடம்பிடித்து வந்திருக்க வேண்டும். வீட்டுக்குத் திரும்பும் சாலையின் முனையை அடைந்திருந்தேன். தெருவிளக்கின் மங்கலான ஒளியில் குழந்தைகள் விளையாடிக் கொண்டிருந்தனர். அடுக்கக வாசலில் நுழையும்போது செக்யூரிட்டி கூண்டருகே நான்கைந்து பேர் கூடி நிற்பது தெரிந்தது. சுதாவும் மதுவும் நின்றிருந்தனர். ஓரிரு பெண்களும். இரண்டாவது மாடியில் வசிக்கும் சுகவனம் அக்கறையுடன் சுதாவிடம் விசாரித்துக் கொண்டிருந்தார். கையில் கீரைக்கட்டு தலைகாட்டும் சிறிய துணிப்பை.

அருகில் போனதும் என்னிடமிருந்து அலுவலகப் பையை வாங்கிக் கொண்டாள் மது. நான் எதுவும் கேட்கும் முன்பே சுதா மெதுவாகச் சொன்னாள் "எப்பவும்போல நாலரை மணிக்கு லைப்ரரி போறேன்னு சொல்லிட்டுத்தான் போனாரு. ஏழு மணிக்கெல்லாம் வந்துருவார். எட்டரை வரைக்கும் பாத்தோம். வர்லேன்னதும்தான் கூப்பிட்டேன்."

"நம்ம செக்யூரிட்டிக ரெண்டு பேரும் பக்கத்து வீதியில இருக்கற பார்க், அங்காளம்மன் கோயில், சாய்பாபா கோயில் எல்லாத்துலயும் பாத்துட்டு வந்துட்டாங்க. அங்கல்லாம் இல்லை" சுகவனத்தின் முகத்திலிருந்த பரபரப்பு எனக்குள் பதற்றத்தை கொண்டு வந்தது.

"லைப்ரரி வரைக்கும் போய் பாக்கலாமா?" சுதா மெதுவாகச் சொன்னாள். நான் வாகனத்தை முடுக்கினேன்.

"நானும் வரவா?" சுகவனம் கையிலிருந்த பையைப் பார்த்தார்.

"இல்ல சார். நான் பாத்துட்டு வரேன். பக்கத்துலதானே?" அவருக்காகக் காத்திருக்காமல் வெளியே வந்தவன் வண்டியை நிறுத்திவிட்டு திரும்பிப் பார்த்தேன். சுதா அருகில் வந்தாள். "அம்மா எங்க?" கேட்கும்போதே அனிச்சையாக வீட்டு பால்கனியைப் பார்த்தேன். மங்கலான விளக்கொளி. எப்போதும் வேடிக்கை பார்ப்பதுபோலவே நின்றிருந்தாள்.

"வந்துருவாங்க, எதுக்கு இப்ப அவனுக்கு போன் பண்ணி தொல்லை பண்றேன்னுதான் சொன்னாங்க."

அம்மா வேறுமாதிரி சொன்னால்தான் ஆச்சரியம். அப்பாவின் நிதானத்தில் இரண்டு மடங்கு அவளுடையது.

முகப்பு வெளிச்சத்தில் மரங்களின் நிழல்கள் கலைந்து அசைந்தன. புங்க மரத்தின் வெள்ளைப் பூக்கள் காற்றில் உருண்டன. அப்பாவுக்குச் சரியாக இரண்டு மணிக்கு சாப்பாடு வேண்டும். பிறகு ஒருமணி நேரம் சிறுதூக்கம். மூன்றரை மணிக்கு எழுந்து முகம் கழுவி அரைச் சக்கரையுடன் டீயைக் குடித்துவிட்டு லைப்ரரிக்குப் புறப்பட்டுவிடுவார். வெளியில் செல்லும் வேலை இருந்தால் சுதாவுடன் போய் இறங்கிக்கொள்வார். இல்லையென்றால் பேருந்து. சரியான சில்லரை எப்போதும் பையில் இருக்கும். சரியாக ஆறரைக்கெல்லாம் திரும்பி வந்துவிடுவார்.

சில நேரங்களில், என்ன காரணம் என்று தெரியாது, லைப்ரரிக்குப் போகாமல் அடுத்த தெருவில் இருக்கும் பூங்காவுக்குச் சென்று வேடிக்கை பார்த்துக்கொண்டிருப்பார். கச்சேரியோ, காலட்சேபமோ, பிரசங்கமோ இருந்தால் கோவில்களுக்குச் செல்வதுண்டு. ஆனால், எங்கே என்று சுதாவிடம் தவறாமல் தகவல் சொல்லிவிடுவார்.

அம்மாவிடம் பேசுவது வெகு சொற்பம். இருவரும் சேர்ந்தாற்போல இரண்டு நிமிடம் பேசிப் பார்த்ததில்லை. அவர் பால்கனியில் நாளிதழ் வாசிக்கும்போது அம்மா கூடத்தில் கால்நீட்டி அமர்ந்து நூலகத்திலிருந்து அவர் எடுத்து வந்திருக்கும் புத்தகத்தைப் படித்துக்கொண்டிருப்பாள். கூடத்திலிருக்கும் பிரம்பு நாற்காலியில் சாய்ந்துகொண்டு அவர் தொலைகாட்சியில் செய்திகளைக் கேட்கும்போது அம்மா பால்கனியில் கீரை ஆய்ந்துகொண்டிருப்பாள். அப்பா சாப்பிடும்போது அடுப்படியில் அம்மா தோசை வார்ப்பாள். இவர் கையைக் கழுவிக்கொண்டு உட்காரும்போது அரைச் சக்கரை காப்பி மேசையில் ஆவிபறக்கத் தயாராக இருக்கும். இருவரும் கூடத்தில் ஒருசேர இருக்கும்போது சமயங்களில் மது வம்புக்கிழுப்பாள் "ரெண்டு பேர்த்துக்குள்ளயும் பேசிக்கறதுக்கு ஒண்ணுமேயில்லையா? இல்ல, நாங்கல்லாம் போனதுக்கப்பறமா பேசித் தீத்துக்கறீங்களா?"

அம்மாவின் முகத்தில் எந்த சலனமுமே இருக்காது. அப்பாதான் மதுவின் தலையைத் தட்டியபடி சிரிப்பார்

“எல்லாம் பேசி ஓஞ்சாச்சு புள்ள. இப்ப பேசினா சண்டையில தான் முடியும். அதுக்கு பேசாமயே இருந்தர்லாம்னுதான்.”

“இந்தப் படத்தைப் பாத்தா அப்பிடித் தெரியலையே. ரெண்டு பேர்த்துக்கும் எவ்ளோ பொருத்தம்?” சுவரிலிருக்கும் கருப்புவெள்ளைப் படத்தைக் காட்டிச் சொல்வாள் மது. மணமான புதிதில் சேலம் மினர்வா ஸ்டூடியோவில் எடுத்த படம். அப்பா நறுக்கிய மீசையுடன் கோட்டும் டையுமாக சிரித்திருக்க, கல் அட்டிகை அணிந்து பஃப் கை ரவிக்கையுடன் அம்மா கூர்ந்து பார்த்திருப்பார். “கல்யாணமான புதுசுல கொஞ்சம் அப்பிடித்தான இருக்கும்” என்று சொல்லிவிட்டு உடனே தொடர்வார் “படமெடுத்தவன் கெட்டிக்காரன்.”

இதையெல்லாம் கேட்டபடியே சுவரில் சாய்ந்து உட்கார்ந்திருக்கும் அம்மாவின் பார்வை தொலைக்காட்சித் திரையிலேயேதான் நிலைத்திருக்கும். பதிலெதுவும் சொல்லமாட்டாள். இத்தனைக்கும் அவருடைய உடைகளைத் துவைத்துச் சரியான வரிசையில் அடுக்கி வைப்பது அவள்தான். வேளாவேளைக்கு மருந்து மாத்திரைகளை எடுத்து மேசையில் வைப்பதும் அவள்தான். மிக்ஸியில் அரைத்தால் அப்பாவுக்குப் பிடிக்காது என்று அம்மியில் கொத்துமல்லிச் சட்னியை அரைத்து வைப்பாள். வெளியில் புறப்பட்டுப் போனவர் தெருமுனையில் திரும்பி மறையும் வரை பால்கனியில் நின்று பார்ப்பாள். ஆனால், அவரிடம் எதுவும் பேசிப் பார்த்ததில்லை.

எட்டு மணிக்கு லைப்ரரி மூடப்பட்டுவிடும் என்பது தெரியும். ஆனாலும், அசோக மரங்கள் வரிசையில் நின்ற கட்டடத்தின் எதிரில் வண்டியை நிறுத்திவிட்டு எட்டிப் பார்த்தேன். உதிர்ந்த சருகுகள் வாசலில் புரண்டிருக்க மூலையிலிருந்து பூனை ஒன்று எட்டிக் குதித்தது. அடுத்திருந்த சேகர் டீ கடையின் வெளிச்சம் சாலையில் நீண்டிருந்தது. கண்ணாடித் தம்ளர்களைக் கழுவிக்கொண்டிருந்த மாஸ்டர் நிமிர்ந்து பார்த்தார். “டீ முடிஞ்சுது சார்.”

“அதில்ல. அப்பா இருக்காரான்னு பாத்தேன். சாயங்காலம் லைப்ரரிக்கு வந்தவரு இன்னும் வீட்டுக்கு வர்லை.”

“அப்பவே சாத்திட்டாங்களே. யாரும் இருந்தாலும் வெளிய அனுப்பிருவாங்க. வேற எதாச்சும் வழில போயிருப்பார் சார்.”

அப்பாவுக்கு வெளியில் எதையும் குடிக்கும் பழக்கம் இல்லை. டீயோ பழச்சாறோ எதுவானாலும் வீட்டில்தான். எனவே, இவருக்குத் தெரிந்திருக்க வாய்ப்பில்லை.

பேருந்து நிலையத்தில் யாருமே இல்லை. இருக்கையில் சாய்ந்து உட்கார்ந்தேன். பகலின் சூடு இன்னும் தணிந்திருக்கவில்லை. மனம் வெறுமையில் உறைந்திருந்தது. பளீரென்ற முகப்பு வெளிச்சத்துடன் சாலையில் விரைந்தன வாகனங்கள். யாரும் யாரையும் பொருட்படுத்தாத அவசரம். எங்கே என்று தேடுவது? இந்நேரம் வீட்டுக்கு வந்து சேர்ந்திருப்பாரா? சுதாவை அழைத்துக் கேட்போமா? இல்லை, வந்திருந்தால் அவளே அழைத்திருப்பாள்.

வாகனங்களின் வேகத்தைப் பார்த்தபோது அதுவரை எழாமலிருந்த பயம் தலைகாட்டியது. எங்காவது விழுந்திருப்பாரா? அவர் எச்சரிக்கையுடன்தான் சாலையைக் கடப்பார். ஆனால் எதிரில் வரும் வாகனமோ அல்லது அவரைக் கடந்து போகும் வாகனமோ மோதியிருந்தால் என்ன செய்ய முடியும்?

அந்த எண்ணம் எழுந்ததும் வாகனத்தை வேகமாக முடுக்கினேன். வழக்கமான சாலையில் செலுத்தினேன். விழுந்திருந்தாலும் இத்தனை நேரம் அதே இடத்தில் இருக்க வாய்ப்பில்லை. யாரேனும் உதவியிருப்பார்கள். அவருடைய சட்டைப் பையில் சிறிய குறிப்பேட்டில் அலைபேசி எண்களை எழுதி வைத்திருக்கிறார். என்னுடைய, சுதாவுடைய, மதுவுடைய எண்கள் உள்ளன. யாரேனும் அழைத்திருப்பார்கள், நிச்சயமாக.

சிறிய நோக்கியா அலைபேசி ஒன்றை வாங்கித் தந்தபோது அதை வைத்துக்கொள்ள மாட்டேன் என்று பிடிவாதமாய் மறுத்துவிட்டார். “நான் எங்கப்பா போறேன். போன் வெச்சுக்கறதுக்கு? அதெல்லாம் சரிப்பட்டு வராது. உங்கம்மாவுக்கு வேணா குடு. நாலு பேர்த்துகிட்ட பேசறதுக்கு ஆகும்.”

சாலைகளில் இப்போது வாகன நெரிசல் சற்றே குறைந் திருந்தது. வழக்கமாக அவர் இறங்கும் பேருந்து நிலையத்தருகே நின்றேன். வாகை மரத்தினடியில் இளநீர்க் குலைகளை அடுக்கி துணியைக் கொண்டு மூடியவர் வெட்டருவாளை எடுத்து இருசக்கர வாகனத்தின் பெட்டியில் பத்திரமாக வைத்தார். அப்பா இவரிடம் இளநீர் குடிப்பதுண்டு.

"அப்பா எதும் வந்தாங்களா?"

உற்று முகத்தைப் பார்த்தவர் பளிச்சென்று சிரித்தார் "நேத்தோ முந்தா நாளோ எளநி குடிச்சிட்டு பேசிட்டுப் போனார். இன்னிக்கு வரலையே?"

"சரிங்க. பாக்கறேன்."

அவர் அடுத்த கேள்வியைக் கேட்பதற்கு முன்பே நான் வண்டியை முடுக்கியிருந்தேன்.

பேருந்து நிறுத்தத்திலிருந்து அவர் நடந்துவரும் சாலையில் மெல்ல வாகனத்தைச் செலுத்தினேன். சரியாக ஒன்றரை கிலோ மீட்டர் என்று அடிக்கடி சொல்லுவார். இருமருங்கும் கவனமாய் பார்த்தபடியே வந்தேன்.

அடுக்கக வாசலில் சுதாவும் மதுவும் நின்றார்கள். என் முகத்தைப் பார்த்தவுடன் தலையைக் குனிந்துகொண்டாள் சுதா.

"போன் எதுவும் வந்துச்சா?"

சாதாரணமாகக் கேட்பதுபோல கேட்டுவிட்டு மேலே பார்த் தேன். பால்கனியில் அரையிருட்டில் அம்மா நின்றிருந்தாள்.

மணி பத்தைத் தாண்டியிருந்தது. "சலூனுக்கு போயிருப்பாரோன்னு ஒரு சந்தேகம். அங்கயும் இவ போய் பாத்துட்டு வந்துட்டா. இல்லை." சுதாவின் குரல் மிக மெதுவாக ஒலித்தது. சமாளிக்கிறாள், என்னைப் போலவே.

"பார்க்ல இருக்கும்போது தாத்தாவோட இன்னும் ரெண்டு மூணுபேரு பேசிட்டிருப்பாங்க. ஒருத்தர் பக்கத்து அப்பார்ட்மென்ட்ல இருக்காரு. அவர்கிட்ட கேட்டுப் பாக்கலாமா?" மது இன்னும் நம்பிக்கை இழந்திருக்கவில்லை.

"வா, போய் கேப்போம்." வண்டியை நிறுத்திவிட்டு அவளுடன் நடந்தேன். சுதா வெறுமனே தலையாட்டினாள்.

நான்கு மாடி அடுக்ககத்தில் ஜன்னல்களின் வெளிச்சம். பாதுகாவலர் வீட்டு எண்ணைக் கேட்டு அனுமதித்தார். உற்சாகத்துடன் கதவைத் திறந்தவர் மதுவைக் கண்டதும் குதூகலத்துடன் சிரித்தார் "என்னடா இந்த நேரத்துல வந்துருக்கே. எங்க உங்க தாத்தா?"

விடை அந்த இடத்திலேயே கிடைத்த பின் அங்கே இருப்பு கொள்ளவில்லை. வெளியில் வந்து சோர்வுடன் நடந்த போதுதான் மது தோளைத் தட்டினாள் "அப்பா, ஒரு விஷயத்தை மறந்துட்டோம். இப்பல்லாம் தாத்தாவுக்கு ஞாபக மறதி அதிகமாயிருச்சு. சட்டுன்னு மறந்துர்றார். ஒருவேளை இருட்டுல வழி மாறி நம்ம அப்பார்ட்மென்ட் பேரை சரியா சொல்லத் தெரியாம வேற எடத்துக்கு போயிருப்பாரோ?"

அதே பாபா காலனியில், வெவ்வேறு தெருக்களில், ஒரே நிறுவனத்தால் கட்டப்பட்ட அடுக்ககங்கள் ஒன்பது இடங்களில் உண்டு. பெயரில் சிறிய வித்தியாசங்களே. நாங்கள் இருப்பது 'கோவை கிரீன்ஸ்'. அடுத்த தெருவில் இருப்பவை 'கோவை ட்ரீம்ஸ்', 'கோவை ரெசிடென்ஸி'. இந்தப் பெயர் குழப்பம் ஆட்டோக்காரர்களுக்கும் டாக்ஸிகாரர்களுக்குமே உண்டு.

வேகமாக வீட்டுக்கு வந்தபோது வாசலில் மூர்த்தி நின்றிருந்தான். மூன்றாவது தெருவில் இருக்கும் அலுவலக நண்பன். வழக்கமாக ஒன்பது மணிக்கு மேல் பக்கத்து மைதானத்தில் இருவரும் சேர்ந்து இரண்டு சுற்று நடப்பதுண்டு.

"ஏன்டா சொல்லமாட்டியா?"

எனக்கு என்ன சொல்வதென்று தெரியவில்லை.

"மது ஒரு ஐடியா சொன்னா, பேரை சரியா சொல்லத் தெரியாம இருட்டுல வேற அப்பார்ட்மென்ட்டுக்கு போயிருப்பார்னு. போயி பாக்கலாம் வா" என்று வண்டியில் ஏற முயன்றேன்.

"சாவியக் குடு. நீ உக்காரு" அவன் தாவி ஏறினான்.

பாபா காலனியிலிருந்த அடுக்ககங்களில் தேடி உருப்படியான தகவல்கள் எதுவும் கிடைக்கவில்லை. ஊர் அடங்கி

வாகன இரைச்சல் குறைந்து எங்கும் அமைதி கவிந்தது. அங்கங்கே ஓரிரு வாகனங்கள் விரைந்தன. விளக்குகளை அணைத்துவிட்டு கடைகள் மூடப்பட்டன. வேலன் பேக்கரி வாசலில் ரோந்து வாகனம் சிவப்பொளியுடன் நின்றது.

"டீ சாப்பிடலாமா?" கேட்டதும் மூர்த்தி ஓரமாக வாகனத்தை நிறுத்திவிட்டு கேட்டான் "நீ இன்னும் சாப்பிடலையா?"

"யாருமே சாப்பிட்டிருக்க மாட்டாங்க."

சூடான டீ சற்றே தெம்பளித்தது. மூர்த்தி மெல்லக் கேட்டான் "இவங்க கிட்ட ஒரு வார்த்தை சொல்லி வெக்கலாமா?"

இதென்ன தேவையில்லாத பிரச்சினை என்ற எண்ணம் சட்டென எழுந்தது. அதற்கு அவசியம் இருக்காது என்று நம்பிக்கை. காலி டம்ளரை மேசையில் வைத்துவிட்டு தொப்பியை மாட்டிக்கொண்டவர் ஒரு தரம் எங்களை உற்றுப் பார்த்தார். ஜீப்பில் ஏறப் போனவரிடம் முன்னிருக்கையில் இருந்தவர், எங்களைப் பார்த்தபடி என்னவோ கிசுகிசுப்பது தெரிந்தது. பதற்றமடைந்தேன். காசைக் கொடுத்துவிட்டு வந்த மூர்த்தியை நிறுத்தினார் போலீஸ்காரர் "எங்கிருந்து வறீங்க?"

"இங்கதான். டீ சாப்பிட வந்தோம்."

"இங்கதான்னா?"

"கோவை ட்ரீம்ஸ்னு பாபா நகர்ல இருக்கு."

"வேற ஒண்ணுமில்லையே?"

மூர்த்தி என்னைப் பார்த்தான். நான் வெறுமனே நின்றேன். "ஒண்ணுமில்ல சார்."

"சரி சரி. வீட்டுக்குப் போங்க. வேற எங்கயும் சுத்திட்டு இருக்காதீங்க."

மூர்த்தி வண்டியைக் கிளப்பிக்கொண்டு நகர்ந்தபோது ரோந்து வாகனமும் மெல்ல நகர்வது தெரிந்தது.

பாபா நகரிலும் அடுத்திருந்த பகுதிகளிலும் வெறுமனே சுற்றினோம். எங்கிருந்தாவது ஏதாவது ஒரு குரல் அழைக்கக்கூடும் என்ற நம்பிக்கை. அலைபேசியிலும் எந்த அழைப்பும் இல்லை.

“அவரோட பிரண்ட்ஸ்கூட எங்கயாவது வீட்டுக்கு போயிருப்பாரா?”

“அப்பிடியெல்லாம் சொல்லாமப் போக மாட்டார்டா. அப்பிடியே போயிருந்தாலும் இவ்ளோ நேரமெல்லாம் இருக்க மாட்டார். அவகிட்ட கூப்பிட்டு சொல்லிருவார்.”

“கடைசியா எப்ப செக் அப் போனாரு?”

“போன மாசந்தான். எதுவும் பிரச்சினை இல்லை. நார்மலாதான் இருக்கார். ஆனா, இப்ப இப்ப ஞாபக மறதி வருது. திடீர்னு எதுவும் ஞாபகத்துல இருக்கறது இல்லை.”

“எழுவது வயசுல இதெல்லாம் வறதுதாண்டா. நமக்கே இன்னிக்கு மத்தியானம் நடந்தது சட்டுன்னு ஞாபகம் வர மாட்டேங்குது.”

இருண்ட தெருக்களில் ஆள்நடமாட்டம் குறைந்திருந்தது. தெரு நாய்களின் குரைப்பொலி.

மணியொலித்தபடி குல்பி வண்டி கடந்து போனது. அவிலா கான்வென்ட் திருப்பத்தில் அந்த ரோந்து வாகனம் நின்றிருந்தது. காவலர்கள் வாகனங்களை நிறுத்தி சோதித்துக் கொண்டிருந்தனர். ஒருகணம் மூர்த்தி வேகத்தைக் குறைத்தான். கண்டுகொள்ளாததுபோல கடக்க முற்பட கைவிளக்கை முகத்துக்கு நேராக ஆட்டி கை வாகனத்தை நிறுத்தினார்.

டீக் கடையில் பார்த்த அதே கான்ஸ்டபிள்தான்.

“நீங்க இன்னும் வீட்டுக்குப் போகலையா?”

மூர்த்தி இந்த முறை என்னைப் பார்க்கவில்லை “சார். இவங்க அப்பாவைக் காணம்னு தேடிட்டு இருக்கோம்.”

இறங்கி நின்ற என்னை ஏறிட்டார். முகத்தில் இறுக்கம் இன்னும் குறையவில்லை.

“சாயங்காலம் லைப்ரரி போனவர் வீட்டுக்கு வர்லை. அதான் தேடிட்டு இருக்கோம் சார்.”

“அப்பவே கேட்டபோது சொல்ல வேண்டிதுதானே? ஹெல்ப் பண்ணத்தானே கேக்கறோம். சரி. என்ன வயசு?”

“எழுவது சார்.”

“போட்டோ ஏதாச்சும் வெச்சிருக்கீங்களா?”

நான் இல்லையென்பதுபோல தலையாட்டினேன்.

“பஸ் ஸ்டாண்ட், ரயில்வே ஸ்டேஷன் பக்கமெல்லாம் பாத்தீங்களா? ஜி.எச்ல விசாரிச்சீங்களா?” அடுத்தடுத்து அவர் சொல்லச் சொல்ல எனக்கு நடுக்கம் கூடியது. மூர்த்தி நிதானமாக பதில் சொல்லிக்கொண்டிருந்தான்.

“சரி. போட்டோவை இந்த நம்பருக்கு அனுப்புங்க. நாங்களும் தேடறோம். எதுக்கும் ஸ்டேஷன்ல ஒரு கம்ப்ளைன்ட் எழுதிக் குடுத்துருங்க.” கான்ஸ்டபிள் மூர்த்தியின் எண்ணைப் பெற்றுக்கொண்டு அடுத்த வண்டியிடம் போனார்.

வீட்டுக்குத் திரும்பியபோது இன்னும் சிலர் சேர்ந்திருந்தனர்.

வண்டியை நிறுத்திவிட்டு வந்தவுடன் சுதா தண்ணீரை நீட்டினாள். முகத்தைக் கழுவினேன். மூர்த்தி அவள் காதோரமாய் கிசுகிசுத்தான். அவள் தலையாட்டியபடியே நகர்ந்து அலைபேசியில் மெல்லப் பேசினாள்.

“நேரமாயிருச்சு. இனியும் வெயிட் பண்ண வேண்டாம். போலீஸ்ல ஒரு கம்ளைன்ட் குடுத்து வெப்போம்” சுகவனம் நிதானமாகச் சொன்னார்.

“அதான்ப்பா நல்லது. அவங்களும் நாலு பக்கம் தேடுவாங்கல்ல...”

“ரோந்து போலீஸ்காரங்களும் அதான் சொல்லிட்டுப் போனாங்க. போட்டோ அனுப்பச் சொன்னாங்க” மூர்த்தி சொல்லிக் கொண்டிருக்கும்போதே மது பாஸ்போர்ட் சைஸ் போட்டோவை நீட்டினாள். தன் அலைபேசியில் அதை படமெடுத்துக் கொண்டவன் உடனே அனுப்பினான்.

“சரி. நீங்க போய் படுங்க. நேரமாயிருச்சு. நாங்க ரயில்வே ஸ்டேஷன் வரைக்கும் போயிட்டு வரோம்” மூர்த்தி மறுபடியும் வண்டியை எடுத்தான்.

“ஸ்டேஷன்ல அப்பிடியே விவரத்தை சொல்லிட்டுப் போயிடுங்க” சுகவனம் தோளில் கைவைத்துச் சொன்னார். நான் தலையாட்டினேன்.

"பாட்டி எதுவும் சாப்பிட்டாங்களா?" பதில் தெரிந்தும் மதுவிடம் கேட்டேன். உதட்டைப் பிதுக்கினாள். "போலீஸ்லயெல்லாம் சொல்ல வேண்டாம். அவருக்கு ஒண்ணும் ஆயிருக்காது, வந்துருவாருன்னு சொல்றாங்க. உங்களையும் வீணா அலைய வேண்டாம்னு சொல்றாங்க."

அம்மா அப்படித்தான். எதிலும் எந்த அவசரமும் இல்லை, தேவையில்லாத பதற்றமும் இல்லை.

வடகோவை மேம்பாலத்தில் ஏறியபோது காற்றில் குளிர் கூடியிருந்தது. பாலத்துக்குக் கீழே ஜன்னல் வெளிச்சங்களுடன் ரயில் விரைந்தோடியது. கிராஸ் கட் ரோடு வழியாக காந்திபுரம் பேருந்து நிலையத்தை அடைந்தபோது மணி பதினொன்றை நெருங்கியிருந்தது. பரபரப்பு அடங்கி இரவுக்கான நிதானத்துடன் ஊர்ந்தன பேருந்துகள். சூடான டீயுடன் சிரித்தபடியே நடத்துநர்கள். உப்பு வீச்சத்துடன் சிறுநீர் நெடி. ஆவி பறக்கும் கடலையுடன் தள்ளுவண்டி. தாளைச் சுருட்டிப் பொட்டலமாக்கி கடலையை அள்ளி நிரப்பி நீட்டினான். அதே வேகத்தில் ஒரு கடலையை வாய்க்குள் வீசினான்.

பெஞ்சுகளிலும் தரையிலும் படுத்துக் கிடந்தவர்களை நிதானமாகப் பார்த்தபடியே நடந்தோம். ஓரிருவர் காலை அகட்டி தலையைச் சாய்த்து நிலைகெட்டுப் படுத்திருந்தனர். டீக்கடைகள், புரோட்டாக் கடைகள், பிரியாணிக் கடைகள் எதையும் விடவில்லை. மூர்த்தி எல்லாவற்றிலும் தலைநீட்டிப் பார்த்தான். எங்கும் அப்பா இருக்க வாய்ப்பில்லை என்பது எனக்குத் தெரியும். ஆனால், தேடாமல் இருக்க முடியாது.

அருகிலிருந்த நகரப் பேருந்து நிலையத்துக்குள் போனபோதே நான் சோர்ந்திருந்தேன்.

'அப்பா, எங்கப்பா இருக்கீங்க?' உள்ளுக்குள் ஓங்கிக் கத்தினேன். மறுகணம், நினைத்தே பார்க்க முடியாதபடி, இன்னொரு குரலும் நடுக்கத்துடன் மிக மெல்ல ஒலித்தது 'இருக்கீங்கதானே?'

இதற்கு முன்பு வேறொரு நாளில் இத்தனை நேரம் உங்களைப் பற்றி நான் யோசித்திருக்கிறேனா? பார்க்கவேண்டும் என்று ஏங்கியிருக்கிறேனா? பத்தாம் வகுப்புக்குப் பிறகு விடுதியில்

தங்கிப் படித்த நாட்களில்கூட அப்படி ஏக்கம் எதுவும் இருந்ததில்லை. வீட்டுக்கு வரும்போது பார்த்தவுடன் ஒரு சிரிப்பு. 'என்ன தம்பி, எல்லாம் சவுரியமா இருக்கா? மறுபடி எப்ப போகணும்?' அவ்வளவுதான். படிப்பைப் பற்றியோ மதிப்பெண்களைப் பற்றியோ எதுவும் கேட்டதில்லை. வேலைக்கு சேர்ந்தபோதும்கூட, என்ன வேலை, எவ்வளவு சம்பளம் எதுவும் கேட்கவில்லை. சுதா விஷயத்திலும்கூட அம்மாதான் கொஞ்சம் முரண்டு பண்ணினார். அப்பா கேட்டு உறுதிப்படுத்திக்கொண்டது ஒரே ஒரு விஷயம்தான் 'அவங்க வீட்டுல முழு சம்மதந்தானே?'

ரயில்நிலையத்துக்குள் கால்வைக்க முடியாதபடி கூட்டம். கிடைத்த இடத்தில் படுத்துக்கிடந்தார்கள். எல்லாப் பக்கங்களிலும் பார்த்தேன். ஆனால் என் பார்வையில் எல்லோருமே ஒன்றுபோலத் தெரிந்தார்கள். ஆனால், தெரிந்தவர்கள் யாரும் என் அப்பா இல்லை. வெளியே கடையோரங்களில், நடைமேடைகளில் முழுக்கப் போர்த்தியபடி எண்ணற்றவர்கள் தூக்கத்தில் ஆழ்ந்திருந்தனர்.

வண்டியில் ஏறியதும் மூர்த்தி சொன்னான் "ஜி எச் லயும் போய் பாத்தர்லாம்டா."

சட்டென்று கீழே இறங்கினேன். மூச்சடைத்தது. அடிவயிற்றில் வலி மூண்டது. ரயில் நிலையத்தின் மணிக்கூண்டை ஏறிட்டேன்.

"அப்பிடி எதுவும் நடந்திருக்காதுன்னே வெச்சுக்கலாம். அதையும் உறுதி பண்ணிட்டா நிம்மதிதானே?" மூர்த்தி என் கையைப் பற்றினான்.

வேறு வழியிருக்கவில்லை.

பகல்நேரப் பரபரப்பு எதுவும் இல்லாமல் பாதி தூக்கமும் மயக்கமுமாக மங்கிய வெளிச்சத்தில் உறைந்திருந்தது மருத்துவமனை வளாகம். காற்றில் அதன் வழக்கமான நெடி. கிடைத்த இடங்களில் ஆட்கள் போர்வையைத் தலை வரைக்கும் போர்த்திக்கொண்டு படுத்திருந்தார்கள். அத்தனை பேரும் நோயாளிகளுடன் வந்தவர்கள். உள்ளே இடம் கிடைக்காதவர்கள். அங்கங்கே தலைமாட்டில் கொசுவத்திகள்.

அவசர சிகிச்சைப் பிரிவு வாசலில், காக்கிச் சீருடையுடன் தள்ளு படுக்கையுடன் வந்தவரிடம் விசாரித்தான் மூர்த்தி.

"108 கவுண்டர்ல விசாரிங்க மொதல்ல..."

108க்கான கவுண்டர் வளாகத்தின் முகப்பிலேயே இருந்தது.

"எத்தனை மணிலிருந்து காணோம்?"

"சாயங்காலம் அஞ்சு மணிக்கு மேல.."

"அஞ்சு மணிக்கு மேல 108ல வந்த ஆக்ஸிடெண்ட் கேஸ். நாலு பேர் அட்மிட் பண்ணிருக்காங்க. ஒருத்தர் ராமசாமின்னு இருக்கு. மத்த மூணும் பேர் தெரியலை. வயசு?"

"எழுவது."

"எழுவது வயசுப் பெரியவரா? ஏழரை மணிக்கு கொண்டு வந்திருக்காங்க. எமர்ஜென்சி வார்ட்ல போய் பாருங்க. மாடில."

எஞ்சியிருந்த தைரியம் மொத்தமும் வடிந்து உடல் கிடுகிடுத்தது. திண்ணையில் உட்கார்ந்தேன். அழுகை கொப்புளித்தது. அம்மாவின் நினைவெழுந்தது.

மூர்த்தி பக்கத்தில் உட்கார்ந்தான் "டேய், மொதல்ல போய் பாக்கலாம். அது அப்பாவா இருக்கணும்னு அவசியமில்லை."

அடர்ந்த ஊஞ்ச மரத்திலிருந்து இலைகள் உதிர்ந்திருந்தன. எதிர்க்கோடியில் பிணவறை மஞ்சள் ஒளியுடன். ஆம்புலன்ஸ்கள் வரிசையில் நின்றன.

"நான் வரலைடா. நீ போய் பாத்துட்டு வா."

மூர்த்தி முகத்தைப் பார்த்தான் "வாடா. இவ்ளோ தூரம் வந்துட்டோம். ஒரே ஒரு ஆள்தான். அதுவும் அவர் இல்லேன்னு தெரிஞ்சா நல்லதுதானே."

கைகளை உதறிக்கொண்டேன். அந்த இடத்தில் அப்பா இருக்கக்கூடாது என்ற பதற்றம் கால்களைத் தடுத்தன.

"இப்ப நல்லா தூங்குதும்மா. ஊசி போட்டதுமே வலிப்பு நின்னுருச்சும்மா. நீ இதையே நெனச்சுட்டு தூங்காம இருக்காதே. சாப்புட்டுட்டு தூங்கு. காலையில நேரத்துல வந்துட்டாதான் நான் வேலைக்குப் போக முடியும்..."

கலைந்த தலையும் தாடியுமாக ஒருவன் பேசிக்கொண்டே இருட்டில் நடந்தான்.

அவசர சிகிச்சைப் பிரிவின் மாடிப் படிகளில் ஏறும்போது எதிரில் வந்த தாதி விசாரித்தார் "எங்க போறீங்க?"

"108ல அட்மிட் ஆயிருக்கற ஒருத்தரைப் பாக்கணும்."

"நீங்க அவருக்கு சொந்தமா?"

"இல்ல சிஸ்டர். யாரு அங்கேன்னு தெரியாது. பாத்தாத்தான் சொல்ல முடியும்."

இருவரையும் ஒருமுறை பார்த்துவிட்டு கீழே இறங்கினார் "தெரிஞ்சவர்னா வந்து விபரத்தை பதிஞ்சிட்டுப் போங்க."

எட்டிப் பார்த்துவிட்டு வாசலிலேயே நின்றேன். மங்கிய வெளிச்சத்தில் இரு வரிசைகளில் கட்டில்கள். தலையிலும், கையிலும், காலிலும் கட்டுகளுடன் ஆட்கள். தரையில் சிலர். உடன் வந்தவர்கள் உட்கார்ந்தும் சுவரில் சாய்ந்தும் நிமிர்ந்து பார்த்தார்கள். யாரையும் தெளிவாகப் பார்க்க முடியாதபடி மங்கலான வெளிச்சம். அழுக்கும் நிணமும் டிஞ்சரும் டெட்டாலும் கலந்த வாடை. மூர்த்தி உள்ளே போனான். விலகி நின்று கீழே பார்த்தேன். அங்கிருந்து உடனே போய்விடவேண்டும் என்ற அவசரமும் தவிப்பும் என்னை ஆட்கொண்டன. நோயற்ற வாழ்வுதான் வரமா? அப்பா இப்படிப் பெயரற்றவராய் இங்கு வந்திருக்க வாய்ப்பில்லை. அவரிடமே எல்லா விபரங்களும் உண்டு. யாரும் சுலபமாய் பார்த்துவிட முடியும்.

மூர்த்தியும் மிக வேகமாக வெளியே வந்தான். தலையாட்டினான். வெளியில் வரும் வரை பேசவில்லை. வண்டியை எடுத்துக்கொண்டு பந்தய சாலையில் திருப்பினான். கே ஜி தியேட்டர் எதிரில் நிறுத்தினான். இழுத்து மூச்சுவிட்டான். வண்டியிலிருந்த தண்ணீர் புட்டியை எடுத்து முகம் கழுவிக் கொண்டான்.

"இல்லடா. அங்க இருக்கறது வேற யாரோ. நிச்சயமா அப்பா இங்க இல்லை. பாக்கலாம். போலீஸ்லயும் சொல்லிருக்கோம். தெரிஞ்சிரும்."

அவனது குரலில் முன்பிருந்ததுபோல அத்தனை சுரத்தில்லை. என்னைச் சமாதானப்படுத்துகிறான்.

"வீட்டுக்குப் போலாமா."

வேறென்ன செய்ய முடியும்?

வீட்டுக்குள் வந்தபோது அம்மா கூடத்தில்தான் இருந்தாள். என் முகத்தைப் பார்த்தாள். "எதுக்குப்பா இப்பிடி சாப்புடாம தூக்கங்கெட்டு அலையறீங்க. ஒண்ணும் ஆகலை. வந்துருவாங்க."

எனக்கு அழுகை பொங்கியது. அதே சமயம் ஆத்திரமும் களைப்பும் பதற்றமும் ஒன்றும் செய்ய முடியாத இயலாமையும் ஒன்று சேர்ந்து உடல் நடுங்கியது. வெடுக்கென்று தலையைத் தூக்கி அவள் முகத்தைப் பார்த்தேன். என்ன ஜென்மம் இவள்?

சுதா தோளில் கைவைத்து அழுத்தினாள். அம்மா என் முகத்தைப் பார்த்தாள். என்னவென்று எதையும் வெளிக் காட்டாத பார்வை. நிதானமாக எழுந்தவள் "போய் படுப்பா. காலையில பாத்துக்கலாம்" என்று சொல்லிவிட்டு அறைக்குள் சென்று விளக்கை அணைத்தாள்.

ஒருகணம் எதுவுமற்று இருண்டு நழுவியது. சட்டென குளியலறையில் புகுந்தேன். ஷவரை திருப்பிவிட்டு அப்படியே நின்றேன். சில்லென்ற தண்ணீர் தலையில் விழுந்து உடலில் வழிந்தது. கண்ணீரும் கரைந்து வழிந்தது.

அப்பா ஒருநாளும் என்னை அழச் செய்தவரில்லை. எதற்காகவும் வருத்தப்படவோ மனம் நோகவோ செய்தவருமில்லை. தேவையானவற்றைத் தேவையான நேரத்தில் கிடைக்கச் செய்தவர். அது அப்படிக் கிடைக்கும்படி திட்டமிட்டதையோ செய்து முடித்ததையோ ஒரு நாளும் சொல்லிக் காட்டியவருமில்லை. எனக்குத் தெரிந்து அவருடைய நாட்கள் கச்சிதமாக திட்டமிடப்பட்டவை. ஒழுங்குமிக்கவை. கிடைத்த ஊதியத்தில் சிக்கனமாகக் குடும்பம் நடத்தி, நல்ல கல்வி கொடுத்து, ஊரில் சிறிய வீடு கட்டியதோடு நிறைவு கொண்டவர். வேலையில் சேர்ந்தபோது வாங்கிய ஹெர்குலிஸ் சைக்கிள் இன்னும் இருக்கிறது. அம்மாவிடமும் நகைகள் என்று அதிகம் இல்லை. இப்போது கிடைக்கும் ஓய்வூதியத்தையும் திட்டமிட்டே

எம். கோபாலகிருஷ்ணன்

செலவு செய்கிறார், சேமிக்கிறார். பேத்திக்காக ஒரு ஆயுள் காப்பீடு, வைப்பு நிதி என்று சில விஷயங்கள் மட்டும் எனக்குத் தெரியும். இந்த வீட்டை வாங்க தீர்மானித்தபோது தன் பங்காக ஐந்து லட்சத்தைக் கொடுத்துவிட்டு அவர் சொன்னது 'அதிகமா கடன் வேண்டாம் தம்பி. பாத்து செய்யி" என்பதுதான்.

இன்று மட்டும் ஏன் இப்படி திட்டமிடாமல் நடந்தது? உங்களுக்கு என்ன ஆனது அப்பா? எங்கே இருக்கிறீர்கள்?

கதவைத் தட்டும் சத்தம். முகத்தைத் துடைத்துக் கொண்டு திறந்தேன். துவாலையை நீட்டினாள் சுதா.

இருவரும் பால்கனியில் உட்கார்ந்தோம். தெருமுனை இருட்டில் தீக் கங்கு சுடர்ந்தது. பீடியின் வாடை. காவல் கூண்டருகே படுத்திருந்த கருப்பு நாய் ஒருமுறை எழுந்து சுற்றி வந்து மீண்டும் படுத்துக்கொண்டது.

"போகும்போது அப்பாவோட சட்டையில பாக்கெட் டைரி இருந்துச்சா?"

"அப்ப கவனிக்கலை. ஆனா, எப்பவும் வெக்கற எடத்துல இல்லை. எடுத்துட்டுதான் போயிருப்பார்."

"டீ குடிச்சிட்டுதானே போனார்?"

"ஆமா. வெள்ளை சுண்டல் கொஞ்சம். எப்பவும்போல டீ."

வானில் நட்சத்திரங்கள் ஒளிர்ந்திருந்தன. மேகத்தின் விளிம்பில் வெள்ளிக் கோடு. கொன்றை மரம் காற்றில் அசைகிறது. ஏதோவொரு வீட்டிலிருந்து பாட்டுச் சத்தம்.

"தப்பா எதும் நடந்திருந்தா இந்நேரம் சொல்லிருப்பாங்க. போன் வந்திருக்கும். எங்கயோ பத்திரமாதான் இருக்கார்."

எனக்கே நான் சொல்லிக்கொள்வதுபோல அவளிடம் சொன்னேன். சுதா கையைப் பிடித்துக்கொண்டாள். ஆனால் எங்கே?

"அம்மா ஒண்ணுமே கேக்கலையா?"

"அவங்க எப்பவும் போலத்தான் இருக்காங்க. போன் நம்பர், போட்டோன்னு ரெண்டு மூணு தடவை மேலயும் கீழயுமா

அலைஞ்சப்பதான் சொன்னாங்க 'எதுக்கு வெட்டியா அவனை இப்பிடி அலைய வெக்கிறீங்க. அவனை வீட்டுக்கு வரச் சொல்லு'ன்னுதான் சொன்னாங்க."

எதுவும் சொல்லாமல் தலையைக் குனிந்துகொண்டேன்.

"அம்மா மாதிரி இருக்கணும்னு நெறைய தடவை யோசிச்சிருக்கேன். ஆனா சாமி, என்னால முடியாதுப்பா."

அலுப்பும் களைப்புமாக நாற்காலியில் சாய்ந்து கண்களை மூடினேன்.

"அப்பா, போன்ப்பா" மது தோளை உசுப்பி எழுப்பினாள். பால்கனியில் உட்கார்ந்தபடி அப்படியே தூங்கிப் போயிருக்கிறேன்.

தலையை உலுக்கிக்கொண்டு திரையைப் பார்த்தேன். எண்கள் ஒளிர்ந்தன. பொத்தானை அழுத்தினேன்.

"அலோ..."

"ஹலோ சார். கேக்குதுங்களா?"

கண்களைத் துடைத்தபடியே போனை பார்த்தேன். சுதாவின் போன். "கேக்குதுங்க சார். சொல்லுங்க."

"நான் இங்க புதூர்லேர்ந்து பேசறேன். நீங்க..."

"ஆமா சொல்லுங்க."

"சார் இங்கதான் இருக்கார். அவர்தான் இந்த நம்பருக்கு கூப்பிடச் சொன்னார்."

"எங்கப்பாதாங்க. எங்கிருந்து பேசறீங்க?"

"உங்கப்பா இங்கதான் இருக்கார். வரீங்களா?"

போனை விலக்கி எண்களைப் பார்த்தேன். அவசரமாக காதில் வைத்துக்கொண்டு எழுந்தேன். "எங்க சார்?"

இடத்தை அடையாளம் சொன்னார். "உடனே வரேன் சார். கொஞ்சம் பாத்துக்குங்க. தேங்க்ஸ் சார்." குரல் அடைத்தது.

"சுதா, உடனே மூர்த்தியை வரச்சொல்லு" கண்ணீரைத் துடைத்தபடியே கழிவறைக்குள் ஓடினேன்.

வெளியில் வந்து முகத்தைத் துடைத்தேன். அறைக்குள்ளிருந்து அம்மா வெளியே வந்தாள். "எங்கடா?"

"புதூர் பக்கத்துல."

காரை வெளியே எடுத்து நிறுத்தியிருந்தான் மூர்த்தி. பின்னால் மது.

"புதூர் பக்கத்துல ஸ்கூல் கிரவுண்ட். அங்க ஒரு வாட்டர் டேங்க் இருக்காம். காலையில வாக்கிங் போக வந்தவங்கதான் இவர் டேங்க் பக்கத்துல படுத்திருக்கறதப் பாத்திருக்காங்க. பாக்கெட்ல இருந்த டைரில போன் நம்பர் இருக்கில்ல. பாத்துட்டுதான் கூப்பிட்டாங்க."

மருதமலை சி சாலையில் திரும்பியபோது கிழக்கில் மஞ்சள் வெளிச்சம்.

"புதூருக்கு எங்க போனார் இவரு? நம்ம வீட்டுக்கும் அதுக்கும் சம்பந்தமே இல்லையே? ஏழெட்டு கிலோ மீட்டர் தூரம் இருக்கும்" மூர்த்தியின் கேள்விக்கு என்னிடமும் பதில் இல்லை.

காசிக்கவுண்டன்புதூர் விலக்கில் திரும்பி, மேடும் பள்ளமுமான மண் சாலையில் நிதானமாக பாலத்தைக் கடந்தபோது மீண்டும் மணியொலித்தது.

"வந்துட்டோம் சார். இங்க முக்குல ஒரு கருப்பராயன் கோயில் இருக்கு. இங்கேருந்து எப்பிடி வரணும்?"

"அப்பிடியே நேரா வந்து வலது கை பக்கமா திரும்புங்க. நேரா கிரவுண்டுக்குதான் வரும்."

சாலையில் திரும்பியதுமே தண்ணீர் தொட்டி தெரிந்தது. அதற்குக் கீழே ஆட்கூட்டம். அதுவரையில் இல்லாத பயம் திடீரென்று மனத்துள் எழுந்தது. வேறொன்றும் ஆகியிருக்காதே?

காரை நிறுத்தியதும் மெல்ல இறங்கினேன்.

"வாங்க சார்" எதிரில் வந்து என் கைகளைப் பற்றிக் கொண்டவர் நீலச் சட்டை அணிந்திருந்தார். ஆட்கள் விலகி வழிவிட்டார்கள்.

அப்பா கல்மேடையில் உட்கார்ந்திருந்தார். இளநீல அரைக்கைச் சட்டையில் புழுதியும் புற்களும் ஒட்டியிருந்தன.

"இவர்தான் காலையில பாத்திருக்கார்" தலையில் தொப்பியுடன் இருந்தவர் முன்னால் வந்தார்.

"வழக்கமா அஞ்சு மணிக்கு வாக்கிங் வருவேன். இங்க வந்தப்ப வெளிச்சம் வர்லை. டார்ச் லைட் வெளிச்சத்துல பாத்தா இவர் படுத்துருக்கார். யாருன்னு தெரியலை. ஒரு வேளை குடி போதையில கெடக்கறாரோன்னுகூட சந்தேகம் வந்துச்சு. ஆனா, சட்டை பேண்டெல்லாம் பாத்தா அப்பிடித் தெரியலை. அதுக்குள்ள சிவராமனும் வந்துட்டாரு. ரெண்டு பேரும் சேந்து எழுப்பினோம். ஆனா, மனுசனுக்கு நல்ல தூக்கம். அவருக்கே கொஞ்ச நேரம் ஒண்ணும் புரியலை. பாவம், இருட்டுல வழி தெரியாம மெயின் ரோடுலேர்ந்து இவ்ளோ தூரம் வந்துட்டார். கால் வலியில உக்காந்தவர் அப்பிடியே படுத்துட்டார்போல. நல்ல வேளையா பூச்சி பொட்டு ஒண்ணும் படலை."

அப்பா கையை நீட்டினார். மது கைகளைப் பற்றிக்கொண்டதும் எழுந்து சுற்றி நின்றவர்களைப் பார்த்துத் தலையாட்டினார் "ரொம்ப தாங்க்ஸ் எல்லார்த்துக்கும். இது எம் பேத்தி மதுமிதா. பி ஜி படிக்கறா. இது எம் பையன். ஐடில வேலை பாக்கறான். இது மூர்த்தி. இவன் பிரண்டு."

"இப்பிடியேதான் தம்பி. எல்லாத்தையும் ரொம்ப நிதானமா தெளிவா சொல்றாரு. போன் பண்ணலாம்னு கேட்டபோதுகூட, டைரியக் குடுத்துட்டு, இந்த நம்பருக்கு போன் பண்ணுங்க, என்னோட மருமகள் எடுப்பாங்க. பையன் ஒருவேளை கிரவுண்டுக்கு போயிருந்தா எடுக்க மாட்டான்னு அவ்ளோ தெளிவா சொல்றாரு. இவரு எப்பிடி வழி மாறி வந்தாருன்னுதான் ஆச்சரியமா இருக்கு."

அப்பா சட்டையில் ஒட்டியிருந்த புற்களைத் தட்டிவிட்டார். டைரியை எடுத்து ஒருமுறை நிதானமாகப் புரட்டினார். சிறிய மஞ்சள் பையிலிருந்த புத்தகங்களை எடுத்து ஒருமுறை சரிபார்த்தார் "நேத்துதான் எடுத்தது. பனில கொஞ்சம் ஈரமாயிருக்கு." மது பையை வாங்கிக் கொண்டதும் சிரித்தபடியே காரை நோக்கி நடந்தார் "பத்தரமா வெய்

கண்ணு.”

சுற்றி நின்றவர்களை பார்த்தேன். உயரமாக நின்ற தண்ணீர் தொட்டியையும் அதற்கடுத்திருந்த மைதானத்தையும் நிதானமாக ஏறிட்டேன். எனக்கு அந்த இடம் பரிச்சயமானதில்லை. இந்தப் பக்கமாக வந்ததுகூட இல்லை. நகரின் நாலாபக்கங்களிலும் விரிந்து செல்லும் புதிய குடியிருப்புப் பகுதிகளில் ஒன்று.

“இங்க எங்க வந்தார்னு புரியலை. நல்லவேளையா உங்க கண்ணுல பட்டுருக்காரு. ரொம்ப நன்றிங்க” மூர்த்தி கைகூப்பினான்.

“சரிங்க சார். ரொம்ப டயர்டா இருக்கார். அழைச்சிட்டு போங்க. ரெஸ்ட் எடுக்கட்டும்.”

மது காரின் முன்பக்கக் கதவைத் திறந்ததும் உள்ளே அமர்ந்து கதவைச் சாத்தினார் அப்பா. வழக்கமாக அவர் உட்காரும் இடம். “யார் ஓட்டுறா?”

“மூர்த்திதாம்ப்பா.”

“மூர்த்தியா? சரி. கொஞ்சம் மெதுவா போப்பா” என்றதும் மூர்த்தி சிரித்துக்கொண்டே காரை முடுக்கினான்.

“இங்க பாரு. கொஞ்சம் முன்னால போயி லேசா ரைட்ல ஒடிச்சி அப்பறமா ரிவர்ஸ் வா. முன்னாடி முட்டுக்கல் இருக்கு. பாத்து” என்று சொன்னவரைப் பார்த்து வெளியில் நின்றவர்கள் வியப்புடன் சிரித்தார்கள். கையை அசைத்து வழியனுப்பினார்கள்.

எனக்கு எதுவுமே புரியவில்லை. இங்கே எப்படி வந்தார்?

“லைப்ரரிக்குதானே தாத்தா போனீங்க. அப்பறம் இங்க எதுக்கு வந்தீங்க?” மது எட்டிக் கேட்டாள்.

“எல்லாம் இந்த சூரி பண்ணின வேலைம்மா. நாம்பாட்டுக்கு எப்பவும்போல பஸ்ஸைப் புடிச்சு வந்திருப்பேன். அவந்தான் புடிவாதமா வீட்டுக்கு அழைச்சிட்டுப் போயிட்டான்.”

“சூரி யாரு?”

“எங்கூட வேலை பாத்தவன். இப்பத்தான் ரெண்டு

மாசத்துக்கு முன்னாடி இங்க குடிவந்திருக்கான். பஸ் ஸ்டாப்புல பாத்தவன் வீட்டுக்கு வந்தே ஆகணும்னு கூட்டிட்டு போயிட்டான்."

"அவங்க வீடு இந்தப் பக்கமா?"

"அது தெரியலை. ஆனா வீட்டுக்குப் போயிட்டு திருப்பி வந்து என்னை பஸ்ல ஏத்திவிட்டான். காலனிப் பக்கமா ஏத்திவிடறதுக்கு பதிலா எதிர்ப் பக்கமா ஏத்தி விட்டுட்டான்போல. இந்த எடத்துக்கு வந்ததும் நம்ம பஸ் ஸ்டாப் மாதிரியிருக்கவே எறங்கிட்டேன். நடந்து வரும்போதும் எனக்கு எதுவும் தெரியலை. இருட்டு வேறயா? இதோ வந்துரும் வந்துரும்னு நடந்தேன். அப்பறமா ஒண்ணும் தெரியலை. யாரையும் கேக்க முடியலை. ரொம்ப தூரம் நடந்து கால் வலிச்சிருச்சி. அப்பிடியே உக்காந்தவன் அசதில கண்ணை மூடித் தூங்கிட்டேன் போல இருக்கு."

எனக்கு அவர் சொன்னதில் பாதி புரிந்தது. மீதி புரியவில்லை. மதுதான் அவரிடம் கேட்டுக் கொண்டே வந்தாள். ஒரு ராத்திரி முழுக்க வீடு திரும்பாதது குறித்த கவலையோ வருத்தமோ சோர்வோ அவரிடம் தென்படவில்லை. வழக்கம்போல கார் ஓட்ட மூர்த்திக்கு வழிசொன்னபடியே வந்தார்.

தலைமுடியில் ஒட்டிக்கொண்டிருந்த சருகை எடுத்து வெளியில் சுண்டினார் "பாட்டி எப்பிடி இருக்கா?"

மது பதில் சொல்வதற்கு முன்பே அவர் தொடர்ந்தார் "ம்... எதுவும் சொல்லமாட்டா. அவ அப்பிடித்தான்."

காரிலிருந்து மெதுவாக இறங்கியவர் குடியிருப்பு வாசலில் வியப்புடன் வணக்கம் வைத்த இரவுக் காவலரைப் பார்த்துக் கேட்டார் "என்ன ராத்திரி நல்ல தூக்கமா, லட்சுமணா?"

வழக்கமாக படிகளில் ஏறுபவர் மின்தூக்கியின் வாசலில் நின்றார் "முடியல. கால் வலிக்குது."

வாசலில் செருப்பைக் கழற்றிப் போட்டார் "ஒரே மண்ணா இருக்கு. அப்பறமா கழுவி வெக்கணும்." சத்தம் கேட்டு கதவைத் திறந்தாள் சுதா. உள்ளே நுழைந்தவரின் கைகளை அவசரமாகப் பற்றிக்கொண்டாள். "ரொம்ப

பயந்துட்டியாம்மா. சாரி. உங்கிட்ட சொல்லிட்டுப் போயிருக்கணும். சொல்லாமப் போனதாலதான் எல்லார்த்துக்கும் சிரமம்."

சாத்தியிருந்த அறை வாசலில் தயங்கி நின்றார். பிறகு சோபாவில் வந்து பெருமூச்செறிந்தபடி உட்கார்ந்தார். சட்டையை மெல்லக் கழற்றினார். சுதா வெந்நீர் தம்ளரை நீட்டினாள் "காபி போடவா அப்பா?"

அறைக் கதவைத் திறந்தது. அம்மா வெளியில் வந்தாள். நெற்றிப் பொட்டை சரிசெய்தபடியே அப்பாவை ஒருகணம் பார்த்தாள். அதே நொடியில் அவரும் நிமிர்ந்து பார்த்தார்.

ஒரு கணம். நான் சுதாவைப் பார்த்தேன். சுதா மதுவை ஏறிட்டாள். மது தலையைக் குனிந்தாள்.

நொடியில் பார்வையைத் திருப்பிக்கொண்டு பால்கனிக்கு சென்றாள் அம்மா. எப்போதும்போல வெளியில் வேடிக்கை பார்க்கத் தொடங்கினாள். அப்பா அன்றைய செய்தித்தாளை எடுத்துப் பிரித்தார்.

வாசக சாலை 100ஆம் இதழ், அக்டோபர் 2024

305ஆம் எண் வீட்டில் ஒரு கிழவர்

கதவைத் திறந்ததும் மூக்கைப் பொத்திக்கொண் டாள் சரசு. சகிக்கமுடியாத பீடியின் நெடி. மெல்ல எட்டிப் பார்த்தாள். நீண்ட கூடத்தில் யாருமில்லை. 305 எதிர்வீடு என்றாலும் வாசலுக்கு நேர் எதிரில் இல்லை. மெல்ல வலதுபக்கம் எட்டு வைத்துக் கொலுசொலி எழாமல் நடந்தாள். 305 ஆம் எண் வாசல் கதவருகே அவர் சுவரைப் பிடித்தபடி குனிந்து நின்றிருந்தார். எதையோ தேடுவது போலிருந்தது. அந்த வீட்டின் கதவு திறந்திருக்கும்போதுதான் கூடத்தைப் புகைநெடி நிறைக்கும். கிழவர் நிமிர்ந்து பார்ப்பதற்குள் விலகி விடும் எண்ணத் தில் சரசு விறுவிறுவென நடந்து மின்தூக்கியின் பொத்தானை அழுத்திவிட்டு மெல்ல எட்டிப் பார்த்தாள். கிழவர் அவள் வந்ததைக் கண்டு கொள்ளாததுபோல சற்றும் அசையாமல் நின்றிருந்தார்.

மின்தூக்கிக்குள் நுழைந்து, கதவு சாத்திக் கொண்டதும் ஆழமாய் மூச்செறிந்தாள். இரண்டாம் தளத்தில் நின்று கதவு திறந்தது. மல்லிகை மணக்க பூரணி உள்ளே வந்தாள். உடனடியாக முகம் சுளித்து சரசுவை உற்றுப் பார்த்தாள்.

"அய்யோ அக்கா. நானில்லை. அந்தக் கெழவன் தான் கதவைத் தெறந்து வெச்சிருக்கான். அதான்

எம். கோபாலகிருஷ்ணன்

இப்பிடி நாறுது. நல்லவேளை மல்லியப்பூ வாசத்தோடு வந்தீங்க. இல்லேன்னா அவ்ளோதான்" சரசு பூரணியின் கைவளையலைப் பார்த்தாள். தடிமனான வளையல் சதைப்பற்று மிகுந்த அவள் கையில் பொருத்தமாகப் படிந்திருந்தது.

"இந்நேரத்துல அந்தாளு வெளிய வரமாட்டானே. இருட்டு வுழுந்ததுக்கு அப்பறமாதானே வருவான்" கண்ணாடியைப் பார்த்து சேலைத் தலைப்பை சரிசெய்து முடிக்க மின்தூக்கி கீழ்தளத்தை எட்டியிருந்தது.

"இல்லக்கா. செவுத்தப் புடிச்சுட்டு எதையோ தேடறாப்பல நிக்கறான். தண்ணி கிண்ணி போட்டுருக்கானா தெரியலை. தலை தொங்கிக் கெடந்துச்சு. எங்களுக்குன்னு எதிர்வீடு வாச்சிருக்கு பாருக்கா."

பூரணி பதிலேதும் சொல்லாமல் கார் நிறுத்தத்தை நோக்கி நடந்தாள்.

கழுத்தை நொடித்தபடியே சரசு அடுக்ககத்தின் வாசலில் நின்ற காய்கறி வண்டியை நெருங்கினாள்.

மேலே வந்த மின்தூக்கியின் கதவு திறந்ததும் மீண்டும் முகத்தில் அறைந்தது புகைநெடி. வெளியே வந்து தயக்கத்துடன் எட்டிப் பார்த்தாள் சரசு. கிழவர் தரையில் கிடந்தார். ஒருகணம் திடுக்கிட்டு நின்றாள். சுற்றுமுற்றும் பார்த்தாள். எப்போதும்போல எல்லா வீட்டுக் கதவுகளும் மூடிக் கிடந்தன. ஆளரவமே இல்லை. குப்பைகளைக் கூட்டிப் பெருக்கும் பாப்பாத்தியக்கா இன்னும் வரவில்லைபோல. தலையைக் குனிந்தபடி வேகமாக அந்த இடத்தைக் கடந்தாள். இதயம் படபடத்தது. அவரசமாக கதவைத் திறந்துகொண்டு உள்ளே போய் வேகமாய் சாத்தினாள். மூச்சிறைத்தது. முகத்தைத் துடைத்தபடியே மின்விசிறியின் வேகத்தைக் கூட்டினாள். இண்டர்காமில் கந்தசாமியை அழைத்தாள். அடுக்ககத்தின் மேலாளர். மாதாந்திரப் பராமரிப்புக் கட்டணத்தை வசூலிப்பதிலிருந்து வேளாவேளைக்கு நீரேற்றுவது, தபால்களை வாங்கி வினியோகிப்பது, அவசரத்துக்கு ஆட்டோ வரவழைப்பது என்று எல்லாவற்றுக்கும் கந்தசாமிதான்.

“சொல்லுங்கக்கா…”

“கந்தசாமி, அந்த கெழம் வாசல்ல விழுந்து கெடக்குது.”

“யாருக்கா?”

“அதான் எங்க எதுத்த வீடு. 305.”

“விழுந்து கெடக்கறாரா?”

“ஆமா கந்தசாமி. நீங்க கொஞ்சம் மேல வந்து பாருங்களேன். எனக்கு பயமாருக்கு. எதுக்கும் கிருஷ்ணனையும் அழைச்சுட்டு வாங்க.”

“செரிக்கா. நீங்க பதட்டப் படாதீங்க. வரேன்.”

கதவருகே சென்று உற்றுக் கேட்டாள். சத்தம் எதுவுமில்லை. திறந்து பார்க்கலாம் என்று எண்ணியவள் அந்த நினைப்பை உதறிவிட்டு மீண்டும் இண்டர்காமை எடுத்தாள். முதல் தளத்திலிருக்கும் சுகுணாவை அழைத்தாள். மணி அடித்துக் கொண்டேயிருந்தது. எடுக்கவில்லை. மறுபடியும் முயன்றாள். ‘என்னடி பண்ணிட்டிருக்கே?’ எரிச்சல் மேலோங்கிய கணத்தில் மறுபக்கம் ஒலிவாங்கியை எடுக்கும் ஓசை.

“அலோ…”

“சுகுணா. பிஸியா இருக்கியா?”

“நீங்களாக்கா. துணி காயப் போடலாம்னு மேல போனேன். வந்து எடுக்கறதுக்குள்ள கட் ஆயிருச்சு.”

“இங்க அந்த கெழம் கீழ விழுந்து கெடக்குது. வாசல்ல.”

“உங்க வீட்டு வாசல்லயா?”

“இல்லடி. அதோட வீட்டு வாசல்லதான். கந்தசாமிய வந்து பாக்க சொல்லிருக்கேன். எதுக்கும் நீ இங்க வாயேன். பயமா இருக்கு.”

“நீங்க உள்ளாறதானே இருக்கீங்க. ஒலை கொதிக்குது. அரிசியப் போட்டுட்டு வந்தர்றேன். ரெண்டே நிமிசம்.”

வேர்வையைத் துடைத்துக்கொண்டு வேறு யாரையாவது அழைக்கலாமா என்று யோசித்தபோது வெளியே அரவம் கேட்டது.

கதவருகே நின்று கேட்டாள்.

"அய்யா..." கந்தசாமியின் குரல்தான்.

கதவைத் திறந்தாள். பீடிப்புகையின் நெடி. சுவரோரமாக மெல்ல நகர்ந்து எட்டிப் பார்த்தாள்.

கந்தசாமி குனிந்து கிழவரின் தோளைத் தொட்டு உலுக்கினார் "அய்யா..."

இதற்குள் நீலச் சீருடையில் கிருஷ்ணன் மேலே வந்தார்.

தலையை சற்றே நிமிர்த்தினாற்போல கிடந்தார் கிழவர். அடர்ந்த நரைத்தாடி. வழுக்கைத் தலையின் ஓரங்களிலும் நரைமுடி. அழுக்கான காவி வேட்டி முழங்காலுக்கு மேலாக சுருண்டிருந்தது. கணுக்காலில் ஆழமான ஒரு வெட்டுத் தழும்பு. வலதுகை உடலுக்கு அடியில் மடங்கிக் கிடந்தது. இடதுகையை மேலே உயர்த்தியிருந்தார். அசப்பில் ஒருக்களித்துப் படுத்திருப்பதுபோலவே இருந்தது.

"எழுந்திருக்க மாட்டேங்கறாரே..." கந்தசாமி மண்டியிட்டு தலையை திருப்பினார்.

"மப்பா இருக்குமா?" கிருஷ்ணனும் அருகில் குனிந்தார்.

துப்பாட்டாவை நைட்டியின் மேலே போர்த்திக்கொண்டு படியிறங்கிய சுகுணா ஆட்களை கண்டதும் நடைதளர்த்தினாள். சரசுவின் அருகில் வந்து தோளைத் தொட்டாள். இருவரும் சற்றே பின்னகர்ந்ததும் சரசு கிசுகிசுத்தாள் "ஒண்ணுமே இல்ல. எனக்கு பயமாருக்கு சுகு."

உடலைப் புரட்டியதும் தலை ஒருமுறை அசைந்து மறுகணம் ஒருபக்கமாய் சாய்ந்தது. கண்கள் மேலேறியிருக்க வாயோரத்தில் எச்சில் வழிந்திருந்தது.

"மணி சார் வீட்ல இருக்காறா பாருங்க கிருஷ்ணா. உடனே வரச் சொல்லுங்க" கந்தசாமி கிழவரின் கையைப் பற்றினார். வெதுவெதுப்பு அவருக்கு நம்பிக்கை கொடுத்தது.

"போயிருச்சாப்பா?" கிருஷ்ணன் கிழவரின் முகத்தையே உற்றுப் பார்த்தார்.

"அட நீயொண்ணு. போய் மணி சாரை வரச்

சொல்லுன்னா..." கந்தசாமி அதட்டினார்.

சரசுவின் நடுங்கும் கைகளை சுகுணா இறுகப் பற்றினாள்.

மணியும் கந்தசாமியும் கிழவரின் தோள்களைப் பற்றித் தூக்கினர். கால்கள் துவள கனத்த உடல் தரையில் இழுபட்டது. கிருஷ்ணன் வீட்டுக் கதவை விரியத் திறந்து பிடித்துக் கொண்டதும் கிழவரை உள்ளே இழுத்தனர். பீடியின் கடுமையான நெடி. பழைய சோபா ஒன்று ஓரமாய் கிடந்தது.

கிருஷ்ணன் ஸ்விட்சைத் தட்டியதும் விளக்கெரிந்தது.

கிழவரைத் தூக்கி சோபாவில் படுக்கவைத்தனர். தலை இன்னும் தொங்கியே இருந்தது. கைகால்களை நேராக்கி வைத்துவிட்டு மணி மார்பில் காதை வைத்துக் கேட்டார்.

"112ல நம்ம ஆனந்த் டாக்டர் இருக்காரா? கேட்டீங்களா கிருஷ்ணன்" மணி கிழவரின் கன்னத்தைத் தட்டினார்.

"சொல்லிட்டங்க சார். வரேன்னாரு" கிருஷ்ணன் டீ பாயின் மீதிருந்த புட்டியை எடுத்து தண்ணீரைக் கையில் வார்த்து கிழவரின் முகத்தில் இறைத்தார்.

நம்பிக்கை இழந்தவராய் கந்தசாமி விலகி நின்று வேர்வையைத் துடைத்துக்கொண்டார். கூடத்தின் தரை முழுக்க அழுக்கு அப்பியிருந்தது. வழக்கமாகக் கிழவர் புழங்கும் இடங்களைக் காட்டுவதுபோல சமையல் அறைக்கும் படுக்கை அறைக்குமாய் இரண்டு கிளை பாதைகள். சிகரெட் பெட்டிகள், கிழித்துப் போடப்பட்ட மசாலா பாக்கின் உறைகள், காய்ந்த வெற்றிலைகள், மாத்திரை அட்டைகள், சாக்லெட் காகிதங்கள் எனக் குப்பைகள் காற்றில் அலைந்தன. சோபாவிற்கு அடியில் பழைய செய்தித்தாள் கட்டுகள். கிழிந்த பத்து ரூபாய் தாள் ஒன்று. தூசியடர்ந்த மேசையின் மேல் தொலைக்காட்சி பெட்டி. அதன் மேலே சிரிக்கும் புத்தர். அருகே சிறு ஆமை. எளிதில் நீங்காத மக்கிய வாடை வீட்டை நிறைத்திருந்தது.

தண்ணீர் கழுத்தில் இறங்கி வழிந்தது. கிழவர் அசையவில்லை.

"செருப்பு போட்டுட்டே வாங்க டாக்டர்" கந்தசாமி

சொன்னதைக் கேட்காமல் ஆனந்த் செருப்பை உதறிவிட்டு உள்ளே வந்தார். கையில் ஸ்டெதஸ்கோப். அறையின் அழுக்கு வாடையை விரட்டுவதுபோல ஒருகணம் அவரிடமிருந்து நறுமணம்.

கிழவரின் கண்களை விலக்கிப் பார்த்தார். காதில் ஸ்டெதஸ்கோப்பை பொருத்திக்கொண்டு நாடியை பரிசோதித்தார். சுத்தமாக மழிக்கப்பட்ட முகத்தில் எந்த சலனமும் இல்லை. மார்பின் மேல் கையை அழுத்திப் பார்த்தார். கிழவரின் உடல் தொய்ந்து அசைந்தது.

“ஆஸ்பிட்டல் எடுத்துட்டு போலாமா ஆனந்த்?” மணியின் குரலில் தயக்கம்.

“சான்ஸ் இல்ல மணி சார். உயிர் பிரிஞ்சு கொஞ்ச நேரமாயிருச்சு” ஆனந்த் பெருமூச்சுடன் விலகி நின்றார்.

நீண்ட வராந்தாவில் ஆட்களின் சலசலப்பு. சரசு தான் கண்ட காட்சியைத் திரும்பத் திரும்ப ஓயாமல் விவரித்தாள்.

“கீழ போம்போது நின்னுட்டுதான் இருந்தாரு. தலையைக் குனிஞ்சுட்டு செவுத்தப் புடிச்சு எதையோ தேடறாமாதிரி. பீடி நாத்தம் பொறுக்க முடியலை. காயெல்லாம் வாங்கிட்டு திரும்ப வந்தா கீழ கெடக்கறாரு. ஒடனே கந்தசாமியக் கூப்பிட்டேன். ஆனா அப்பவே தலை தொங்கிருச்சு. பாவம், எதுத்து வீடுன்னுதான் பேரு. ஒரு வார்த்தை இதுவரைக்கும் பேசினதில்லை. மூஞ்சிய கண்ணெடுத்துப் பாத்ததில்லை.”

“நல்ல தெகிரியந்தான் இந்தக்காவுக்கு. நானெல்லாம் ஓடிருவேன். இவங்க பாருங்க. தண்ணியெல்லாம் எடுத்து மூஞ்சில அடிச்சு, கந்தசாமிய வரச்சொல்லி, டாக்டரையும் வரச்சொல்லி... பயப்படாம இருந்திருக்காங்க” பாப்பாத்தி இன்னொரு பக்கமாய் சக வேலைக்காரம்மாவிடம் கிசுகிசுத்தாள்.

கந்தசாமி விறுவிறுவென மேலே வந்தார் “ஒரு போன் நம்பர்தான் இருக்கு. ரொம்ப நேரமா எடுக்கலை. இவரோட அக்கா மகனாம். கணபதில இருக்கார்னு நெனக்கறேன். எப்பவாவது வருவாரு. ஒண்ணு ரெண்டு தடவை போன்ல கூப்பிட்டு கேட்டிருக்காரு.”

"வீட்டுக்கு மெயின்டனன்ஸ் யார் கட்டறா?" அடுக்ககத்தின் குடியிருப்போர் சங்கத்தின் துணைத் தலைவர் வழுக்கைத் தலையில் வேர்வையைத் துடைத்தார்.

"மாசா மாசம் ஒண்ணாந்தேதி அக்கவுண்டுக்கு டான்னு வந்துரும். இவரோட தம்பி மவ. கன்யான்னு. துபாய்ல இருக்கு. ஒரு தடவை இங்க வந்துருக்கு" மணி தன்னுடைய அலைபேசியை எடுத்தார்.

"வீடு யார் பேர்ல இருக்கு?"

"இவரோட பேர்லதான்னு நெனக்கறேன்."

"இல்ல சார். இவங்க சம்சாரத்தோட பேர்லதான். நம்மகிட்ட ஓனர்ஸ் ரெஜிஸ்டர் இருக்கில்ல. நான் பாத்திருக்கேன். அவங்க பேருகூட மாலதியோ என்னவோ. இருங்க, எடுத்துட்டு வரேன்" கந்தசாமி படிகளில் விரைந்தார்.

"இதுக்குத்தான் நான் சொல்றது. ஒவ்வொரு வீட்லயும் யாரு இருக்காங்க, அவசரத்துக்கு யாரைக் கூப்பிடணும், சொந்தக் காரங்க யாருன்னு எல்லாம் ஒரு டேடாபேஸ் இருக்கணும்னு. இப்ப பாருங்க. இந்த மனுசன் செத்துக் கெடக்கறாரு. யாருக்கு சொல்லணும்னே நமக்குத் தெரியலை. வெரி பேட்" கண்ணாடியைத் துடைத்துக்கொண்டு உதட்டைப் பிதுக்கினார் ஓய்வுபெற்ற வங்கி அதிகாரியான சுந்தரம்.

"இருக்கற எண்பது வீட்டுக்கும் அதுக்கான ஃபார்ம் அனுப்பிச்சிருக்கோம். பதினெட்டு பேர்தான் அப்டேட் பண்ணிருக்காங்க. மத்தவங்கெல்லாம் ரெஸ்பாண்டே பண்ணலை. நாம என்ன பண்ண முடியும்?" மணி சற்றே குரலுயர்த்தினார்.

ஆட்சேபிப்பதுபோல சுந்தரம் தலையாட்டினார் "நாமதான் சார் பண்ணணும். இப்ப போலிஸ் கேஸ் ஆச்சுன்னா யாரு பதில் சொல்றது? அசோசியேசன்தானே பொறுப்பெடுக்கணும்."

"எடுக்கும் சார். அதானே பண்ணிட்டிருக்கோம். அப்பிடியே விட்டுட்டு போயிர்லயே."

கந்தசாமி டைரியுடன் ஓடி வந்தார் "நான் சொன்னதுதான் சார். மாலதிங்கற பேர்லதான் வீடு. இவங்க சம்சாரம்தான்."

எம். கோபாலகிருஷ்ணன்

“நம்பர் எதும் இல்லயா?”

“இங்கயும் அந்த ஒரு நம்பர்தான் எழுதிருக்கு.”

வீட்டுக்குள்ளிருந்து கிருஷ்ணன் வெளியே வந்தார். கையில் ஒரு தோள் பை. மணியிடம் நீட்டினார் “இவரு இந்த பையை தோள்ல மாட்டிட்டுதான் எப்பவும் வெளியில போவாரு. இதுல எதாச்சும் இருக்கா பாருங்க.”

“ஏய் அப்பிடியெல்லாம் ஒண்ணுமில்லை. ஹார்ட் அட்டாக்தான். வராந்தாவில கெடந்திருக்கார். யாரோ பாத்துட்டு தூக்கிட்டு வந்து படுக்க வெச்சிருக்கா. இங்கயே ஒரு டோக்டர். அவர் வந்து பாத்தப்பவே பிராணன் போயிடுத்தாம். என்னோட நம்பர்தானே இங்க இருக்கு. இவா பாவம் நாலஞ்சு தடவை கூப்பிட்டுருக்கா. போன்ல சார்ஜ் இல்லை. கால் வந்ததும் தெரியலை. இப்ப செத்த முன்னாடிதான் பாத்தேன். பெறப்பட்டு வந்துட்டேன். அவனும் கூடதான் இருக்கான். நீங்க லேட் பண்ணாம கௌம்பறதுக்கு வழியப் பாருங்கோ. சீக்கிரமா வரணும். அதான். இப்பவே நேரமாயிட்டிருக்கு. அபார்ட்மெண்ட் இல்லியோ” காதையொட்டி அலைபேசியை வைத்தபடி மெல்லிய குரலில் பேசிக்கொண்டிருந்தவருக்கு இன்னும் பதற்றம் தணிந்திருக்கவில்லை.

அவருடன் வந்த இளைஞன் அடிக்கடி தாடியை நீவியபடியே இல்லாத திசையில் எதையோ தேடுவதுபோலவே நின்றான். தொளதொளப்பான அரைக்கால் சட்டை. நிறம் மங்கிய பனியன். மார்பில் என்னவென்று புரியாத ஒரு படம்.

போனை அணைத்துவிட்டு மணியின் அருகில் வந்தார் “கன்யாகிட்ட சொல்லியாச்சு. உடனே பொறப்படச் சொல்லிருக்கேன். என்ன ஏற்பாடுன்னு முடிவானதும் கூப்புடுவாங்க.”

“இங்க வேற யாரும் இல்லியா?”

“சித்தி பொண்ணு ஒருத்தி திருவனந்தரத்துல இருந்தா. இப்பதான் ரெண்டு மாசம் முன்னாடி ஆஸ்திரேலியா போயிட்டா. பாலக்காடு பக்கத்துல இருந்த மாமா ஒருத்தர் போன மாசம் தவறிட்டார். மத்தவங்க யாரும் இங்க

இல்லை. ஆமதாபாத்துல அத்தையோட சித்தப்பா வழியில ஒருத்தர் உண்டு. ஆனா யாருக்குமே இவரோட காண்டாக்ட் இல்லை."

மணி அலுப்பைக் காட்டிக்கொள்ளவில்லை "இருக்கட்டும். துபாய்ல இருந்து வரதுன்னா நாளைக்குத்தானே முடியும். அது வரைக்கும் என்ன செய்யறது?"

இளைஞன் நிமிர்ந்து பார்த்தான். அவன் கண்களில் கலக்கம்.

"இல்ல சார். கன்யர் உடனே ஏற்பாடு பண்றேன்னு சொல்லிருக்கா. அத்தையை அழைச்சிட்டு வந்துடுவா. நீங்க ஒண்ணும் கவலப்படாதீங்க."

"இப்ப நாங்கதானே கவலப்பட வேண்டி இருக்கு. மனுஷன் செத்துப்போய் நாலு மணி நேரமாயிடுச்சு. இருட்டிடும். ஒரு பார்மாலிட்டியும் பண்ணாம அப்பிடியே போட்டுல்ல வெச்சிருக்கு. ஏதாச்சும் ஒரு முடிவைச் சொல்லுங்க. நீங்கதான இங்க இருக்கீங்க." சுந்தரம் கண்ணாடியைக் கழற்றித் துடைத்தார்.

இளைஞன் முகத்தைத் துடைத்தபடியே முன்னால் வந்தான் "இல்ல அங்கிள். ஐஸ் பாக்ஸ் இப்ப வந்துரும். பார்மாலிட்டி என்னன்னு நீங்க கேட்டு பண்ணிடுங்கோ. மத்தபடி கிரிமேஷன் நாளைக்குத்தானே பண்ண முடியும்." சொல்லி முடிப்பதற்குள் அவன் முகம் சிவந்திருந்தது.

இதைக் கேட்டவுடனே உடைந்து அழுதார் "மனுஷனுக்கு இப்பிடியா சாவு வரணும். யாருமில்லாம அநாதையாட்டமா? அப்பிடியென்ன வைராக்கியம். ரெண்டு பேரும் மொகம் பாத்து வருஷம் பத்து பதினாலு வருஷமாயிடுச்சு. அவளாவது அனுசரிச்சு போயிருக்கலாம். ரெண்டு பேருக்கும் அப்டியொரு ரோஷம். கண்றாவி."

படிகளின் வழியே ஐஸ் பெட்டியை மேலே கொண்டு வர முடிந்தது. ஆனால், வீட்டுக்குள் கொண்டு செல்ல முடியவில்லை. வாசலிலிருந்து கூடத்துக்கு உள்ளே திருப்பும்போது சுவரில் இடித்தது.

"ஒண்ணும் பண்ண முடியாது. இங்க இப்பிடியே

வராந்தாவுலதான் வெக்கணும்" கந்தசாமி தயக்கத்துடன் சொன்னதும் ஆட்சேபணைக் குரல்கள் எழுந்தன.

"அதெப்பிடி. நாலுபேர் நடமாடற எடத்துல பொணத்தைப் போட்டு வெக்க முடியுமா?"

"கொழந்தைகெல்லாம் இருக்காங்க. பயந்துறாதா?"

"ராத்திரியெல்லாம் யாரும் வெளியில வர முடியாது. போ முடியாது. அதெல்லாம் முடியாது."

"விடிஞ்சும் விடியாம பொணத்து மூஞ்சில முழிக்க முடியாது."

தர்மசங்கடத்துடன் இளைஞன் நகத்தைக் கடித்தபடி நிற்க மணி கையமர்த்தினார் "நம்ம வீட்ல ஒண்ணுன்னா இப்பிடியா பேசிட்டிருப்போம். சம்பந்தப்பட்டவங்களும் இங்க இல்ல. பாவம், இவங்கதான் இப்போதைக்கு இருக்காங்க. இப்பிடி வெளியில வெச்சிருவோம். ஒரு ராத்திரிதான். கொஞ்சம் சப்போர்ட் பண்லாமே."

"ஆமா உங்க வீட்டு வாசல்ல வெக்கலான்னா ஒத்துக்குவீங்களா?"

"எனக்கொண்ணும் பிரச்சினையில்லை. அங்கதான் வெக்கலாம்னா தூக்கிட்டு போலாம்."

"அதெல்லாம் வேணாங்க. பாவம், யாருமில்லாம தனியாப் போன உசுரு. இனியும் அதை அலைக்கழிக்க வேணாம். இங்கயே வெச்சிக்கலாம்" சரசு கண்களைத் துடைத்துக் கொண்டாள்.

303ஆம் எண் வீட்டிலிருந்து மணி இரண்டு நாற்காலிகளை வாங்கி வந்தார் "ரெண்டு பேரும் எத்தனை நேரம் நிப்பீங்க? உக்காருங்க."

சுவரில் சாய்ந்து நின்ற அவர்கள் இருவரும் மறுத்தனர் "பரவால்லேங்க. வேணாம். இப்பிடியே உக்காந்துக்கறோம்." தரையில் அமர்ந்தனர்.

லேசான உறுமல் சத்தத்துடன் ஐஸ் பெட்டி இயங்கிக் கொண்டிருக்க உள்ளே வைக்கப்பட்டிருந்தது கிழவரின் உடல்.

"எத்தனை மணிக்கு வந்து சேருவாங்க?"

"நாளைக்கு மத்தியானம் கொச்சின் வந்து சேருவாங்களாம். அங்க இருந்து அப்பறம் நாலு மணி நேரம். இருட்டறதுக்குள்ள வரணும்னு கேட்டிருக்கேன். வந்துருவாங்க."

"எத்தனை பேர்?"

"அத்தையும், கன்யாவுந்தான். இவரோட தம்பி மக. இவர் மேல பாசம் காட்டறது அவ ஒருத்திதான். எங்க யாருக்கும் இவரோட ஒத்து வராது. அங்க வந்து இருந்துருன்னு பல நாள் சொல்லிருக்கா. இவர்தான் புடிவாதமா இங்கயே இருந்துட்டார்."

"சார், இவர் பேர் என்ன? டாக்டர் சர்டிபிகேட் வேணும்னு சொன்னீங்கல்ல."

மணியின் முகத்தை ஏறிட்டார். யோசனையில் நெற்றி சுருங்கிற்று "பேரு... என்னவோ சொல்லுவாங்களே."

இளைஞன் பையிலிருந்து அலைபேசியை எடுத்தான். விரல்கள் தாடியில் அலைந்தன.

"ஞாபகத்துக்கு வர்ல. கன்யாகிட்ட கேட்டு சொல்றேன் சார்" தலையைக் குனிந்துகொண்டார்.

"பரவால்லே. காலையிலதான் டாக்டர்கிட்ட சொல்லணும். அப்பறமா யோசிச்சு சொல்லுங்க."

பையிலிருந்த அலைபேசி ஒலிக்க எடுத்துப் பேசினார் மணி.

"உங்க ரெண்டு பேருக்கும் டிபன் வாங்கிட்டு வரச் சொன்னேன். நீங்க கீழே போய் சாப்பிட்டு வாங்க."

"அய்யோ அதெல்லாம் ஒண்ணும் வேணாம். பாத்துக்கலாம்."

இளைஞன் எழுந்தான். கைகளை நீட்டி மடக்கியபடி செருப்பை போட்டுக்கொண்டான். அவரும் எழுந்து கொண்டார்.

ஒருமுறை சவப்பெட்டியை வெறித்துப் பார்த்துவிட்டு இருவரும் படிகளில் இறங்கி நடந்தனர்.

அந்திமழை, ஏப்ரல் 2022

எம்.கோபாலகிருஷ்ணன்

நாவல்கள்

    அம்மன் நெசவு (2002, 2022)
    மணல் கடிகை (2004, 2012)
    மனைமாட்சி (2018)
    தீர்த்த யாத்திரை (2021)
    வேங்கை வனம் (2023)

குறுநாவல் தொகுப்பு

    வால்வெள்ளி (2018)
    மாயப் புன்னகை (2020)

சிறுகதைத் தொகுப்புகள்

    பிறிதொரு நதிக்கரை (2000, 2015)
    முனிமேடு (2007)
    சக்தியோகம் (2018)
    மல்லி (தேர்ந்தெடுக்கப்பட்ட சிறுகதைகள்) 2019
    அமைதி என்பது... ஜனவரி 2022

கவிதைத் தொகுப்பு

    குரல்களின் வேட்டை (2000)

கட்டுரைத் தொகுப்பு

    நினைவில் நின்ற கவிதைகள் (2018)
    மொழி பூக்கும் நிலம் (2019)
    ஒரு கூடைத் தாழம்பூ (2019)
    புதுப்புனல் புதிய சிறுகதையாளர்கள் பற்றிய கட்டுரைகள் 2022

மொழிபெயர்ப்புகள்

ஆங்கிலத்திலிருந்து தமிழுக்கு...

ஈஷாவாஸ்ய உபநிஷத் ஒரு அறிமுகம் (1999)

ஒரு அடிமையின் வரலாறு - வாழ்க்கைச் சரிதம் - பிரடெரிக் டக்ளஸ் (2001)

வாழ்விலே ஒரு நாள் - நாவல் - சோல்ஸெனிட்சன் (2003)

காதலின் துயரம் - நாவல் - கதே (2006. 2022)

அறிவு - நாராயண குருவின் பாடல்களுக்கான நித்ய சைதன்ய யதியின் உரை (2021)

ஆன்டன் செகாவ் கதைகள் (2021)

இந்தியிலிருந்து தமிழுக்கு...

சிவப்புத் தகரக் கூரை - நாவல் - நிர்மல்வர்மா (2013)

துயர் நடுவே வாழ்வு - திகார் பெண் கைதிகளின் கவிதைகள் (2015)

வால்காவிலிருந்து கங்கை வரை - ராகுல சாங்கிருத்யாயன் (2020)

பாதி பழுத்த கொய்யாவைப்போல் பூமி - இந்திக் கவிதைகள் (2022)

யாரும் இன்னொருவர் இல்லை - குன்வர் நாராயணன் கவிதைகள் (2023)

விருதுகள்

கதா தேசிய விருது (1999)

தமிழக அரசின் சிறந்த மொழிபெ0யர்ப்பாளர் விருது (2001)

தஞ்சை பிரகாஷ் விருது (2018)

ஸ்பேரோ விருது (2021)

சிறந்த மொழிபெயர்ப்பு சிறுகதைத் தொகுப்புக்கான வாசக சாலை விருது (2021)

கோவை கண்ணதாசன் கழகத்தின் 'கண்ணதாசன்' விருது (2023)

கஸ்தூரி சீனிவாசன் அறக்கட்டளை ரங்கம்மாள் நாவல் விருது (2023)

மணல்வீடு களரி அறக்கட்டளை ப.சிங்காரம் விருது (2023)